अधुऱ्या स्वप्नांसह घराबाहेर

आरती मेनन यांचे बालपण बेंगळुरू येथे गेले. इथेच त्यांची कुत्री, झाडे आणि बिअर यांच्याशी दोस्ती झाली. पस्तिसाव्या वर्षी त्यांचा घटस्फोट झाला आणि त्यांनी आयुष्याची नवीन सुरुवात करायचं ठरवलं. या नव्या वाटेवर त्यांना खूपच नव्या गोष्टी भेटत गेल्या. आयुष्याची मौज नव्याने कळली. आजपर्यंत हातून निसटलेल्या छोट्या-छोट्या गोष्टीतला आनंद नव्याने सापडू लागला. छोट्या गोष्टींतला आनंद समजून घेत त्या पुन्हा लेखनाकडे वळल्या. सध्या आरती मेनन मुंबईत राहतात आणि पुस्तके त्यांची मित्र आहेत, आणि आनंद मिळवणे हा त्यांचा छंद आहे.

'Leaving Home with Half a Fridge' हे त्यांचे पहिलेच पुस्तक आहे.

halfafridge@gmail.com या पत्त्यावर तुम्ही तुमच्या प्रतिक्रिया आरती यांच्यापर्यंत पोचवू शकता. त्यांना तुमच्या प्रतिक्रिया वाचायला नक्कीच आवडतील. http://twitter.com/unopenedbottle यावर तुम्ही त्यांना फॉलोही करू शकता.

अधुऱ्या स्वप्नांसह घराबाहेर

घटस्फोटानंतर आनंदाने जगताना...

मूळ लेखिका – आरती मेनन

अनुवाद : मानसी दांडेकर

VISHWAKARMA
PUBLICATIONS   VP©

अधुऱ्या स्वप्नांसह घराबाहेर

Leaving Home with Half a Fridge
First published in the Indian subcontinent 2015
by Pan an imprint of Pan Macmillan India, a
division of Macmillan Publishers India Limited
Pan Macmillan India, 707, Kailash Building
26, K.G. Marg, New Delhi-110001
www.panmacmillan.co.in

ISBN : 978-93-83572-77-9

प्रथमावृत्ती : मार्च २०१६

© आरती मेनन २०१५

प्रकाशक : विश्वकर्मा पब्लिकेशन्स
२८३, बुधवार पेठ, सिटी पोस्टाजवळ,
पुणे ४११ ००२.
फोन : ०२०-२०२६११५७/२४४४८९८९
info@vpindia.co.in
www.vpindia.co.in

अनुवाद : मानसी दांडेकर

समन्वयक: योगिता वैद्य

विशेष सहाय्य : अदिती केळकर, अश्विनी कनशेट्टी

मुखपृष्ठ : मेघनाद देवधर

मांडणी : राजेश बारड

अर्पणपत्रिका

माझ्या मनाचे आरोग्य सांभाळणारे व माझ्यावर अमर्याद स्नेह, विश्वास आणि पाठबळ देणारे...

माझे पालक, व्ही. के. कृष्णाकुमारी आणि नारायणन्कुट्टी यांना सविनय अर्पण...

जॉन
माझ्यावरच्या प्रेमासाठी आणि 'मी लिहू शकते' हा आत्मविश्वास देण्यासाठी...तुलाही सविनय अर्पण...

अनुक्रमणिका

उपोद्घात

गोष्ट सांगण्यासाठी तुम्हाला ती जगावी लागते!

Leaving Home with Half a Fridge! हे पुस्तक म्हणजे माझे मनोगत आहे. लहानपणापासून ज्या गोष्टींवर निष्ठा आणि विश्वास ठेवायला शिकवलेला असतो, त्याच धारणा मोडीत कशा निघतात आणि त्या वेगळ्याच जगात माझा संसार कसा हरवून गेला, त्याचे हे मनोगत आहे. घटस्फोट हा जणू अनेक फण्यांचा नाग आहे. उदा. परिस्थिती, गुंतागुंत, भावनिक गुंते इ. इ. इ. त्या नागाच्या डंखापासून स्वतःला मी कसं वाचवलं, याचं हे मनोगत आहे.

'लग्न' या सर्वांत मोठ्या सामाजिक संस्थेतून मी बाहेर पडले व आता आनंदाने जगायला शिकते आहे, त्याबद्दलचे हे मनोगत आहे. सुखान्त असलेली ही एक परिकथा आहे. फरक एवढाच आहे की ही रात्रपुत्राची कथा नाही. चुकीच्या व्यक्तीची निवड व त्याचे भोगावे लागलेले परिणाम याबद्दलचे हे मनोगत आहे.

मला अत्यंत अभिमानाने सांगावसं वाटतं की, घटस्फोटाच्या प्रक्रियेची माहिती मिळवण्यापासून वकील शोधणे, कोर्टाच्या तारखांना हजर राहणे, इतकंच नव्हे तर स्वतःसाठी घर शोधणे आणि... माझ्या आयुष्याची गाडी पुन्हा रुळावर आणणे या सगळ्या गोष्टी माझ्या मी, एकटीने केल्या! अर्थात्, या सर्व प्रक्रियेत माझं कुटुंब माझ्या पाठीशी नक्कीच होतं. परंतु त्यांचा प्रत्यक्ष सहभाग मात्र नाममात्र होता. कारण एकतर, माझं कुटुंब दुसऱ्या शहरात, राज्यात राहत होतं आणि दुसरं म्हणजे ही सगळी परिस्थिती एकटीने हाताळण्याचा माझा हट्ट होता. अर्थात् असं असलं तरी त्यांचा माझ्यावरचा विश्वास तसूभरही कमी झाला नाही. माझ्या निर्णयाचाही त्यांनी कायम आदर केला. माझ्या निर्णयानेच मला लढण्याचं बळ दिलं आणि आनंदी राहण्याचा मार्गही दाखवला.

मी घटस्फोटाच्या निर्णयापर्यंत कशी पोहोचले, याचं तुमच्यापैकी अनेकांना

आश्चर्य वाटत असणार. मी माझा संसार अर्ध्यावर का सोडला, या प्रश्नाचं उत्तर या पुस्तकात मिळणार नाही. यात माझा काही हेकेखोरपणा किंवा हट्टही नाही; किंवा पुढे काही आशादायक घडेल अशा आशेपोटीदेखील मी ही कहाणी लपवून ठेवत नाही. खरं सांगायचं तर, ती गोष्टच मुळात माझ्यासाठी फार महत्त्वाची नाही. घटस्फोट झाला ही वस्तुस्थिती आहे आणि त्या घटनेनंतर तग धरून मी तुम्हाला माझी कथा सांगणार आहे.

ही कथा वादळातून सावरण्याची आहे; वादळातील विध्वंसाची, पडझडीची नाही!

मला अशी आशा आहे माझा घटस्फोट तुमचं दोन घटका मनोरंजन करेल. त्याहूनही महत्त्वाचं म्हणजे, तुम्ही एकटे नसता, याचीही तुम्हाला जाणीव होईल. आपल्या जगाबाहेरच्या वास्तव जगात कितीतरी लोकं घटस्फोटित आहेत आणि ते त्यांचं आयुष्य आनंदाने, सामान्यपणे जगत आहेत. आम्ही सकारात्मकतेने आनंदाचा शोध घेत आहोत, आयुष्यात दुसरी संधी मिळाली याचा कृतज्ञपणे आनंद साजरा करत आहोत आणि आयुष्याचं सुंदर गाणं मनापासून ऐकत त्यावर झुलायचा, आयुष्य चांगल्या तऱ्हेने जगायचा प्रयत्न करत आहोत.

❑

१

...आणि 'घटस्फोट' हा शब्द अवतरला!

शेवट

कधीतरी संपवायचं म्हणून माझं नातं मी कधीच जोडलं नव्हतं. मांडवात गुरुजी अनाकलनीय आणि उच्चारताही न येणारे मंत्र म्हणून माझं लग्न लावत होते, तेव्हा मी काडीमोडाची तयारी नक्कीच करत नव्हते! ज्या माणसाशी मी लग्न केलं, त्याला काही माझ्या आई-वडिलांना मी 'पाहुणा' म्हणून भेटवला नव्हता. तरीही ते सगळं घडलंच...माझं लग्न संपलं...मंत्रांचा काहीच उपयोग झाला नाही...आणि माझ्या आई-वडिलांनी माझ्या 'एक्स'ला 'वाईट पाहुणा' म्हणून विसरण्यातच धन्यता मानली...

कोणी काहीही म्हटलं, तरी घटस्फोट ही दुःखी प्रेमकहाणीच असते. उत्सुकता, आनंद, उमेद, भविष्यातल्या चमचमत्या स्वप्नांपासून ती सुरू तर होते... पण मध्येच इतक्या वाईट गोष्टींचा ढिगारा उभा होतो, की स्वप्नातल्या आनंदाचा एक किरणसुद्धा दिसणं अवघड होऊन बसतं... अगदी आजही मी डोळे मिटले, तरी त्याने दिलेली प्रेमाची कबुली माझ्या कानात घुमते... काल घडल्यासारखी. त्यात अप्रामाणिकपणा नव्हता आणि पोकळपणाही नव्हता. मला आणि त्यालाही त्यातला खरेपणा माहीत होता... मग असं काय झालं, की सगळं बेगडी आणि खोटंच वाटू लागलं? माझ्या लग्नाला 'एक्स्पायरी डेट' आहे, हे माझ्या लक्षात आलं नव्हतं का?...

घटस्फोटाच्या संपूर्ण प्रक्रियेत खूप गोष्टी जाणवल्या. 'तू माझ्या प्रेमात का पडलास किंवा पडलीस?' असं कधी आम्ही एकमेकांना विचारलंच नाही. कारण प्रेमात अशा कारणमीमांसेला जागाच नसते. तुम्ही फक्त होकार ऐकता आणि आनंदी आयुष्याची गृहीतकं मांडायला लागता. जरी या सगळ्याला तार्किक उत्तर असलं तरी ते अर्धसत्यच असतं. ज्यांनी कोणी आपल्या भावी

जोडीदाराबरोबरची स्वतःची परिकथा रंगवली आहे, त्यांना ठाऊक आहे, की प्रेमाला कार्यकारण भावच नसतो! ते फक्त 'असतं'... आणि त्याच्या उलट परिस्थितीलाही काहीही कार्यकारण भाव नसतो... तुम्ही तुमचं प्रेम संपवता त्यालाही काही विशेष कारण नसतंच! जितक्या अपघातानं, जितक्या अचानकपणे आपण प्रेमात पडतो, त्याच वेगानं आपण प्रेमातून बाहेरही पडतो! (खरंतर, आत्ता माझ्या अंगांगातून मेंदूकडे जबरदस्त शिरशिरी जाते आहे...)

शाळेत एखाद्या शिक्षकानं आपल्याला खोडी करताना पकडावं आणि 'मी नाही केलं...' असा आपण आपला बचाव करावा, तसं सुरूवातीला मी माझ्या घटस्फोटाचं चाचरत समर्थन करत होते. पण आता मी तसं करत नाही. आता मी कोणालाही दोष देत नाही, कारण कोणाला दोष देण्यात अर्थही नाही...

'का?' या एका प्रश्नानं माझ्या डोक्यात थैमान घातलं होतं. माझ्या आठवणींना बोचकारत, माझ्या मनावर धडका देत हा प्रश्न मला अक्षरशः छळत होता. पण अर्थातच त्याचं काही उत्तर मिळणार नव्हतं. काही संसार का टिकतात आणि काही संसार का मोडतात, याचं उत्तर मला मिळालेलं नाही. मी गमतीने माझ्या 'एक्स'ला म्हणायचे, 'कोणत्याही विवाहित जोडप्यापेक्षा आपण घटस्फोटाच्या काळात एकमेकांच्या प्रेमात पडलो आहोत.'

कोणासाठी किती भयंकर हे ठाऊक नाही; पण 'शेवट' झाला, हे खरं आहे. या शेवटाच्या सुरुवातीचीही अनंत कारणं होती...

त्यातलं महत्त्वाचं कारण म्हणजे, तुम्ही ज्या प्रेमाचा दावा करत असता, ते तुमच्याही नकळत तुमच्या दारातून बाहेर पडतं...

ॐ

तुम्ही कोणत्या गोष्टीमुळे एकत्र आलात यापेक्षाही कोणत्या गोष्टींमुळे तुम्हाला विभक्त व्हायचंय, याची चर्चाच तुम्ही जास्त करता.

ॐ

तुम्हाला अचानक कोणी सांगितलं, की तुमचा जोडीदार तुम्हाला सोडून गेलाय, तेव्हा तुम्हाला भीतीदायक दिलासा मिळतो...

ॐ

तिचे आईवडील, भावंडं त्यांच्या प्रेमाबद्दल इतकं बोलतात, की हळूहळू त्याचं तिरस्कारात रूपांतर होतं...

ॐ

साताजन्माच्या सोबतीचं वचन मोडून इंटरनेटवरच्या एखाद्या 'सोलमेट'साठी तो ताबडतोब निघून जाऊ शकतो...

ॐ

तो एकत्र झोपणं बंद करतो आणि अचानक वेगळ्याच कोणाबरोबर तरी संबंध जोडून निर्लज्जपणे तिला घरी आणतो आणि तुमची मोलकरीण होते...

ॐ

तुम्ही त्याच्यासाठी फक्त चारचौघात वावरताना घालायचा मुखवटा असता किंवा सामाजिक प्रतिष्ठेसाठी वापरता येणारं एखादं डिग्रीचं प्रमाणपत्र असता, जे थोडे दिवसांनी कोपऱ्यात धूळ खात पडतं...तरीही तो किती चांगला माणूस आहे याचा दावा तो करतो!...

ॐ

तुम्ही फक्त दुखावले जाण्याच्या किंवा तिरस्कार करण्याच्याच लायकीच्या आहात, यावर तुमचा विश्वास बसेपर्यंत तो तुम्हाला दुखावत राहतो. मग एखाद्या दिवशी तुम्हाला कोणीतरी सांगतं, की यातून सुटकेचा मार्ग आहे. या सगळ्यात त्याची चूक आहे, तुमची नाही..

ॐ

तुम्ही स्वतःला फसवू शकत नाही. तुम्ही ज्याला 'प्रेम' म्हणून सांभाळून ठेवलंत, ते कधीच गतप्राण झालंय आणि आता खरंच यातून बाहेर पडण्याची वेळ आली आहे, याची तुम्हाला जाणीव होते...

ॐ

कंटाळा तुमच्या नसानसांत वाहू लागतो आणि तुमची इच्छा–आकांक्षा पोखरून टाकतो. तुम्ही त्यातून सुटका करून घेण्यासाठी तडफडता आणि शेवटी लक्षात

येतं, की दुसरीच व्यक्ती तुमची तारणहार आहे...

☙

तुम्हाला मूल असू देत किंवा खूप मुलं असू देत, तुमचं कुटुंब सुखी नाही, हे जाणवतं...

☙

प्रेमाचं भ्रामक धुकं डोळ्यांवरून हटतं, तेव्हा स्वभावाची विरुद्ध टोकं लक्षात येतात. भौतिकशास्त्राचा नियम धुडकावून लावत दोन्ही ध्रुव वेगवेगळेच होऊ लागतात...

☙

तुमच्या दोघांत काहीच उरत नाही...शून्य...पोकळी. तुम्ही त्या भयाण पोकळीतून लवकर बाहेर पडला नाहीत, तर नात्याइतकीच तुम्हालाही ती पोकळी पोकळ, रिकामी करून सोडते...

☙

तुम्ही प्रयत्न करता, प्रयत्न करता, प्रयत्न करतच राहता...तुम्ही सतत फक्त प्रयत्न करत राहता...

☙

त्याला काहीच कारण नसतं. सगळं संपतं आणि त्यावर कोणीच काहीच करू शकत नाही. एकतर या भयाण पोकळीत स्वतःचं आयुष्य ढकलून द्या किंवा धैर्य गोळा करून स्वतःचं दूर हरवलेलं सुख, आनंद पुन्हा नव्याने शोधा.

'का?' या प्रश्नाचं उत्तर नाही मिळालं तरी हरकत नाही. दुःखाची गोष्ट इतकीच आहे, की खूप संख्येनं लग्नं निकालात निघताहेत. आपण आजूबाजूला बघतो आहोत आणि परंपरेच्या चष्म्यातून यावर भाष्य करू पाहतो आहोत, हे चुकीचं आहे. हे खरंच खरं आहे, दुर्दैवी आहे. ...पण काही वेळा गमतीचं होतं ते! म्हणून हा पुस्तकाचा खटाटोप केला आहे. आजच्या वास्तवातील, आजच्या पिढीची ही भाषा आहे...

□

लपंडाव

बऱ्याच मुलांसारखं आणि काही मुलींसारखं, मी कधीही पॉर्न साईट्स बघितल्या नव्हत्या किंवा 'त्या'बद्दल कधी विचारही केला नव्हता. किंबहुना, नेटवर काहीही लपूनछपून शोधायला मी कधी शिकलेच नाही. मला जी माहिती हवी असेल, ती मिळवण्याची मला कधीच लाजही वाटली नाही. पण घटस्फोटाचा विचार करायला लागल्यावर मात्र हे चित्र बदललं.

मी कायद्याचं काटेकोरपणे पालन करणारी असल्यामुळे माझा वकिलाशी कधी संबंध आला नव्हता, आणि काही कारणानं माझ्या मित्रमंडळीतही कोणी वकील नव्हतं. उलट मी वकिलांवर स्वतःच बऱ्याचदा विनोद करायचे. त्यामुळे माझी थोडी अडचणच झाली. मी घटस्फोट घेण्याचा विचार तर करत होते, पण त्यासाठी काय करायचं असतं याची पुसटशीही माहिती मला नव्हती.

लग्न करणं ही गांभीर्यानं घेण्याची गोष्ट आहे. डेटवर जाणं किंवा 'लिव्ह-इन'मधल्या 'ब्रेक-अप'इतकं ते सहज मोडता येत नाही. म्हणजे, संसार मोडण्याचा निर्णय घेतल्यावर, त्याने तुम्हाला भेट दिलेला आयफोन त्याच्या तोंडावर फेकून, स्वतःची बॅग भरून घराबाहेर पडलं आणि नव्यानं कोणाबरोबर तरी डेटला बाहेर गेलं, असं लग्नाच्या बाबतीत घडू शकत नाही. घटस्फोटाच्या मार्गावर 'कोर्ट' हा मोठा घटक असतो. काळा डगला घातलेला वकील असतो. तुम्ही लग्न करता, तेव्हा या दोन घटकांची तुम्ही तितकीशी गंभीरपणे दखल घेतलेलीच नसते! (अर्थात् 'विशेष' विवाहाची केस वगळता). तुम्हाला ते आंधळेपणाने रजिस्टरवर सह्या करायला सांगतात आणि तुम्ही करताही. किंबहुना, त्या सगळ्या लग्नाच्या गोंधळातून सुटण्यासाठी त्या वेळी कशावरही सही करण्याची तुमची तयारी असते. मग काही महिन्यानंतर तुमच्या लग्नाचं सर्टीफिकेट येतं आणि तुमच्या टॅक्सच्या कागदांबरोबर फाईलींमध्ये पडून राहतं!

माझ्या 'एक्स'बरोबर माझं जमेनासं झालं आणि 'घटस्फोट' हा शब्द एकदमच, माझ्या आयुष्यात डोकवायला लागला. 'घटस्फोट' म्हणजे काय, हे मला आधी जाणून घ्यायला हवं होतं. कारण याबद्दल माझ्या आईनं बालपणी मला सांगण्याचा प्रश्नच नव्हता. या गोष्टी काही घरात आवर्जून शिकवल्या जात नाहीत. किंवा 'सर्व मुलं वाईटच असतात' अशीही शिकवण मुद्दाम कोणी देत नाही. त्यामुळे 'माझ्या मैत्रिणीसाठी माहिती हवी आहे,' अशी थाप मारून मी ही माहिती कोणाही ओळखीतल्या व्यक्तीकडूनही मिळवू शकत नव्हते, कारण त्यासाठी मला सगळी कथा त्यांना सांगावी लागली असती. त्यामुळे, ज्या गोष्टीबद्दल लपूनछपून माहिती मिळवावी लागते, त्यासाठी जे करतात, तेच मी केलं. मी इंटरनेटवरच्या गुगलकडे धाव घेतली.

गुगलवर खूपच माहिती मला मिळाली; आणि खरं सांगायचं, तर त्यामुळे मी नक्कीच प्रभावित झाले होते. माझी अडचण एकच होती. 'फाईंडिंग निमो' या सिनेमातल्या माशासारखी माझी स्मरणशक्ती मला दगा देत होती. महत्त्वाचे मुद्दे माझ्या लक्षातच राहत नव्हते. त्यातून 'एक्स' बघेल, म्हणून ते पेज 'फेव्हरीट'ही करता येत नसे. शेवटी मला हवा असलेला मजकूर मी कॉपी-पेस्ट करून मलाच मेल करत असे. त्याचा परवलीचा शब्द होता, 'सिल्व्हीया प्लाथ्स पोएट्री'. मेलवरचा हा शब्द वाचल्यावर 'एक्स' त्याकडे ढुंकूनही बघणार नाही, याची मला खात्री होती. मी उगाचच शंकेखोर बनले होते. माझ्या मेल आयडीचा पासवर्ड एक्सला माहिती होता असं नाही, पण चुकून माझा मेलबॉक्स उघडाच राहिला आणि एक्सची त्यावर नजर पडलीच तर... हा धोका मला पत्करायचा नव्हता. म्हणून ही घटस्फोटाची माहिती मिळवण्याची प्रक्रिया फारच लपून, सावधपणे करावी लागत होती. आता विचार केल्यावर वाटतं, की त्यानं नक्कीच माझा मेलबॉक्स उघडला नसता. खरं तर त्या वेळी तो असं काहीही करायच्या स्थितीत नसणार. माझी शोधाशोध झाली की 'हिस्टरी'वरून माझा डेटा मी डिलीट करत असे. या 'क्लिअर हिस्टरी' बटणामुळे मला थोडा विजयाचा असुरी आनंद मिळवता येत असे. तीन-तीन तास इंटरनेटवर शोधाशोध करूनही एकदा 'क्लिअर हिस्टरी' केलं, की सगळे पुरावे गायब! मी एखादी गुप्तहेर असल्यासारखं मला वाटायला लागलं होतं.

एकदा असंच 'हिस्टरी' डिलीट करताना माझ्या एक्स नं बघितलं आणि त्याच्या कपाळावर आठ्या चढल्या. मला वाटलं, की माझी चोरी पकडली गेली आणि

आता तो नक्की त्याबद्दल जाब विचारणार. 'घटस्फोट' या शब्दाचा उच्चार त्या वेळी करणं कदाचित खूपच घाईचं ठरलं असतं आणि माझी मानसिक तयारीही झाली नव्हती.

त्याने माझ्या कॉम्प्युटरपाशी येऊन सांगितलं, की मी काय करते हे जर कोणाला कळू द्यायचं नसेल, तर मी इंटरनेटवरची माहिती 'प्रायव्हेट' पर्याय घेऊन शोधावी. हा आश्चर्याचा धक्काच होता. कॉम्प्युटरमध्ये हा पर्याय होता! तुम्ही शोधलेली माहिती कोणालाही कळू न देता तुम्ही इंटरनेट वापरू शकता? 'प्रायव्हेट ब्राऊझिंग' तुमच्या हिस्ट्रीमध्ये कधीच दिसत नाही. अर्थात हा काही फारसा योग्य पर्याय नसला तरी गमतीदार होता!

त्यानंतर मी अधिक मोकळेपणानं माहितीची शोधाशोध करू लागले, तेही कसला ताण न घेता. मी ब्लॉग्ज वाचले, केस स्टडीज वाचल्या, वकिलांच्या चर्चा बघितल्या, वाचल्या. इंटरनेटवरच्या घटस्फोटाच्या संदर्भातील सर्व वेबसाईट्स मी त्या वेळी बघितल्या, त्याही प्रायव्हेट ब्राऊजरवर!

आता माझा अभ्यास पूर्ण झाला होता आणि एक प्रगल्भ निर्णय घेण्यासाठी मी सक्षम होते. सगळ्या अभ्यासानंतर माझ्या लक्षात आलं, की परस्पर संमतीनं घेतलेला घटस्फोट हा आमच्यासाठी सर्वांत योग्य पर्याय होता. घटस्फोटासाठी अर्ज दाखल करण्याआधी किमान एक वर्ष एक्स आणि मला वेगळं राहणं आवश्यक होतं आणि अर्ज केल्यानंतरही सहा महिन्यांचा कालावधी मतपरिवर्तनासाठी दिला जातो. या सहा महिन्यांच्या काळात समुपदेशन वगैरे गोष्टी असतात. (आता कायदा बदलला आहे.) हे खूप विचित्र आहे, नाही का? लग्नाचा निर्णय एक महिन्यात घेणं आवश्यक आणि घटस्फोटाच्या प्रक्रियेला दीड वर्षाचा कालावधी?

इतकी सगळी माहिती मिळवल्यावर मला लक्षात आलं की, वाटते तेवढी ही प्रक्रिया वाईट नाही. कदाचित लग्नाआधी आम्ही जेवढा वेळ फिरलो, त्यापेक्षा जास्त वेळ याला लागणार होता, पण इथे कोणाला तुरुंगात वगैरे टाकण्याची शिक्षा मिळणार नव्हती. तुम्हाला वाचून कदाचित हसू येईल, पण या आधी माझा कायद्याशी कधीच संबंध आला नव्हता. घटस्फोटाच्या प्रक्रियेबद्दल मला

काहीही माहिती नव्हती. माझ्या कुटुंबात फक्त एका लांबच्या भावाचा घटस्फोट झाला होता, परंतु तो बाहेरच्या देशातच राहत होता. मला तो माझ्या लहानपणी एखाद्या हिरोसारखा वाटायचा (त्यामुळेच बहुधा गडबड झाली). त्यामुळे माझ्या कुटुंबातच स्पष्टीकरण द्यावं लागणार होतं.

सैद्धान्तिक पातळीवर माझे विचार आता स्पष्ट होते. परस्पर संमतीनं घटस्फोटाच्या पर्यायात सगळ्यांनाच कमी त्रास होणार होता. भावनिक धक्का बसणारच होता, पण तो पेलायची माझी तयारी होती. पुढचा महत्त्वाचा प्रश्न असा होता की, 'मला' खरंच 'घटस्फोट' हवा होता का? किंबहुना 'आम्हाला' दोघांनाही घटस्फोट हवा होता का?

मला वाटतं, तुम्ही या प्रश्नाचं उत्तर ओळखलं असेल!

'तो' माझ्या घरात अवतरला!

छोट्या छोट्या भांडणांवरून घटस्फोटाचा विषय काढणारे आम्ही नव्हतो. पणजीच्या टी सेटमधला कप फुटला किंवा विजेचं बील भरलं नाही, इतक्या क्षुल्लक कारणांनी होणाऱ्या वादात घटस्फोटाचा उल्लेख कधीच झाला नाही. किंबहुना, जेव्हा प्रथमच घटस्फोटाचा विषय निघाला, त्या वेळी तो खरोखरच गांभीर्याने निघाला होता. आमच्या संसारात अनेक गोष्टींचा अभाव होता; पण सर्वांत मोठा अभाव होता परस्पर सामंजस्याचा, प्रामाणिकपणाचा. तत्त्वांशी त्याचं काहीच देणंघेणं नव्हतं, पण ते एक बोचणारं वास्तव होतं. मला वाटतं आम्हाला दोघांनाही खोटं नीट बोलता येत नसे, हे त्यामागचं कारण असावं.

एक दिवस एक्स ही समस्या घरी घेऊन आला. आणि ती वाढतच गेली. अप्रामाणिकपणा घरात आल्यावर मोठा होत गेला आणि त्यामुळे घरातून आमचा संसारच हद्दपार होण्याची वेळ आली. आजन्म एकमेकांना साथ देण्याचं वचन त्यामुळे मोडलं होतं. परंतु एक्सला हे बाहेर कसं टाकायचं हेच कळत नव्हतं. माझ्या विश्वातील, विश्वासातील प्रत्येक गोष्टीवर अतिक्रमण झाल्यामुळे माझा जीव गुदमरायला लागला आणि अशा वातावरणात मी राहणं मला नको होतं. आणि एक दिवस हा प्रश्न इतका मोठा झाला, की एक्स मला नजरेसमोरही नकोसा झाला.

शेवटी एक क्षण असा आला की, आमचा संसार, आमचं लग्न, आमचं नातंच जणू गायब झालं. मी जेव्हा घटस्फोटाचा विषय प्रथम मांडला, तेव्हा आमचं लग्न संपल्यात जमा होतं. घटस्फोटाच्या उच्चाराने प्रश्नाचा, समस्येचा आकारच एकदम लहान झाला, याचं मला समाधान वाटलं.

एक्सला थोडा धक्का बसल्यासारखं मला वाटलं. जसं काही हा शब्द तो प्रथमच

ऐकत होता. त्याची काय अपेक्षा होती ? त्याला वाटलं असेल की समाजात ही बातमी वाऱ्यासारखी पसरणार. काही काळाने, आम्ही लोकांच्या प्रतिक्रियेकडे दुर्लक्ष करायला लागलो आणि इतरांना आमच्या संसारात (किंवा घटस्फोटात) एवढा रस का, याचं आम्हाला आश्चर्य वाटू लागलं. याचा इतका त्रास व्हायला लागला की, माझ्या मेंदूवरही त्याचे कायमस्वरूपी परिणाम झाले.

तो खाली बसला आणि मी शांतपणे त्याला सगळ्या प्रक्रियेची माहिती दिली. सगळं सांगून झाल्यावर, आश्चर्य म्हणजे, तो आनंदाने चीत्कारला! घटस्फोट उद्या होऊ शकत नाही, याच्यामुळे तो थोडा निवांत झाला. तो अत्यंत आशावादी होता. दीड वर्षाचा काळ मध्ये होता आणि त्याच्या स्वभावानुसार, काहीही घडू शकेल असं त्याला वाटत होतं. कोर्टाच्या नियमानुसार दोघांनी वेगळं राहणं आवश्यक होतं. त्याच्या म्हणण्यानुसार कदाचित एकमेकांपासून लांब गेल्यावर हा गंभीर प्रश्न नाहीसाच होईल. आम्हाला पुन्हा एकत्र राहण्याची इच्छा होईल अशी त्याला भाबडी आशा होती. बरीच जोडपी आधीच वेगळं राहत असल्याचा खोटा दावा करतात व घटस्फोट लवकर मिळावा यासाठी प्रयत्न करतात. पण आम्ही दोघेही कायद्याचे पालन करणारे नागरिक असल्यामुळे (जरी लग्नाचे नियम पाळता आले नाहीत तरी) वेगळं राहण्याचं ठरवलं.

'घटस्फोट' या शब्दाचा उच्चारच बऱ्याचदा राक्षसी असतो. तो तुम्हाला पुरतं जखडून टाकतो आणि फार वेगाने वाढतो. एकदा का हा शब्द उच्चारलात की प्रत्येक दिवस, प्रत्येक मिनीट तुम्हाला त्याची जाणीव करून देत राहतो.

अनेक जोडप्यांकडे बघून मी ते घटस्फोटाचा विचार करत असतील का, याचा अंदाज बांधायची. ऑफीसमधल्या घटस्फोटित स्त्रियांचंही मी निरीक्षण करत असे व त्या इतरांपेक्षा काही वेगळ्या आहेत का, ते बघत असे. कोणाच्याही लग्नाची पत्रिका बघितली की त्या जोडप्याचं भवितव्य नियतीनं काय लिहिलं असेल, याचं मला आश्चर्य वाटत असे.

माझं मन या सगळ्या निराशेत गटांगळ्या खात असताना माझ्या एका जवळच्या मैत्रिणीचं लग्न ठरल्याचं कळलं. मी आणि एक्सने ठरवलं की, आमच्या घटस्फोटाची बातमी सांगून तिच्या आनंदावर विरजण घालायचं नाही. आम्ही एकत्र राहण्याचा भयंकर अभिनय करत होतो. लग्नाच्या पहिल्या कार्यक्रमात

आम्ही दोघेही छान नटून थटून गेलो होतो. त्या वेळी पहिल्यांदाच कोणीतरी माझ्या केसांचं कौतुक केलं आणि एक्सचं कदाचित प्रथमच माझ्या केसांकडे लक्ष गेलं असावं. त्याचं ते गोंधळणं, मला अर्धवट कॉम्प्लिमेंट देणं, त्याच्या मित्रांनी त्याला 'टिपीकल नवरा' म्हणून चिडवणं, ह्या सगळ्यात खोटेपणा होताच आमच्या काही चाणाक्ष मित्रांच्या नजरेतून आमच्यामध्ये पडत चाललेलं अंतर सुटलं नाही. आमच्या चित्रासारख्या संसाराला तडे जात आहेत हे त्यांच्या लक्षात आलं होतं. सुदैवानं, माझी जवळची मैत्रीण तिच्या लग्नात गर्क होती.

सामान्यपणे सुखी जोडपी जे जे काही करतात, ते सर्व आम्ही या लग्नाच्या दरम्यान केलं. जणू काही आम्ही एखादं नाटकच साकारत होतो आणि मैत्रिणीच्या लग्नाचा मंडप म्हणजे आमच्यासाठी जणू रंगमंच होता. रंगमंचावर असताना आम्ही एकत्रच होतो, हसत-खिदळत होतो, एकत्र जेवत होतो आणि तिथून बाहेर पडलं की आमचं नाटक संपत असे. टॅक्सीतून घरी जाईपर्यंत आमच्यात अबोल्याचं दाट धुकं असे. घरी गेल्यावर दोघेही वेगवेगळ्या खोल्यांमध्ये झोपत असू आणि पुन्हा उठून दुसऱ्या दिवशी नाटक सुरू! नवीन प्रेक्षकांपुढे नवीन प्रयोग होत असू.

''आनंदी, सुरेख जोडपं.''

बटण बंद,

दोन ''मृतवत, थंड निराळ्या व्यक्ती.''

असा बटण दाबल्यासारखा खेळ चालू होता. 'घटस्फोट' या शब्दाचा प्रथम उच्चार केल्यानंतर बराच वेळ मी काहीच केलं नाही किंवा पुढच्या पायरीवर गेले नाही. सकाळी आम्ही उठून आवरत असू, आणि समस्या टाळून आपापल्या कामाला जात असू. रात्रीच्या जेवणाच्या वेळीही भयंकर शांतता असे. एकही शब्दाचा आवाज न होता टेबलावर फक्त दोघांच्या बेचव अन्नाच्या घास चावण्याचे आवाज होत असत. कारण अन्नाच्या चवीशी किंवा बेचवीशीही दोघांचंही देणंघेणं नव्हतं. त्याहीपेक्षा महत्त्वाच्या गोष्टी आम्हाला करायच्या होत्या. उदा. रुसून बसणे.

याच काळात आमच्या लग्नाच्या वाढदिवसाची तारीख आली. खरंतर

यांत्रिकपणे सर्व व्यवहार चालू असूनही, लग्नाच्या वाढदिवसाला आम्ही बाहेर जेवायला गेलो. सामान्य राहण्याचा तो एक अपुरा प्रयत्न होता. एका महागड्या, सुंदर हॉटेलमध्ये उत्तम पदार्थ पुढ्यात असूनही, त्याकडे चुकूनही न बघता ती संध्याकाळ सरण्याची दोघेही वाट बघत होतो. मला अजूनही आठवतंय, आम्ही निष्क्रियपणे बसून होतो आणि स्वतःवरच हसत होतो. या दरम्यान आप्तेष्टांचे, मित्रांचे, नातेवाईकांचे लग्नाच्या वाढदिवसाच्या अभीष्टचिंतनाचे फोन येत होते.

ती संध्याकाळ खरंच किती रिती होती! प्रत्येक गोष्ट बनावट, नकली होती. आमचं आयुष्य एका टप्प्यावर आलं होतं, जिथे लोकांना एखाद्या जोडप्यातील संबंध बिघडत चालल्याची कल्पनाही नसते. आम्हीसुद्धा तसंच फसवं आयुष्य जगत होतो. सामान्य लोकांच्या आयुष्यात विवाहित जोडपं म्हणजे एकच युनिट असं मानतात. नवरा-बायकोला एकच व्यक्ती म्हणून गृहीत धरलं जातं. 'नवऱ्याला मी विचारलंय म्हणून सांग,' असं माझ्या मित्रमंडळींपैकी कोणी म्हटलं, की मला खूप राग यायचा. मला असं वाटायचं की, तुम्ही माझे मित्र आहात, तर माझ्याशी, माझ्याबद्दल बोला ना एक्सशी तुम्हाला काय देणं-घेणं आहे?

असं मुखवटा चढवून बराच काळ मी जगत होते. एका क्षणी लक्षात आलं की, मी आता काही हालचाल केली नाही, तर मी या खोट्या जगातच जन्मभर खितपत पडेन. कारण असंतोषाची, दुःखाची सवयही तुमची जीवनशैली बनू शकते. खरंतर, मग अशा दुःखाचीच तुम्हाला इतकी सवय होऊन जाते, की सुखाच्या दिशेचा प्रवास सुरू करण्यासाठी भगीरथ प्रयत्न करावे लागतात.

तरीही, घटस्फोटाच्या उल्लेखाचा बराच परिणाम झाला होता. दिवसेंदिवस तो शब्द माझ्या जवळजवळ सरकत होता. आता एका घरात राहणं अशक्य होतं. ज्या माणसाशी असलेलं प्रेमाचं, ओलाव्याचं, खूप खोल असलेलं नातं तुटल्यावर, त्या व्यक्तीबरोबर एका घरात राहाणं अतिक्लेशकारकच असतं! कधीतरी एकत्र राहण्याच्या आणाभाका घेतलेल्या दोन व्यक्तींच्या मध्ये आता एक थंड दुरावा, तुटलेपणा आणि तुटलेल्या नात्याच्या बोथट जाणिवा राहिल्या होत्या.

तिथून बाहेर पडण्याची वेळ आली होती आणि 'घटस्फोट' हा शब्दही माझी सोबत म्हणून माझ्याबरोबर येणार होता...

◻

आधारासाठी खांदा...

मी सोळाव्या वर्षापासून इथे येते आहे. वीस वर्षांत काहीच बदल झाला नाही, अगदी वेटर्ससुद्धा तेच आहेत. त्यांचे सुरकुतलेले, रापलेले चेहेरे मात्र वयातीत आहेत. मी घटस्फोटाचा निर्णय घेतल्यावर अचानक मला वाटलं की, त्याबद्दल जवळच्या मैत्रिणींना सांगितलंच पाहिजे. कदाचित मी करते आहे, ते योग्य आहे, याबद्दल त्यांची संमती मला हवी होती, ती माझी गरज होती. माझ्या पडत्या काळात किंवा माझ्या आयुष्यातल्या इतरही अनेक निर्णयांमध्ये त्यांनी मला पाठिंबाच दिला होता. त्या सर्व मित्रांना मला 'हे' सांगायचं होतं. माझ्या जन्मगावी, जिथे माझं मित्रमंडळ आहे, तिथं मी विमानाने पोचले. माझ्या दोन्ही मैत्रिणींचा संसार सुखाचा चालला होता व त्यांना मुलंही होती. मीच खरंतर त्यांच्यापेक्षा वेगळी होते, पण त्यांनी कधीच तसं जाणवू दिलं नाही किंवा त्यांचं माझ्यावरचं प्रेमही कधी कमी झालं नाही.

मी दोघी मैत्रिणींना फोन केला व 'महत्त्वाचं बोलण्यासाठी भेटायचंय' असं सांगितलं. त्यांच्या चेहऱ्यावर हसू होतं आणि त्यांनी बरेच सल्लेही दिले. आमची गळाभेट झाल्यानंतर दोघीही म्हणाल्या, 'करून टाक'... आता आश्चर्य वाटण्याची पाळी माझी होती. त्यांनी केवळ माझ्या मनातली गोष्ट ओळखलीच नव्हती, तर पटकन मला पाठिंबाही दिला होता! मला कुठेतरी असं वाटलं की 'घटस्फोट' हा त्यांच्यासाठी महत्त्वाचा होता.

नंतर उलगडा झाला... त्यांचा असा समज झाला होता, की मी गरोदर आहे आणि मी ते मूल ठेवावं की गर्भपात करावा, यावर मला त्यांचा सल्ला हवा होता...एका अर्थी, माझा संसार म्हणजे माझं बाळच नव्हतं का?

माझं म्हणणं त्यांनी शांतपणे आणि अतीव दुःखी मनानं ऐकून घेतलं. तुम्ही कधी

कल्पना केली आहे का? तुम्ही अडचणीत आहात, जे काही होणार आहे त्याचे परिणाम तुम्ही भोगणार आहात. पण शेवटी या घटनेसाठी तुम्ही इतरांचं सांत्वन करताय?... तुम्ही मैत्रिणींना सांगताय की 'काळजी करू नका. सगळं काही ठीक होईल. मी ठीक आहे. प्लीज, रडू नका.'

त्या क्षणी मला त्यांना म्हणायचं होतं की, 'अगं, माझा घटस्फोट होतोय. मला दुःख होतंय आणि तुम्ही मला आधार द्यायला हवाय.' त्यांचं सांत्वन करून झाल्यावर अर्थात त्या हे सगळं मला म्हणाल्या.

सुरुवातीला, दोघीही मला रोज फोन करायच्या. या समस्येशी कसं लढायचं, ते त्यांना कुठे माहीत होतं? शेवटी, सलग पाचव्या दिवशी त्यांचा फोन आल्यावर मी त्यांना सांगितलं, की 'तुम्ही याविषयी बोलू नका. काहीच बोलण्यासारखं नसेल, तर रात्री स्वयंपाकात काय करायचं, या विषयावर आपण बोलू. मला गरज असेल, तेव्हा मीच त्यांना फोन करेन असं मी सांगितल्यावर दोघीही थोड्या शांत झाल्या आणि त्यांच्याकडून येणारे फोनही हळूहळू कमी झाले.

त्यांना असं सांगता सांगता माझ्या लक्षात आलं, की खरंतर मला कोणाच्याच आधाराची गरज नव्हती! मी ज्या प्रश्नाला भिडू पाहत होते, तिथे मला खंबीर असणं आवश्यक होतं, आणि मला त्याची पूर्णपणे जाणीव होती. माझं दुःख मलाच पचवून, मनावर ताबा मिळवणं भाग होतं. कारण त्याचा अनुभव इतरांना कसा असेल?

पुढचा प्रश्न होता, आमच्या मित्रपरिवारात ही गोष्ट कशी सांगणार? काही मित्रांना अंदाज आला असला, तरी आम्ही उघडपणे ही गोष्ट कोणालाच सांगितली नव्हती. न सांगण्यामागचं कारण असं होतं की, आम्हाला वाटलं की गोष्टी आपोआप सुधारतील. सगळं आपोआप सुरळीत झालं असतं, तर त्याआधीच ही बातमी कोणाला सांगणं हा शुद्ध मूर्खपणा होता. 'काहीतरी गडबड होती, पण आता ते पुन्हा एकत्र आहेत,' असं आमच्याबद्दल कोणी बोललेलं आम्हाला नको होतं.

या गोष्टीचं अर्थातच कोणी स्वागत केलं नाही. 'विश्वासच बसत नाही', 'आधी कल्पना दिली असतीत, तर आम्ही मदत केली असती,' अशा अनेक टोकाच्या आणि वरवरच्या सल्ल्यांनी आम्हाला हैराण केलं. या सल्ल्यांना काही अर्थ

नव्हता कारण आम्ही आमचा निर्णय घेतला होता. 'तडजोड', 'विसरून जा', 'काळ हेच औषध आहे', 'लग्न हा काही बाहुलीचा खेळ नव्हे', 'हा गुंता सोडवा',..... असे कितीतरी अनाहूत आणि पोकळ सल्ले! त्यातून आम्हाला कोणतीही नवी गोष्ट कळत नव्हती. कारण आम्ही या सर्व गोष्टी करून बघितल्या होत्या, परंतु त्याचा तसूभरही उपयोग झाला नव्हता.

काही मित्रांच्या मते, हे घडणारंच होतं! मी 'का' असं विचारल्यावर त्यांचं असं म्हणणं होतं की, मी माझ्या नवऱ्याबद्दल कधीच विशेष बोलायचे नाही. एक्सबद्दल कोणी विचारलं, तर मी म्हणे वरवरची उत्तरे देत असे. आपल्या वागण्याकडे इतरांनी बोटे दाखवेपर्यंत आपण बघतच नाही, हे किती विचित्र आहे ना? मी इतरांशी एक्सबद्दल काही बोलत नसे, याची कारणं मला माहीत होती. ती सगळीच माझी जवळची आणि चांगली मित्रमंडळी होती आणि त्यांच्याशी खोटं बोलणं मला योग्य वाटत नव्हतं. त्यापेक्षा काहीच न बोलण्याचा मी पर्याय निवडला होता.

आमच्या ओळखीचं एक जोडपं होतं. आमच्या लग्नाच्या एक महिना आधीच त्यांचं लग्न झालं होतं. आमची 'बातमी' कळल्यावर त्यांच्या चेहऱ्यावर भीती दिसली. ते आजही एकत्र आहेत याबद्दल त्यांना हायसं वाटत होतं. बातमी ऐकताना त्यांनी झटकन एकमेकांचे हात धरले, ते माझ्या नजरेतून सुटलं नाही. मला खात्री आहे, रात्री घरी गेल्यावर एकमेकांच्या घट्ट मिठीत बराच काळ त्यांनी घालवला असणार, जणू काही 'या' संकटाचं सावट त्यांच्यावर पडलं नाही, यामुळे त्यांना हायसं वाटलं असणार! त्या रात्री मी मात्र फार आनंदानं एकटीच झोपी गेले.

काही मित्रांनी मात्र समजूतदारपणे, शांतपणे ऐकून घेतलं. काहींनी जवळ घेऊन आधारही दिला आणि मुख्य म्हणजे, त्यांनी व्यवहाराचे सल्ले दिले! 'माझ्या माहितीचा एक इस्टेट एजंट आहे,' 'तुला पैशाची गरज असेल, तर मला लगेच कळव. मी सोय करतो,' 'चालायला जा. तुझा विमा आहे ना? शनिवार-रविवारी कुठेतरी जाऊन ये. घरी एकटी बसू नकोस. हवं तर मला फोन कर, मी तुला घ्यायला येईन,' 'मी बिर्याणी केलीय. खायला येतेस?' हे खरे मित्र! माझ्या भूतकाळातलं आयुष्य सोडून मी नवीन वाटेवर चालायला निघाले होते, तेव्हा हेच मला मदत करणार होते!

माझ्या कॉलेजमधली एक मैत्रीण नुकतीच प्रेमात पडली होती आणि तिच्या प्रियकराबरोबर गोव्याला सुट्टीसाठी जाणार होती. पण माझी बातमी समजताच पुढचं विमान पकडून ती आपल्या प्रियकराबरोबर माझ्याकडे मला भेटायला आली. त्या प्रियकराला या 'पाठिंबा-सोहोळ्या'बद्दल काय वाटलं असेल, देव जाणे! पण मी तिच्या सौहार्दानं तिची आयुष्यभराची ऋणी झाले...तिची मैत्रीची ही अभिव्यक्ती माझ्याबरोबर कायमच राहिल...

आता हे सगळं आठवताना जाणवतं की, इतके समजूतदार आणि पाठीशी उभे असणारे मित्र मिळाल्यामुळे मी किती नशीबवान आहे! घटस्फोटाच्या वाटेवर तुम्हाला एकट्यालाच चालायचं असतं, पण तरीही त्या वाटेवर दोन पावलं आपल्याबरोबर चालणारं कोणीतरी आहे, या जाणीवेनं दिलासा नक्कीच मिळतो...

❑

माझ्यासाठी छोटं पाऊल, पण आईसाठी कडेलोट...

एक्सशी घटस्फोटासंबंधी बोलणं हे माझ्या घरच्यांशी या विषयावर बोलण्यापेक्षा तुलनेने सोपं होतं. मी जणू काही माझ्या (माहेरच्या) घराचं चैतन्य आणि अभिमानाची गोष्ट होते. त्यांच्या मते मी त्यांसाठी जगातली सर्वोत्तम गोष्ट होते. अर्थात् मला सख्खं भावंडं नसल्यामुळे हे कौतुक माझ्या वाट्याला येत होतं. माझ्या पालकांची, विशेषत: माझ्या आईची, मी लग्न करावं अशी फार इच्छा होती. अर्थात् त्यामागे 'मुलगी आहे, म्हणून लग्न करुन टाका', असा परंपरावादी विचार नव्हता. त्यांच्यानंतर माझं काय होईल, ही खरी काळजी होती.

माझ्या आईला सारखं वाटायचं की, माझ्या आई-वडिलांच्या पश्चात माझी काळजी घेणारं कोणीतरी असावं. तिच्या काही धारणांमुळे अशी तिची समजूत होती की, हे काम फक्त नवराच करु शकतो.

माझं लग्नं झालं, तेव्हा वधूच्या आईच्या चेहऱ्यावर वधूपेक्षा जास्त तेज होतं.

तिने मोठ्या विश्वासाने त्याला जी जबाबदारी सोपवली होती, तो ती पार पाडू शकला नाही. या बातमीनंतर, सर्वसाधारण मध्यमवर्गीय घरांमध्ये असलेली 'भविष्याची काळजी' अधिकच वेगाने वाढणारी होती आणि वाढता वाढता तिचं काळं सावट होणार होतं. मला अशी भीती होती की हे काळजीचं सावट माझ्याकडेही येणार, त्यामुळे कदाचित माझी पुन:श्च जगण्याची इच्छा तर नाही ना मरणार?

वर्षअखेरीच्या आधीच्या आठवड्यात मी घरी गेले आणि सगळ्या गोष्टी सांगून टाकायच्या असं ठरवलं. ही कुजणारी गोष्ट म्हणजेच हे मनावरचं ओझं एकदाच फेकून द्यायचं ठरवलं. त्यावेळी जरी ते सगळं सांकेतिक वाटत असलं, तरी

पुढच्या वर्षी मात्र हे सत्यात उतरणार होतं. मी आणि माझा नवरा किती आनंदात आहोत, याबद्दल यापुढे मला खोटं काही सांगण्याची गरजच उरणार नव्हती.

मी घरात शिरल्याशिरल्या, नेहमीची प्रेमाची मिठी टाळून जेवणाकडे वळले. खेकडे, कैरीची आमटी, कोळंबीची चटणी, तूप-भात, पापड, लोणचं वगैरे सगळं संपवलंच, पण त्यादिवशी आईच्या हातचं कॅरॅमल कस्टर्डही अचानकपणे खायला मिळालं. दोन बाऊल कस्टर्डचा मी चट्टामट्टा केला. त्यादिवशीचं कस्टर्ड लाजवाब बनलं होतं. मला कॅरामल कस्टर्ड मनापासून आवडतं, म्हणूनच आईने केलं होतं. मी घरी आल्यावर माझं असं स्वागत कायमच होत असे. पण जेवणाआधी मी 'तो' विषय बोलायचं टाळलं, नाहीतर आई जेवलीच नसती.

त्यानंतरचा संवाद मात्र खरंच दु:खद होता. माझी अपेक्षा होती की तिला आमच्या विभक्त होण्याचं मी सांगितलं तर तिचा चेहरा बदलेल, पण तिच्या चेहऱ्यावर फारसा बदल मला दिसला नाही. अहो आश्चर्यम्! ती मला म्हणाली की, तिला काहीतरी गडबड आहे, याचा संशय आला होता, (आईपासून काही लपवता येत नाही, हेच खरं!) पण जे काही आहे, ते तिला माझ्या तोंडून ऐकायचं होतं. मग माझ्या मोठ्या चुलत बहिणीला बोलावण्यात आलं. हे सगळं आधीच ठरलं होतं. मला वाटलं की माझ्या बहिणीने जग बघितल्यामुळे ती आईला थोडा धीर देईल. ही माझी मोठी बहिण दोन मुलांची आई होती आणि तिच्या शब्दाला आमच्या घरात मान होता, कारण तिचे सल्ले कायम व्यावहारिक दृष्टिकोनातून दिलेले असतात. तिने माझ्या आईला काय सांगितलं मला माहीत नाही, पण माझ्या आईने नंतर ही बातमी फारच धीराने घेतली व ती अधिकच खंबीर वाटली. माझी नोकरी व्यवस्थित चालू आहे आणि मी स्वत:च्या पायावर उभी आहे, याची अम्माला खात्री पटवून दिल्यावर ती व्यवहाराच्या बाबतीत एकदम निर्धास्त झाली. आता भावनिक टप्पा हाताळायचा होता. पुढचे काही दिवस फारच विचित्र अवस्थेत गेले.

अम्मा तिच्या मोठ्या बहिणीशी याबद्दल बोलली आणि त्यांनी काहीतरी बेत ठरवला. माझी आई माझ्याबरोबर मुंबईला येणार आणि एक्सशी बोलणार असं ठरलं. मला हे मान्य होतं.

आता विचार केल्यावर लक्षात येतं, की ती एक चाणाक्ष चाल होती. ती एक्सला भेटली आणि त्याच्याशी बोलल्यावर तिच्या लक्षात आलं की तिची लाडकी

मुलगी काय परिस्थितीमधून जाते आहे. दोन भिन्न व्यक्तींना सामायिक शत्रुइतकं कोणीच जोडून ठेवू शकत नाही. माझ्या आईला आता माझ्याबद्दल वाईट वाटणं बंद झालं होतं आणि एक्सचा राग यायला लागला होता. पण त्या पिढीतल्या व्यक्ती आपल्या रागावरही संयम ठेवतात, त्यामुळे तिनेही संयमाने प्रतिक्रिया दिली व तिला आलेला राग ती सुस्काऱ्यांमधून व्यक्त करत असे.

आता पुढचा प्रश्न होता, बाकीच्या (चुलत-मावस) नातेवाईकांना ही बातमी कशी द्यायची? मी घरी आले की सगळ्यांना कळवेन असं मी तिला सांगूनही तिला राहवलं नाही. अशी एखादी गुप्त गोष्ट तिच्या पोटात फार वेळ राहत नसे. मी संध्याकाळी घरी येईपर्यंत माझ्या बहुतेक नातेवाईकांना कळलं होतं.

तिच्या म्हणण्यानुसार तिच्या भावंडांना सांगितल्यावर तिची काळजी थोडी कमी झाली होती. अत्यंत कर्मठ आणि पारंपरिक वातावरणात वाढलेल्या माझ्या आईला, तिच्या मुलीच्या घटस्फोटाची बातमी, तिच्या भावंडांना सांगताना किती दु:ख झालं असेल! मला वाटलं 'घटस्फोट' हा शब्दच तिच्यासाठी इतका परका, अनोळखी आहे की तो उच्चारतानाही तिची जीभ अडखळली असेल! 'घटस्फोट' हा शब्द खरंच खूपच बोचरा आहे.

माझे मामा-मावश्या मला फोन करुन याबद्दल जाब विचारतील अशी मला धास्ती वाटत होती. या सगळ्यांचे माझ्यावर खूप प्रेम आहे, त्यामुळे त्यांच्याशी बोलताना रागावर ताबा ठेवून शांतपणे बोलायचं, असं मी स्वत:लाच बजावत होते. पण सुदैवाने कोणी मला फोन केला नाही.

या सगळ्यांनाच मी माझ्या घटस्फोटानंतर बऱ्याच दिवसांनी एका कौटुंबिक समारंभात भेटले. प्रत्येकजण माझ्यापाशी येवून माझा हातात घेऊन बोलत होता. प्रेमाची आणि आधाराची ती फारच सुंदर अभिव्यक्ती होती. काही न बोलता सर्व भावना व्यक्त झाल्या होत्या. मी त्यांच्या कुटुंबातीलच होते. मी त्यांच्या कुटुंबातील मुलगी होते आणि आयुष्याच्या प्रत्येक वळणावर त्यांनी मला मनापासून साथ दिली आहे.

या सगळ्या घटनेत माझ्या वडीलांची भूमिका फार मोठी नव्हती. मी त्यांना सांगितल्यावर ते तत्काळ म्हणाले, ''तुला पुढे शिकायचं असेल, तर मी मदत करतो''. ''खंबीर हो'', असंही म्हणाले. वडीलांच्या या प्रतिक्रियेमुळे मी जे करु

पाहते आहे, ती फार मोठी समस्या नाही, याचा मला आधार मिळाला. मी विवाहित आहे किंवा नाही, यापेक्षाही आयुष्यात करण्यासाठी खूप काही आहे, याची जाणीव झाली. माझी वडील एकटे असे होते की त्यांनी या घटनेचा भावनिक बाऊ न करता, सर्व प्रसंगाला एखाद्या कस्पटासमान मानलं.

त्यांच्या या कृतीमुळे वडीलांचा मुलीला किती भक्कम आधार असतो आणि ते मुलीच्या पाठिशी किती खंबीरपणे उभे असतात, याची मला जाणीव झाली. लग्नापेक्षाही आयुष्यात अनेक गोष्टी महत्त्वाच्या आहेत, हे त्यांनी मला शिकवलं. ज्या माणसामुळे हे घडत होतं, त्याच्याइतकीच ही गोष्टही क्षुल्लक होती. आता आठवलं की माझ्या वडीलांनी चुकूनही एक्सचा उल्लेख केला नाही, एक्सबद्दल कधी चौकशीही केली नाही. पण माझी आई मात्र पुढच्या वर्षभर एक्सचा उल्लेख 'गाढव' (मल्याळी भाषेतला शब्द वापरून) करत असे.

माझ्या वडीलांनी मला खूप गोष्ट शिकवल्या- खरं बोलावं, शिस्तीने राहावं, पुस्तकांवर प्रेम करावं, आतला आवाज ऐकावा, दयाळू भावनेने आणि सहानुभूतीने वागावं, कायद्याचं पालन करावं आणि विटॅमिनची रोज एक गोळी घ्यावी! त्यांनी माझ्यासाठी भव्यदिव्य असं काहीही न करता स्वत:च्या वागण्यातून, दृष्टिकोनातून मला शिकवलं, घडवलं. एक्सशी वागताना ते त्रयस्थासारखं वागत. त्यातून मी आयुष्यभरासाठी एक धडा शिकले; तो म्हणजे मी स्वत:साठी महत्त्वाचं असलं पाहिजे आणि एक्सकडे दुर्लक्ष केलं पाहिजे आणि त्यांच्या याच शिकवणीमुळे मी फार सुंदर आयुष्य बघू शकले!...

◻

दुसऱ्या वास्तवाकडे वळताना

निर्णय झाला होता. घटस्फोटाचा उच्चार झाला होता आणि तो स्वीकारण्यातही आला होता. आता घटस्फोटाची प्रक्रिया कशी असेल याचा मी बारकाइनं विचार करू लागले. अशा घटकांची यादी मी भोळसटपणे केली होती, पण तरीही सांगते.

सर्वप्रथम म्हणजे, 'माझा नवरा' असा उल्लेख करणं बंद करायला हवं. तुम्हाला माहीत आहे, एकदा लग्न झाल्यावर किती वेळा तुम्ही याचा उल्लेख करता? दिवसातून किमान सतरा वेळा! मी मोजलंय!

कोणत्याही घाणेरड्या, निम्न दर्जाच्या विनोदांबद्दल प्रतिक्रिया देणं थांबवावं लागेल आणि प्रत्येक वेळी ते कामुकतेशीच संबंधित असतील, असा विचार करता कामा नये. स्पर्शाची मला भीती वाटता कामा नये.

मी लग्नातली अंगठी काढून ठेवली, जिच्याशी मी खेळत असे. अंगठी बोटाभोवती फिरवायची किंवा त्याने टेबलावर ताल धरायची मला सवय होती. धूम्रपान सोडण्याइतकंच हे बंद करणं अवघड होतं, आता माझ्या हातांना उद्योग काय होता? अंगठी काढल्यावर तेवढाच राहिलेला गोरा भाग हा माझ्या आयुष्यातल्या नव्या टप्प्याचा संकेत होता. आणि एक दिवस, माझ्याही नकळत तो व्रणही माझ्या त्वचेच्या रंगात मिसळून गेला, आठवणींसारखाच!

आता मी एक स्वतंत्र, खंबीर आणि स्वावलंबी अशी स्त्री होते, पण विशेषतः रात्र झाल्यावर मात्र माझं काळीज सशाचं होत असे. आता बाहेर पडल्यावर माझी चौकशी करायला कोणीही नाही, ही भीती मध्येच डोकं वर काढत असे. आता सगळं माझं मलाच बघायचं होतं. एक पेप्पर स्प्रे घ्यायचा विचार मी पक्का केला.

मला वस्तू हरवायची सवय आहे. माझा फोन, माझी पर्स आणि क्वचित प्रसंगी, माझं मनही मी हरवून बसते. प्रतिबंधात्मक उपाय म्हणून एक्सनं मला त्याचा मोबाईल नंबर पाठ करायला लावला होता. त्याला सतत भीती असायची, की माझा फोन त्यातल्या डेटासह मी हरवणार आणि मला अंडरवर्ल्डकडून धमकी आली तर, मदतीसाठी कोणालाच फोन करू शकणार नाही. त्यामुळे, सुदैवानं किंवा दुर्दैवाने, माझ्या एक्सचा नंबर केवळ मला पाठ होता, आणि आता मी त्याला सोडून जाणार होते. मी पटकन माझ्या आईचा नंबर पाठ करून ठेवला. अर्थात तिचा नंबर पाठ करून किती उपयोग होणार याबद्दल शंकाच होती. एकतर ती दुसऱ्या शहरातच नव्हे, तर राज्यात राहत होती आणि नवऱ्यापासून सुटका होण्यासाठी काय करतात, याबद्दल अर्थातच तिला काहीही माहिती नव्हती.

कोणाबरोबर तरी तुम्ही जेव्हा राहत असता, तेव्हा कंपनीचा प्रश्न येत नाही. म्हणजे सिनेमा बघायला, हॉटेलमध्ये जेवायला जाताना किंवा कोणत्यातरी विचित्र नाटकाला जाताना तुम्हाला कंपनीचा प्रश्न पडत नाही. पण आता एकटं राहायला लागल्यावर परिस्थिती बदलली. 'माझ्याबरोबर सिनेमाला येतेस?' किंवा '७ वाजता रिगलला ये,' असं मला इतरांना सांगावं, विचारावं लागत होतं. हा बदल विलक्षण एकाकी करणारा होता...

आता मी फळं कशी विकत घेणार होते? मी लहान असताना वडील छान रसदार, पिकलेली, ताजी फळं माझ्यासाठी आणायचे. मी एकटी राहत असताना फळं खाणं जणू बंदच केलं होतं. त्यानंतर मी एक्सला भेटल्यावर माझा फळं खरेदी करण्याचा प्रश्न एक्सनं सोडवला होता. आता पुन्हा मी फळं विकत न घेण्याच्या वस्तुस्थितीवर आले होते. मात्र या वेळी मी कोणावरही अवलंबून न राहता स्वतंत्रपणे फळं खरेदी करून खायचं ठरवलं. मी जर कंटाळवाण्या मिटिंग्जना हजेरी लावू शकते, तर झाडावरून पडणारी फळं नक्कीच निवडू शकते!

आता मला लोचट शेजाऱ्यांपासून सावधपणे राहायलाही शिकायला हवं आणि 'विचित्र' वागणाऱ्या लोकांपासूनही. का कोणास ठाऊक, पण हा पुरुषी विचार झाला. तुमच्याबरोबर कोणताही पुरुष, (मग तो तुमच्यापेक्षा बुटका, किडकिडीत का असेना) असला तरी इतरांना काही अडचण नसते. दुसरा पुरुष तुमच्याकडे बघतही नाही. (अर्थात एक्स असा नव्हता, पण या पुरुषी वागण्याचं

मला कायमच कोडं वाटत आलं आहे.)

आतापर्यंत तुमच्या लक्षात आलंच असेल की, यंत्राशी संबंधित काही काम आलं की माझी जरा पंचाईतच होते. जर तुम्हाला कळलं नसेल, तर एक गोष्ट कबूल करते. वेगळं राहणं म्हणजे यंत्रांशी आता मलाच झगडावं लागणार होतं. लाईट बल्बमध्ये काय बिघाड आहे, किंवा फ्रिजमधून गुरगुरणारा आवाज का होतो आहे, हे सगळं आता मलाच बघावं लागणार होतं. एका मित्रानं मला फोन करून 'इलेक्ट्रिशिअन' या जमातीबद्दल आठवण करून दिल्यावर मी भयंकर भडकले होते.

मला आता एकटीलाच झोपण्याची सवय करून घ्यायची होती. अर्थात याचा लैंगिक सुखातील एकटेपणाशी काही संबंध नाही. एक्स काही निमित्ताने गावाला गेला असला की एकटी असताना मला त्याच्या श्वासाची लय आठवत राही. माझ्यावर प्रेम करणारं कोणीतरी माझ्या शेजारी आहे, याचा एक मूक दिलासा, आधार असायचा. आणि हो, त्याच्या घोरण्याचाही! पण आता खोलीत तुम्हाला फक्त तुमच्याच श्वासाचा आवाज ऐकू येणार आहे, हे निदान माझ्यासाठी तरी फार दुःखदायक होतं. आणि अशा वेळी मात्र माझं मन खूपच घाबरायचं आणि भरकटत राहायचं. आता मात्र माझ्या मनावर मला ताबा मिळवता आला आहे आणि ते स्थिर ठेवायलाही मी शिकले आहे.

माझी बिलं इतके दिवस दुप्पट यायची, ती आता निम्म्यावर आली होती. माझ्या आई-वडीलांची मी ऋणी आहे. त्यांनी मला स्वतंत्र व्यक्तिमत्त्व दिलं, शिक्षण घेऊन, नोकरी करून स्वतःच्या पायावर उभं राहण्याचा आत्मविश्वास दिला. त्यांच्यामुळेच एकटीनं घराबाहेर पडून नव्यानं स्वतंत्रपणे आयुष्य सुरू करण्याचा विचार मी करू शकते! हो, आर्थिक बाजू थोडी कमजोर होणार होती. पण काळ जसा परत येत नाही, तसं पैशाचं नाहीये. कालांतरानं पैसा परत कमावता येतो.

या सगळ्या यादीमध्ये सर्वांत चांगली गोष्ट कोणती होती, तर ते म्हणजे 'अन्न, जेवण!' एक्स पक्का शाकाहारी होता आणि मला उत्तम चवीचं कोणतंही अन्न चालत असे. पोर्क, बीफ, मासे, बदक आणि त्यांचे विविध अवयवांचे पदार्थ मागवायला मला अतीव आनंद होत असे. या सगळ्या गोष्टी करता येत नसल्यामुळे मला चुकल्याचुकल्यासारखं वाटे. खेकड्यांच्या पदार्थावर मी तुटून पडले आहे, नाश्त्याला बोकडाचं गुलाबी मांस आहे, किंवा मटणबिर्याणी आणि

सिरियन बीफची मी रोज ऑर्डर देते आहे, अशी स्वप्नं मला वारंवार पडत. आताही तोंडाला पाणी सुटतंय.

इतकंच. बाहेर पडून एकटं राहण्याचा विचार केला, तेव्हा माझ्या डोक्यात इतकंच होतं. त्या वेळी मला कळलंही नाही, की या गोष्टी म्हणजे हिमनगासारख्या फक्त वर दिसणाऱ्या गोष्टी आहेत. त्याहीपेक्षा असंख्य प्रश्नांची, समस्यांची त्या वेळी मला जाणीवही नव्हती. या पुढच्या काळात माझ्या आयुष्यात हृदय हेलावून टाकणारे, आत्म्याला हलवणारे, अतीव दुःखद आणि थरारक व आयुष्य बदलून टाकणारे अनुभव येणार आहेत, हे मला त्या वेळी ठाऊकच नव्हतं. मी मात्र, माझ्यासाठी फळं कोण आणणार याची चिंता करत बसले होते!...

❑

२

एकत्र येण्यासाठी वेगळ्या वाटा

परिपूर्ण घराचा शोध– अपरिपूर्ण
जोडीदाराला पर्याय म्हणून!

गेल्या पाच वर्षांत मी एकटीनं कधीच घर शोधलं नव्हतं. अगदी वेगळं राहण्याच्या सुरुवातीच्या दिवसातही घर बघण्यासाठी एक्सला 'माझ्याबरोबर चल,' असं म्हणण्याचा मला मोह होई. पण तो माझा मूर्खपणा ठरेल, हे मला माहीत होतं. म्हणूनच ऑफिस संपल्यावर जागेच्या शोधार्थ मी एकटीच बाहेर पडे.

पहिला एजंट माझ्या आत्ताच्या घराबाहेर मला भेटणार होता. मी माझ्या चुलतभावाबरोबर राहते आहे, असं मी त्याला सांगितलं होतं. कारण ते माझंच घर आहे आणि मी आणि माझ्या नवऱ्याने वेगळं व्हायचं ठरवलंय आणि त्यासाठी मी नवीन घर शोधते आहे, हे मी त्या एजंटला खरंतर सांगू नाही शकले. शक्य होतं का ते? खोटं बोलण्याची साखळी सुरू झाली होती.

त्याने माझ्याकडे बघितलं आणि माझा निष्पाप चेहरा, चांगल्या पगाराची नोकरी यामुळे तो फारच प्रभावित झाला. त्याने मला मलबार हिलवरचं एक अत्यंत सुंदर घर दाखवलं. खिडकीतून समुद्र दिसत होता आणि घरही वेल फर्निश्ड होतं. हे पॉश, प्रशस्त एक बेडरूमचं घर म्हणजे माझं राज्य असणार होतं. पण! त्या जागेत नव्वदीतला वृद्ध माणूसही राहत होता. घ्यावी का ही जागा?

ती व्यक्ती अतिशय प्रसन्न व्यक्तिमत्त्वाची होती. त्या गृहस्थांची मुलं परदेशात स्थायिक होती. ते अतिशय मनमोकळ्या स्वभावाचे, सभ्य आणि छान बोलत होते. त्यांच्याबरोबर एखादी संध्याकाळ घालवायला मला नक्कीच आवडली असती, परंतु त्यांच्याबरोबर एका घरात राहणं जरा अति होतं. त्यात त्यांनी असंही सांगितलं की, त्यांना एकट्याला जेवायला आवडत नाही, त्यामुळे ते रात्रीच्या 'जेवणासाठी' त्यांच्या पाहुण्यांना बोलवतात. मग मात्र मी नम्रपणे त्यांचा निरोप घेतला आणि तिथून धूम ठोकली.

मी त्या एजंटकडे रागाने बघितलं. मी कोणाही पुरुषाबरोबर एका घरात राहणार नाही, मग तो कितीही वयस्कर आणि निरुपद्रवी असला तरीही, हे त्याला ठणकावून सांगितलं. तो मला ताबडतोब एका वयस्कर स्त्रीकडे घेऊन गेला. पुन्हा तसंच समुद्राचं दृश्य, मुंबईतील कल्पनातीत स्वर्ग आणि पॉश घर. पण घराच्या भिंतीवर सगळीकडे कालीमातेचे फोटे लावले होते. ती ऐंशी वर्षाची स्त्री गुलाबी नाईटीमध्ये बाहेर आली. तिचे डोळे अतिशय तांबारलेले होते. 'चेटकीण' हा शब्दच योग्य होईल. खाली तिची कामवाली बाई भेटली. त्या बाईने सांगितलं की, त्या 'मॅडम' खूप चांगल्या आहेत, पण कधीतरी त्यांचा 'तोल' जातो! तिच्या म्हणण्याचा अर्थ समजून घेण्याच्या फंदात मी पडले नाही आणि त्या बाईबरोबर न राहण्याचा निर्णय घेतला.

मी त्या एजंटला रामराम केलं आणि दुसरा एजंट शोधला. मी त्याला सांगितलं, की मी एकटीच राहणार आहे आणि माझं बजेट अमुकअमुक आहे. तो त्याच्या स्कूटरवर आणि मागून मी टॅक्सीनं निघाले. एका अत्यंत मोडकळीला आलेल्या बिल्डिंगपाशी आम्ही थांबलो. ती बिल्डिंग फारच जुनी होती, पण त्याबद्दल काही अडचण नव्हती. नवीन रंगवलेली चकाचक बिल्डिंग मुंबईत क्वचितच दिसते. आम्ही चार मजले चढून गेलो, कारण लिफ्ट सुरू व्हायच्या आधीच्या काळात ही बिल्डिंग बांधली होती. तरीही, मी विचार केला, की हा 'व्यायाम' मला रोजच करावा लागणार. ही जागा खरोखरंच खूप हवेशीर, सुंदर होती आणि मला मनापासून आवडली होती. मग मी मालकाला भेटले. ''मांसाहार चालणार नाही. मुलं किंवा पुरुष इथे येता कामा नयेत. मोठ्या आवाजात संगीत लावता येणार नाही. रात्री ८ नंतर घराचे दरवाजे बंद. झाडं लावता येणार नाहीत, प्राणी ठेवता येणार नाहीत. अल्कोहोल चालणार नाही. कचऱ्याची बादली बाहेर ठेवायची नाही. रात्री १० नंतर फ्लश वापरायचा नाही.''... (अरे पण ते गळणारं छत दुरुस्त करा. डोक्यावरची टाकी गळते आहे आणि राजकीय व्यक्तींचंही काहीतरी करा!) माझ्या मनात पुढची वाक्यं आली, ''हे घर घ्यायचं नाही. या घरात राहायचं नाही!''

आता माझ्या जागेच्या गरजा मी एजंटला थोड्या तपशीलवार सांगितल्या. मी मीडियामध्ये काम करते, त्यामुळे माझे पुरुष सहकारी घरी येणार. मीडियामध्ये कामाच्या वेळा ठरलेल्या नसतात, त्यामुळे वेळेचं बंधन मला चालणार नाही. मला असल्या 'जाचक' नियमांशिवायचं घर हवंय. त्या एजंटने आपलं कोंड्यानं

भरलेलं डोकं खाजवत म्हटलं, ''बघतो मी. तुम्ही आज रात्री डिस्कोमध्ये याल का?''... मी तिथून पळाले.

ऑफिसमध्ये माझ्या घराची शोधमोहीम सर्वांना माहिती होती. माझ्या एका सहकाऱ्यानं मला एका एजंटचा नंबर दिला. या एजंटशी बोलताना मी सांगितलं की, घरातून झाडंही दिसली पाहिजेत. त्यावर तो अजिबात हसला नाही. एक अत्यंत सुंदर घर त्याने मला दाखवलं. सहाव्या मजल्यावरचा, एक बेडरूम व प्रशस्त बाल्कनी असलेला तो फ्लॅट होता. छान आभाळ दिसत होतं, सुरेख सूर्यप्रकाश होता आणि हो, बाल्कनीतून झाडंही दिसत होती. मुंबईच्या टिपिकल जाळीदार घरांसारखं हे घर नव्हतं. मला सुरक्षिततेबद्दल काही अडचण नव्हती, कारण मी विचार केला, जर चोर सहाव्या मजल्यापर्यंत चढून आला, तर लोखंडी गज तोडायला त्याला कितीसा वेळ लागेल?

... मग त्याने मला भाडं सांगितलं आणि माझ्या ह्रदयाचे ठोकेच थांबले. माझ्या बजेटच्या बाहेरची स्वप्नं दाखवून तुम्ही दुष्टपणा करता आहात, असंही मी त्याच्यावर गुरकावले. तो अतिशय शांत होता. त्याला वाटलं असेल की तो एखाद्या डोकं फिरलेल्या बाईशी बोलतोय. त्याला काहीतरी मार्ग निघेल अशी अपेक्षा होती म्हणून त्याने मला मालकाला भेटायला सांगितलं.

घराचा मालक एक चोवीस वर्षांचा तरुण होता आणि तो मला 'मॅडम' म्हणून संबोधत होता. घरमालक व भाडेकरू यांच्या समतेबद्दल मी त्याला चांगलंच सुनावणार होते, पण उगाच चांगल्या गोष्टीची वाट कशाला लावा? 'मी तुमच्या घराची नीट काळजी घेईन' या आश्वासनावर आणि मी एका प्रतिष्ठित कंपनीत काम करते, या दोन मुद्यांवर तो मला हव्या त्या किमतीत जागा द्यायला तयार झाला. मी त्या एजंट आणि घरमालकाचा मुकाच घ्यायची बाकी होते. माझ्या मल्याळी संस्कारांमुळे ती कृती माझ्याकडून घडली नाही, इतकंच!

घ्यावी का ही जागा? अर्थातच! पण चांगल्या गोष्टी इतक्या सहजासहजी घडत नाहीत. ही जागा माझ्या एक्सच्या बरोबर शेजारी होती. रोज मी माझ्या बाल्कनीतून माझं जुनं घर कसं बघू शकणार होते? माझ्या प्रत्येक मैत्रिणीनं दुसरं घर बघण्याचा सल्ला दिला. पण मी त्यांच्या सल्ल्यांकडे दुर्लक्ष केलं कारण मी खरंच घराच्या प्रेमात पडले होते. त्यामुळे घर कुठे आहे, याच्याशी मला काहीच देणंघेणं नव्हतं. हे घर माझ्यासाठी सर्वोत्तम होतं आणि मुंबईच्या व्यग्र

जीवनशैलीत एक्सशी माझी भेट होणं अवघडच होतं आणि त्यातूनही भेट झालीच, तर काय होईल? त्याने माझा सोशिकपणा, सभ्यपणा आणि संयम वाढेल. त्याचा जीव घेण्याच्या अनावर इच्छेला मी लगाम घालू शकेन.

आणखीही दुसरं कारण होतं. मी अतिशय हट्टी होते. मी एक्सला माझं आयुष्य आणखीन अवघड नक्कीच करून देणार नव्हते. ही जागा मला हवी तशीच होती आणि केवळ ती एक्सच्या घराजवळ आहे, म्हणून मी सोडणार नक्कीच नव्हते. त्याने माझ्या आयुष्यातला आनंद पुरेसा हिसकावून घेतला होता आणि आता त्याला मी तसं करू देणार नव्हते.

आणखी तिसरंही कारण होतं, अर्थात ते मी आता मान्य करते. एक्सला आणि मलाही एकमेकांची काळजी होती. फार विचित्र वाटेल ऐकून, पण तो जवळ असेल तर मला अधिक सुरक्षित वाटलं असतं. तशीच काही तातडीची आवश्यकता निर्माण झाली असती, तर तो अपयशी लग्नाचा भाग असला तरी तातडीने नक्कीच माझ्या संरक्षणासाठी आला असता.

त्या दिवशीच संध्याकाळी, मी एक्सला जागा दाखवली. त्याला ती खूपच आवडली आणि आमच्या आत्ताच्या जागेपेक्षाही ती फार सुरेख आहे, असंही तो म्हणाला. किती छान!

संसाराची वाटणी...अर्धी–अर्धी

अत्यंत उत्साहानं आणि उज्ज्वल भविष्याच्या आशेनं मी घराच्या करारावर सह्या केल्या. मी जे भाडं यापुढे देणार होते, ते बघता मला खरंतर त्या तरुण मालकाशी लग्नच करावंसं वाटत होतं, पण मी स्वतःला आवर घातला. लग्नातली अडचण मला चांगलीच कळली होती. त्यानंतर एक महिना मी अक्षरशः काहीही केलं नाही. मला प्रचंड शैथिल्य आलं होतं आणि त्यामुळे काही करण्याची इच्छाच होत नव्हती. ज्या घरात मी राह्यले, त्या घरात पुन्हापुन्हा फिरण्याचा मोह मी टाळू शकत नव्हते. पाच वर्षं एकत्रपणे काडीकाडीनं सजवलेलं हे घर सोडून जाण्याच्या कल्पनेनंच मी बधीर झाले होते. मी हा प्रश्न सोडवला, म्हणजेच, तो प्रश्नच टाळला.

त्या थिजलेल्या दिवसांत, माझ्यात व एक्समध्ये किरकोळ भांडणं होतंच होती, ते नैसर्गिकच होतं. पण एक दिवस मात्र सगळं प्रमाणाबाहेर बिघडलं. मी तणतणत माझ्या बेडरूममध्ये गेले आणि त्या रात्रीच मी माझ्या घरी राहायला जाणार, हे मी सांगून टाकलं. त्या संतापाच्या भरातच मी 'मुव्हर्स अँड पॅकर्स'ला फोन केला आणि लवकरच पुस्तकांनी भरलेल्या खोक्यांसह मी नवीन घरी पोचले. पुस्तकं- तेवढी एकच गोष्ट मी त्या घरातून घेऊन आले. त्या रात्री घरमालकाने ठेवलेल्या बेडवरच मी झोपले. तो फारच रमणीय आणि त्याचवेळी अतिशय कडक असा होता. मालकाने गादीची सोय केली नव्हती. मग माझ्या मित्रमंडळींना बातमी कळली आणि एकेक भेटी घरात येऊ लागल्या. एअर कंडीशनर, मिक्सर, फ्रिज, घरगुती केकही! त्या सगळ्यांनीच मला समजावण्याचा प्रयत्न केला, की मी त्या घरातून काही भांडी, चादरी आणि धुण्याचं मशीन तरी आणायलाच हवं. ज्या गोष्टी खरेदी करण्यासाठी मी अर्धे पैसे खर्च केले होते, त्या वस्तू तर मी नक्कीच घेऊन येऊ शकते, असं पटवून सांगण्याचा सगळे प्रयत्न करत होते.

मी मात्र ठामपणे नकार दिला. माझं गणित कधीच चांगलं नव्हतं आणि मुळात ही वाटणीच मला पटत नव्हती. सामान्यपणे प्रत्येक घरात एकच वॉशिंग मशीन, एक फ्रिज आणि एकच ओव्हन असतो. मी तरी आजवर या गोष्टी 'अर्ध्या' बघितल्या नाहीत. मला तसं करण्याबाबत फारच संकोच वाटत होता. त्यासाठी कोणताच मार्ग योग्य नव्हता. वाटण्या कशाच्या आधारे करणार? त्याने वॉशिंग मशिन ठेवलं म्हणून मी फ्रिज घेऊन यायचा? मग मायक्रोवेव्ह ओव्हन आणि मिक्सरचं काम एकसारखंच आहे का? मला हे फारच निरर्थक वाटत होतं. मी या माणसाला माझं सर्वस्व दिलं होतं. त्याला त्याचीच किंमत नव्हती तिथे त्याला या अर्ध्या वाटणीची किंमत कशी कळणार?

मी घर सोडल्यावर टिपिकल नवऱ्यासारखा तोही शहरातून बाहेर गेला. ''तुला काय हवं ते सगळं घेऊन जा,'' हे सांगायलाही तो विसरला नाही. मी अख्खं घर जरी साफ केलं असतं, तरी तो काहीही बोलला नसता, याची मला खात्री होती. कदाचित म्हणूनच तिथून काही आणावंसं मला वाटलं नाही. आम्ही एकत्र उभारलेलं घर मोडण्याचं माझं धाडस झालं नाही. तिथून काहीही आणायचं नाही, हे ठरल्यावर मी शांतपणे बसले आणि घरासाठी गरजेच्या अत्यावश्यक वस्तूंची यादी केली.

सर्वांत मोठा प्रश्न अन्नाचा होता. मला खायला मनापासून आवडतं, मी खवैय्यी आहे. चांगल्या, सुग्रास अन्नानं माझ्या तोंडाला पाणी सुटतं – पण मी जगण्यासाठी अन्न शिजवू शकत नाही! स्वतः काही करता न येणाऱ्या पण टीकेत सर्वात पुढे असणाऱ्या समीक्षकासारखी मी होते. माझा घाणेरडा मूड ठीक करायचा असेल, तर मला उत्तम अन्न खायला घाला, बास... मी अत्यानंदाने नाचेन. मला नेहमी आश्चर्य वाटायचं, एक्स जर चांगला शेफ असता, तर मी नक्की घटस्फोट दिला नसता!

'आमच्या' घरी स्वयंपाक करणारी बाई फारच सुरेख स्वयंपाक करायची. खूप शोधाशोध केल्यावर ती सापडली होती. ती इथं नाही, याचं मला फार दुःख होत होतं. पण माझ्या सुदैवानं, ती इथे नव्या घरीही स्वयंपाकासाठी यायला तयार झाली आणि मुख्य म्हणजे, मी घराबाहेर का पडले, याबद्दल तिने एकही प्रश्न विचारला नाही.

त्या वेळी ती फार स्वातंत्र्य घ्यायची. एक्सच्या घरात बटाटे कमी असतील, तर

माझ्या घरून घेऊन जायची. माझ्या घरातली साखर संपली, तर आनंदाने एक्सच्या घरातून आणायची. एक्स एकदा आजारी पडल्यावर तिने मला सांगण्याची तत्परता दाखवली आणि मीही तत्परतेनं क्रोसीनच्या गोळ्या तिच्या हाती पोचवल्या. अशा अनेक वस्तूंची देवाण-घेवाण चालायची, पण दुर्दैवानं लग्न टिकवून ठेवेल अशी एकही वस्तू इकडून तिकडे, किंवा तिकडून इकडे आली नाही! तो खरोखरच खूप विचित्र काळ होता.

अशाही बऱ्याच गोष्टी होत्या, ज्या निघताना मला बरोबर घेऊन याव्या लागल्या. आत्मसन्मान, स्वतःबद्दलचं प्रेम, धैर्य, आनंदाचं औषध, २४ तास जागी असलेली उमेद आणि वास्तवाचा एक छोटासा डोस... या सगळ्या गोष्टीही मला न्याव्या लागल्या.

घर राहण्यायोग्य बनवण्यासाठी मला चार दिवस लागले आणि माझ्या आयुष्यातील या नव्या बदलाला स्वीकारण्यासाठी मला आयुष्याचा काही काळ द्यावा लागला. त्या पहिल्या रात्री मी फेअरी लाईट्स आजूबाजूला लावून झोपले. मला खूपच आत्मविश्वास आल्यासारखं आणि अत्यंत सकारात्मक वाटत होतं, भविष्याबद्दलची आशाही होती. माझ्या आयुष्यातला वाईट काळ संपला होता. कमीतकमी, माझा आनंद आता फक्त माझ्यावर अवलंबून होता आणि माझ्या अनुभवावरून मला खात्री होती, की ही व्यक्ती- 'मी'- माझी निराशा कधीच करणार नाही!

माझ्या घरातल्या गरजेच्या गोष्टी...

- एक बेड, दोन खुर्च्या, त्यातली एक अतिशय आरामदायक हवी, ज्यामध्ये अख्खा दिवस लोळत पडता येईल आणि लिहिण्यासाठी एक टेबल.
- फ्रिज, मायक्रोवेव्ह किंवा गॅसची शेगडी, मिक्सर-ग्राईंडर. माझ्याकडे वॉशिंग मशिन नव्हतं, कारण माझ्या अत्यंत दयाळू कामवालीने माझे कपडे धुण्याचं मान्य केलं होतं!
- प्रत्येक आठवड्यासाठी एक, याप्रमाणे ४ बेडशीट्स आणि उशांचे ४ अभ्रे.
- ज्याकडे बघत मी तासन्तास घालवू शकते, असे सुंदर पडदे.
- फेअरी लाईट्स, मला खरंच खूप आवडतात...
- ताज्या फुलांसाठी एक फुलदाणी. रोज त्यातील फुलं बदलण्याचा आनंद एखाद्या थेरपीइतका प्रभावी आहे.
- एक झाडू, केरभरणी, बाथरूममधला ब्रश/झाडू, फरशी पुसण्यासाठी फडकं, लांब दांड्याचा क्लीनर, डासांसाठी स्प्रे, धूळ झटकण्यासाठी चौकोनी फडकं (किंवा नको असलेल्या लोकांच्या तोंडात कोंबण्यासाठीही तो वापरता येईल.) चपलांसाठी रॅक, त्याच्यात कायम बरेच जोड असतील.
- पुस्तकांसाठी शेल्फ - भाड्याने. एक खूप सुंदर टीकवूडचं शेल्फ होतं, ज्यात माझी हजार पुस्तकं मी लावली होती, जी सगळी वेगवेगळ्या आकाराची होती. (तुम्हाला ज्या गोष्टी, वस्तू मनापासून आवडतात, त्यांना कधीच टाकून देऊ नका. कारण तुमची आवडती माणसं तुमच्यापासून दूर गेल्यावर या वस्तू तुमच्यासाठी मित्रासारख्या असतात.)
- माझ्या आई-वडिलांचा एक सुंदर फोटो असलेली फ्रेम. (किंवा तुमच्यावर खरंखुरं प्रेम करणाऱ्या कोणाचाही फोटो)

या सर्व गोष्टी मला घर उभं करण्यासाठी लागणार होत्या. माझ्या घरात गरज नसलेल्या किती वस्तू असतील, याची कल्पना करा.

माझ्या गरजेपुरतं स्वयंपाकघरातलं सामान–

- १ किलो मैदा – घरी केक करण्यासाठी, त्याचा घरात पसरणारा सुवास स्वर्गासारखा असतो. (तुमच्याकडे ओव्हन नसेल, तर प्रेशर कुकरमध्ये करून बघा. तसाच होतो!)
- तांदूळ, गहू, तूरडाळ, मीठ, कांदे, टोमॅटो, बटाटे – प्रत्येकी १ किलो.
- हळद, तिखट, धणे पावडर, बडीशेप पावडर, तूप, तेल, लोणी.
- कोल्ड कट्स (स्वादिष्ट आणि सोपे!), भाज्या (पाव किलो मला पुरत असत.)
- चहा, कॉफी, साखर आणि दूध (झोपेशिवाय घालवलेल्या रात्रीतून जागं करण्यासाठीचं 'अमृतपेय').
- मोहरी, जिरं, वेलदोडे, मेथी, लवंग, तमालपत्र, दालचिनी.
- चार चमचे, चार काटेचमचे, चार ताटं, चार पेले (चार? सहापेक्षा स्वस्त पडतात म्हणून...)
- दोन चांगले व्हिस्की/बिअर/वाईन ग्लास. (तुमच्या आवडीनुसार तुम्ही निवडू शकता.) दोन कप.
- लेमन पास्ता कसा करतात, ते मला माहीत होतं (नशीबानं). तो बनवणं खूपच सोपं आहे.
- ...एक उत्तम स्वयंपाकी! (तुम्हाला जर स्वयंपाक करण्यात आनंद मिळत असेल, 'स्वयंपाक करणे' हा घटस्फोटाच्या दुःखावर एक प्रभावी उतारा ठरू शकतो!

❑

कानगोष्टी

माझं नवं घर फारच सुंदर होतं आणि मी आता तिथे रुळायला लागले होते. आता माझ्यापुढची समस्या होती की कोणाशी बोलायचं आणि काय बोलायचं? या टप्प्यावर आम्ही फक्त वेगवेगळे राहत होतो. आम्ही एकत्र येण्याची शक्यता असेल, तर आताच सगळ्यांना याबद्दल सांगण्याची माझी इच्छा नव्हती. किंवा नंतर लोकांनी आमच्या नात्यातले तडे आठवणं मला नको होतं. आमच्या जवळच्या मित्रांना ते ठाऊकच होतं आणि आज ना उद्या ही बातमी कर्णोपकर्णी होणारच होती. इतर वेळी कधीही तुमच्या आयुष्यात न डोकावलेले अनेक 'लांबचे' नातेवाईक किंवा मित्र, अशा प्रसंगात मात्र भोचकपणे तुमच्या आयुष्यात लुडबुड करायला टपलेले असतात. कोणाला काय कारणं सांगायची याचा मी विचार करत असताना शाळेतल्या माझ्या एका मैत्रिणीचा मला मेल आला. ती मुंबईत येणार होती आणि बऱ्याच वर्षांनंतर आम्ही पुन्हा भेटणार होतो.

मला शाळेत आम्ही एकत्र घालवलेले सुंदर, आनंदी दिवस आठवले. तिचा मेल वाचताना, खरंतर तिच्याही मनात ते फुलपाखरी दिवस रुंजी घालत असणार, याची मला कल्पना आली. प्रौढत्वाआधीचे ते शैशवाचे दिवस सुंदर असतात! माझ्या या घटनेबद्दल मी तिला काहीच सांगितलं नाही.

मी तिला विमानतळावर घ्यायला गेले. तिचे दात तसेच होते, तिच्या वेड्यावाकड्या भुवयांना मात्र छान आकार दिला होता. ती संध्याकाळ आम्ही मजेत घालवली. तिला माझ्या विभक्त होण्याबद्दल सांगितलं आणि तिने त्यावर एकही प्रश्न विचारला नाही. गेल्या दहा वर्षांत आम्ही काय केलं, स्वतःचा शोध कसा घेतला, याबद्दलच आम्ही खूप बोललो. ती खरंच खूप छान संध्याकाळ

होती. मी वेगळी राहते आहे, हे सांगताना मला वाटणारा संकोच, भीती, पोटात पडलेला खड्डा... सगळं काही विरून गेलं. मी प्रथमच माझ्या जगात नसलेल्या व्यक्तीला हे सांगत होते आणि मला तसं करताना फार वाईट नाही वाटलं. मी उगाचच राईचा पर्वत करत होते!

मी घटस्फोटाच्या बाबतीत अशी पोरकटपणे का वागत होते, ते मलाच समजत नव्हतं. जणू काही मी अतिशय वाईट शाळकरी मुलगी होते आणि माझा हा दृष्टिकोन काही काळानंतर बदलेलही. पण मी माझ्या मैत्रिणीचा, सौहार्दाचा दृष्टिकोन मात्र कधीच विसरू शकणार नाही. माझ्यासाठीचं सर्वांत भीतिदायक असलेलं गुपित, तिने किती मोकळ्या मनाने स्वीकारलं होतं. तिच्या भेटीनंतर बऱ्याच गोष्टी सोप्या झाल्या. तुमच्यासाठी भीतिदायक गोष्टींचा तुम्ही जितका जास्त वेळा मोठ्यानं उच्चार कराल, तितकी त्या भीती दाखवणाऱ्या गोष्टीची ताकद कमी होऊ लागते, हे खरं आहे.

माझ्या जवळच्या नातेवाईकांना आणि इतर कुटुंबीयांनाही मी ही बातमी सांगितली. माझं कुटुंब मोठं, प्रेमळ आणि बऱ्या-वाईट प्रसंगात ठामपणे पाठीशी उभं राहणारं होतं. मी एक साधी गोष्ट केली. मी माझ्या भावंडांना ही बातमी सांगितली, त्यांच्या पालकांना (मावशी, काका, आत्या इ.) नाही. माझ्या सर्व भावंडांनी मला खूप समजून घेतलं, कोणतेही सल्ले न देता! ते सगळे माझ्याच पिढीचे होते आणि माझ्या खासगी आयुष्याबद्दल सगळ्यांनाच आदर होता. कोणत्याही गोष्टीत लुडबुड न करता, कोणतीही गोष्ट दुरुस्त करण्याच्या भानगडीत न पडता, ते माझ्या पाठीशी उभे राहिले.

माझ्या मित्र-मैत्रिणींना सांगणं मात्र थोडं अवघड होतं. जवळच्या सगळ्यांनाच माहीत होतं. पण बाकीचं मित्रमंडळ सगळं संमिश्र प्रकारचं होतं. काहींना तुम्ही जवळचे समजता, पण ते तसे नसतात. काहींना तुम्ही वर्षभरात एकदाच भेटता, पण तुमचा वेळ चांगला जातो. काही तुमचे शाळा-कॉलेजातले मित्र असतात, आणि तुमच्या आयुष्यावरही क्वचित अधिकार गाजवतात. काही मित्र तुमच्या जुन्या ऑफिसमधले असतात, तर काहींशी तुमची नुसतीच तोंडओळख असते... तुम्ही जर बारकाईनं बघितलंत, तर त्यातल्या बहुतेकांपासून तुम्ही सावध राहणंच योग्य असतं.

मी यादी देताना थकले. मी काय म्हणू शकणार होते? आम्हाला एकत्र राहता येतं

की नाही, हे बघण्यासाठी आम्ही वेगळे राहतोय? आम्हाला आमच्या प्रेमाबद्दल खात्री नाही म्हणून एकमेकांपासून लांब राहून आम्ही ते तपासून घेतोय? एका घरात राहून आम्ही आमचे प्रश्न सोडवू शकत नाही म्हणून आम्ही वेगळे राहून ते सोडवायचा प्रयत्न करतोय? यापेक्षा गप्प राहणं अधिक सोपं होतं...

अर्थातच, वावड्या उठायला लागल्या. आमच्या या बातमीबद्दल ज्या वावड्या उठल्या, त्या खूप काळानंतर माझ्या कानावर आल्या आणि ते ऐकून मी मनातल्या मनात खूप हसत होते. आमच्याबद्दल सांगण्यात आलेल्या काही मनोरंजक कहाण्या अशा होत्या –

'तिला मूल नको होतं आणि त्याला हवं होतं, म्हणून त्यांचं पटलं नाही.' यामागे 'अनौरस अपत्य' असाही एक अर्थ काढला गेला. आजकाल लोक सिनेमा आणि मालिका जरा जास्तच बघतात.

ꝏ

'ती दुसऱ्या कोणाच्यातरी प्रेमात पडली (जो तिच्याबरोबर बऱ्याचदा दिसायचा) आणि तिला त्याच्याशी लग्नही करायचं होतं.'

ꝏ

'तिला स्वयंपाक करता येत नाही, हे आता त्याला आणखी सहन होत नव्हतं.' (हं...)

ꝏ

'त्याचं ऑफिसमध्ये कोणाशी तरी सूत जुळलंय...' (हां, कामाशी...)

ꝏ

'त्यांच्या आयांचं आपसात भांडण आहे, त्यात बिचारी ही मुलं भरडली जाताहेत.' (क्काय?)

ꝏ

'तिला रात्री जागायला आवडतं आणि त्याला सकाळी उठायला आवडतं.

त्यामुळे एकजण जागा असला की दुसरा झोपलेला असतो.' (मग आम्ही एकच सिंगल बेड नसता का घेतला!)

℘

सर्वांत वाईट गोष्ट अशी सांगण्यात आली होती, की एक्सला दारूचं व्यसन होतं आणि नशेत तो मला मारायचा!...हा खरंच दुष्टपणा होता! एक्सने कधी शब्दशः साधी माशीही मारली नव्हती. तो डाससुद्धा फुंकर मारून घालवायचा. जे त्याला ओळखतात, त्यांना तो किती पापभीरू आहे, हे माहीत आहे.

मग मी चक्क उत्तर देणंच नाकारायला लागले. कोणी बिनमहत्त्वाची व्यक्ती मला एक्सबद्दल विचारे, तेव्हा मी सांगे, ''तो ठीक आहे. काम चालू आहे त्याचं.'' या उत्तरामुळे त्याची अनुपस्थिती फारशी खटकत नसे किंवा आणखी कोणी खोलात शिरून चौकशी करत नसे. प्रश्न विचारण्याची उत्सुकताही शमली जायची, त्यापेक्षा कोणी अधिक विचारत नसे.

पण महत्त्वाच्या व्यक्तींना मात्र असं झटकून टाकता येत नसे. उदा. माझी बॉस. माझ्या घटस्फोटाबद्दल तिला सांगण्याची दोन कारणं होती : एक म्हणजे ती माझी चांगली मैत्रीण होती आणि दुसरं म्हणजे, या सगळ्याचा माझ्यावर भावनिक परिणाम होऊन माझ्या कामावर काय परिणाम होणार, याचा मला अंदाज नव्हता. जर कामाच्या बाबतीत मी कुठे कमी पडले किंवा माझी चिडचिड व्हायला लागली, तर तिने मला समजून घेऊन पाठीशी घालावं, असं मला वाटत होतं. मी नवरा गमावलाच होता, नोकरी गमावणं मला परवडलं नसतं!

याचा खरंच फायदा झाला. माझ्या बॉसने याबद्दल कधीही चर्चा केली नाही आणि जेव्हा जेव्हा मला वकिलांना भेटण्यासाठी किंवा कोर्टात हजर राहण्यासाठी जावं लागे, तेव्हा मी विनासंकोच रजा मागू शकले.

माझ्या काही 'चांगल्या' मित्रांना ही बातमी मी अशा पद्धतीने सांगितली की मी आता कोणतीही 'ब्रेकिंग न्यूज' नीटपणे सांगू शकते! मी सर्वप्रथम सांगितलं की, मला यावर चर्चा नकोय. हे सगळं का आणि कसं झालं यावर मला काहीच बोलायचं नाही. यापुढे माझं आयुष्य असंच असणार आहे. बऱ्याच लोकांनी याबद्दल आदर दाखवला. काही जण खोदून खोदून विचारायचा प्रयत्न करत. त्या वेळच्या माझ्या मनःस्थितीनुसार मी कधी त्यांना सांगे किंवा कधीतरी

त्यांच्यावर ओरडत असे. अशा भोचक लोकांबद्दल माझं मत वाईटच होत असे. माझ्या काळजीपोटी ते माझी चौकशी करत आहेत, हे मला समजत असूनही, माझ्या खासगी आयुष्यावर मी कोणाला अतिक्रमण करू दिलं नाही. या सगळ्या गोंधळात माझ्या लक्षात आलं, की माझे समजूतदार मित्र जे प्रामाणिक आणि मनाने खूपच सच्चे होते, असे लोक मला अवतीभवती हवे होते.

विभक्त होण्याचा आणि घटस्फोट घेण्याचा हा सर्वांत मोठा धडा मी शिकले. मला नक्की कोणत्या मित्रांची संगत हवी आहे, हे मला आता जाणवू लागलं! माझ्यासाठी कोण महत्त्वाचं आहे आणि कोण महत्त्वाचं नाही, हे मला स्पष्ट करता येऊ लागलं. मी अत्यंत बडबडी असल्यामुळे आजपर्यंत अशा हळूवार, सौम्य मित्रांबरोबर कधी वेळच घालवला नव्हता. मला आजपर्यंत हजरजबाबी, चतुर, गमतीदार मित्र/मैत्रिणी आवडत होते. आजही मला त्यांचा सहवास आवडतो. पण माझ्या मनावरच्या भळभळत्या जखमा भरण्यासाठी मला सौहार्दपूर्ण, विश्वासू आणि निःस्पृहपणे प्रेम करणाऱ्या मित्रांचीच आवश्यकता होती. तेच मला पडत्या काळात सावरणार होते – सावरत होते!...

❑

ऊतू गेलेल्या कॉफीबद्दलचे दुःख...

जेव्हा दोन व्यक्ती रुसून बसतात, तेव्हा संवाद घडणं अशक्य असतं. पुढं काय होणार, याची पुसटशीही पूर्वकल्पना नसताना, कोणाचंही मार्गदर्शन नसताना आम्ही अधिकृतरीत्या विभक्त झालो होतो. दर बुधवारी भेटू या, असं मी सुचवलं. ही माझ्या डोक्यातली सर्वांत वाईट (आजपर्यंतची!) कल्पना होती.

पहिले दोन बुधवार, आम्ही एका कॉफीशॉपमध्ये भेटलो. आयुष्याचं चित्र इतकं स्पष्ट असताना कोणत्याही मद्याची आवश्यकता नव्हती. आम्ही तिथे गेलो, बसलो, मग एकमेकांकडे बघितलं... त्यानंतर कॉफीशॉपच्या भिंती बघितल्या, इतर ग्राहकांकडे बघितलं आणि मेनूकार्डकडे कितीतरी वेळ बघत राहिलो! इतकं, की मला खात्री आहे की मेनू कार्ड आम्हाला पाठ झालं होतं...

खरी अडचण ही होती, की मी खूप बडबड करते आणि प्रश्नांची उत्तरं मला अ, ब, क, ड या क्रमानं हवी असतात; आणि मी प्रश्नही त्याच चौकटीत मांडते, पॉवरपॉईंट प्रेझेंटेशनमधल्या मुद्द्यांसारखे! आताही मी तेच करत होते. एक्स मात्र शांत होता आणि त्याच्या आवाक्याच्या बाहेर जाऊन माझे मुद्दे खोडून काढायचा प्रयत्न करत होता. माझ्या मनात कोणालाही शारीरिक हानी पोहोचवण्याचा विचार कधीच आला नाही. पण मठ्ठ चेहऱ्यानं आणि डबडबलेल्या डोळ्यांनी एखाद्या मठ्ठ शाळकरी मुलासारखा, एक्स असा खुर्चीत थंडपणे बसून राहिला, की मग मात्र मला त्याचा कान जोरात पिरगाळावासा वाटतो. किमान 'आई गं!' असं तरी त्याच्या तोंडून निघेल! त्याच्या गर्द तपकिरी डोळ्यांनी तो माझ्यासमोर निष्क्रियपणे बसला की माझं पित्त मात्र खवळत असे. 'आपण भांडण्यासाठी भेटलो नाही आहोत,' हे मला स्वतःलाच मुश्कीलीनं समजून सांगावे लागे.

तिसऱ्या बधुवारी मात्र वेगळं घडलं. 'खड्ड्यात गेलं सगळं. चल एक-एक बिअर पिऊ.' मला कृतकृत्य वाटलं!... 'अरे मेल्या, घडघडून बोलत का नाहीस?' असं माझ्या मनात होतं, त्यामुळे या बिअरच्या प्रस्तावाला मी लगेच मान्यता दिली. आम्ही आमच्या दोघांच्याही आवडीच्या, समुद्रकिनारी असलेल्या छानशा हॉटेलमध्ये गेलो. लाटांवर तरंगणाऱ्या बोटींकडे बघत, उगाचच इकडच्या तिकडच्या गप्पा मारल्या. मागच्या संपूर्ण वर्षभरात अशी रमणीय संध्याकाळ आमच्या आयुष्यात आली नव्हती!

त्यानंतर आम्ही घरी आलो. मी शब्दशः भिंतीवर डोकं आपटलं, कारण काय करायचं तेच मला समजेना. हा मनुष्य या प्रश्नावर एक शब्दही बोलायला तयार नव्हता! त्याचा पळपुटेपणा मला असह्य होत होता आणि पुन्हा एकत्र येण्याच्या सगळ्या शक्यता हळूहळू संपत चालल्या होत्या. मला त्याच्याबरोबर फिरायला जाऊन बिअर प्यायची नव्हती. आमच्या भेटींचा हेतूच वेगळा होता. मी इकडे रागानं धुमसत असताना त्याचा फोनवर मेसेज आला. त्याची आई पुढच्या आठवड्यात काही दिवसांसाठी येणार होती आणि इतक्यात 'ही' गोष्ट त्याला त्याच्या आईला सांगायची नव्हती. अतिशय जड अंतःकरणानं 'मी तिथे येईन,' असा निरोप कळवला.

याचं कारण, आम्ही आधीच ठरवलं होतं की त्याच्याकडची कोणीही नातेवाईक मंडळी आली, तरी त्यांना काहीच न कळता नवरा-बायकोचं नाटक करत रहायचं. कारण एकाला जरी कळलं, तरी बातमी लगेच सगळीकडे पसरणार होती. एक्सची आई खरंच खूप सज्जन स्त्री होती. कोणाच्याही अध्यात नाही मध्यात नाही. ती उत्तम सुगरण होती. त्यावेळी आम्हाला एकमेकींना भेटून छान वाटलं. माझं काही बिनसलंय का, असंही तिने एकदा मला विचारलं. ऑफिसमध्ये कामाचा खूप ताण आहे, असं सांगून मी वेळ मारून नेली. त्या माझ्याकडे बघून हसल्या आणि म्हणाल्या, ''या वयात बाळाची काळजी करायची, कामाची नाही.'' म्हणजे एका रुसणाऱ्या, थंड नवऱ्याबरोबर एका वळवळ्या, बाळाची जबाबदारी घ्यायची! मी आवंढा गिळला आणि हसले.

या भेटीने मला काही गोष्टी शिकवल्या. हे नाटक मी आणखी एकदाही करू शकणार नाही, हे मला जाणवलं. आम्ही खोटेपणाने जगू शकत नव्हतो. मी पुन्हा एक्सशी बोलायचा प्रयत्न केला. पण त्याचं उत्तर ठरलेलं होतं, 'माझ्याकडे

बोलण्यासारखं काहीच नाही, म्हणून मी बोलत नाही.' त्याचा गोंधळ उडाला होता आणि त्यातून सावरण्यासाठी त्याला थोडा अवधी हवा होता.

आता माझ्याकडे काहीच पर्याय उरला नव्हता. काय करू शकत होते मी? मी बुधवारच्या भेटी रद्द करण्याचं ठरवलं आणि त्याला जेव्हा माझ्याशी बोलावंसं वाटेल, तेव्हा मला फोन करायला सांगितलं...

त्याने मला चार वेळा फोन केला. प्रत्येक वेळी आम्ही बिअर प्यायली आणि राजकारण, पुस्तक, शहरातलं आयुष्य या विषयांवर बोललो. आमच्या संवादात 'आमच्याबद्दल', प्रेम, पश्चात्ताप, दुखावलेपणा किंवा आमच्याविषयीच्या एकाही गोष्टीबद्दल आम्ही बोललो नाही.

पाच वर्षं आम्ही एकत्र जगलो, त्याबद्दलही कधी बोललो नाही. त्यामुळे हे नातं पुन्हा सांधलं जाण्याची शक्यता किंवा या नात्याचा जो काही थोडाफार सुंदरपणा होता, तोही दिवसेंदिवस सरत चालला होता. हे म्हणजे, एखाद्या भूतानं या जगातून निघून गेल्यावर इथल्या आठवणी काढण्यासारखं होतं...

या सगळ्या भेटींमध्ये मी त्याच्यासमोर कधीच रडले नाही. मी तशी अत्यंत स्वाभिमानी आहे. मी घरी जाई आणि घरातल्या भीषण शांततेत स्वतःच्या अश्रूंना वाट करून देई. आता मी ज्या जगात राहत होते, त्याच्याशी जुळवून घेणं खरंच मला कठीण जात होतं.

माझं म्हणणं सरळ होतं. जर एखादा प्रश्न असेल, तर तो सोडवायचा. सुटत नसेल तर आयुष्यात पुढे चालू लागावं. पण बोचऱ्या शांततेनं माझे प्राण कंठाशी आणले होते. पाच वर्षं ज्या व्यक्तीबरोबर तुम्ही तुमचं प्रेम आणि घर, बेड एकत्र वाटून घेतलंय, त्या व्यक्तीच्या विचारांचा तुम्हाला थांगपत्ता लागत नाही, हे फार भीषण आहे!

मला वाटतं, त्याच्या मौन असण्यानंच एकेक गोष्टी तुटत गेल्या. आधी संवाद संपला, मग प्रेम आटलं, मग काळजी, हूरहूर, एकमेकांबरोबर जगण्याची इच्छा आणि सर्वांत शेवटी त्या लग्नाचं अस्तित्वही संपून गेलं. फक्त कायद्याचा शिक्का मारायचा बाकी राहिला होता.

अगदी आजही, त्या ब्रँडच्या कॉफीशॉप्सची मला ॲलर्जी आहे. त्या ब्रँडच्या

कोणत्याही कॉफीशॉपमध्ये गेले, की तिथल्या भिंतींवर, मेन्यूकार्डमध्ये, इतकंच काय, हवेतही मला दुःखाची, बोचऱ्या शांततेची छटा अनुभवाला येते. ते आमच्या लग्नाचं कडू वास्तव होतं. नशीबानं 'त्या' विशिष्ट ब्रँडच्या कॉफीशॉप्सचा फक्त मलाच त्रास होतो नाही तर आतापर्यंत त्यांचा व्यवसायच बंद पडला असता.

लग्नाच्या नात्यातील अडचणींवर उपाय शोधण्यासाठी दोन व्यक्तींची गरज असते. ही एक साधी गोष्ट आहे, पण त्यावेळी मला ती समजली नव्हती. मी त्याला बोलतं करण्यासाठी, संवाद घडण्यासाठी त्याच्यावर दबाव टाकला, खूप प्रयत्न केला, आरडाओरडा केला, आदळआपट केली, मिनतवाऱ्या केल्या; पण त्याच्या मौनाचा अर्थ मला समजलाच नाही. पण आयुष्यानं मात्र मला काही गोष्टी सांगितल्या. त्या वाईट परिस्थितीतही काही चांगल्या गोष्टी होत्या, त्यातली एक म्हणजे त्याचं मौन! त्याचं मौन हीच माझ्यासाठी जणू सुंदर भेट ठरली. कारण त्याच्या गप्प राहण्यामुळेच मी त्याच्यापासून दूर जाऊ शकले आणि शेवटच्या, नातं तुटण्याच्या क्षणी मला तेवढं तीव्र दुःख झालं नाही. जेव्हा कोणीतरी तुमच्या आयुष्यातून निघून जातं, तेव्हाही त्याची आठवण तुम्हाला का येते? कदाचित तुम्हाला त्याच्या अस्तित्वाची/असण्याची आठवण येते आणि मला हे फार लवकर समजलं होतं. त्याच्या आठवणींना मी जाऊ दिलं आणि आता त्याचं अस्तित्व मला त्रास देत नव्हतं!

❑

अनोळखी चुंबन ही फसवणूक आहे?

वेगळं राहण्यामागचा उद्देश कोणीही शहाणी व अनुभवी व्यक्ती सांगू शकेल. वेगळे राहण्यामागे हाच उद्देश असतो, की एकमेकांशिवाय राहू शकतो की नाही, हे तपासून बघणं. अंतर राखल्यामुळे दृष्टिकोन स्पष्ट होतो. या वेगळं होण्याच्या काळात तुम्ही घरात स्वतःला कोंडून घेण्यापेक्षा बाहेर जाणं, डेटला जाणं, स्वतःसाठी आनंद उपभोगणं हे सगळं करण्यासाठी प्रोत्साहन दिलं जातं. सैद्धान्तिक पातळीवर हे विचार चांगलेच असतात. याआधीच्या काळात मी पुरेशी झुरत आयुष्य जगले होते.

गॅसचा सिलेंडर एकटीनं उचलणं, एकटीसाठी बाहेरून जेवण मागवणं, वीजपुरवठा कार्यालयात जाणं, घरातलं वाणसामान, भाजीपाला आणणं, स्वतःचं पूर्ण भाडं एकटीनेच भरणं या आणि अशासारख्या अनेक गोष्टींची आता मला हळूहळू सवय व्हायला लागली होती. त्याचदरम्यान माझ्या एका मैत्रिणीने मला फोन केला आणि सांगितलं, की तिला माझी कोणाशीतरी भेट घालून द्यायची होती.

योगायोगाने, तोही नुकताच त्याच्या बायकोपासून वेगळा झाला होता. माझ्या मैत्रिणीने विचार केला, की दोन विभक्तांना एकत्र भेटवायची ही एक चांगली संधी आहे. मला भेट नाकारण्याचं एकही कारण दिसत नव्हतं. म्हणून मी 'त्या'ला माझ्या एका आवडत्या हॉटेलमध्ये भेटायचं ठरवलं. तिथे मस्तपैकी संगीत, थंड बिअर, रुचकर जेवण आणि सुंदर वातावरण होतं. 'त्या'चा स्वभाव नंतर कळला असला, तरी ती संध्याकाळ अगदीच काही वाया गेली नाही.

मी तिथे वेळेवर पोहोचले होते, पण त्याला मात्र दहा मिनिटं उशीर झाला. 'तो' अतिशय सरळमार्गी व सभ्य मुलगा होता आणि वेगळं होण्याच्या धक्क्यातून

अजून सावरला नव्हता. ती सगळी संध्याकाळ मी त्याचं सांत्वन करत होते. 'ती' त्याचं पहिलं प्रेम होती, पहिली डेट आणि असं 'पहिलं' बरंच काही होती. त्याने संपूर्ण दोन तास त्याची दुःखी गोष्ट मला ऐकवली, तेव्हाच मला 'ति'चा दृष्टिकोन लक्षात आला. तो आणि मी डेटवर आलो होतो आणि त्याने मला छान वाटावं असं वागणं अपेक्षित होतं, हे त्याच्या लक्षातच आलं नाही! माझ्या सुदैवानं, बिअरने तिचा प्रभाव दाखवला आणि त्याच्या दुःखावर मी उपरोधिकपणे टोमणे मारू लागले. मी पटकन बिल मागवलं आणि कामाचा बहाणा करून तिथून सटकले. त्यानं बिल दिलं आणि मीही बिल देण्याचा फारसा आग्रह धरला नाही. मी त्याचं जे बौद्धिक घेतलं होतं, त्याची त्याने फी दिली, असंच मी समजले.

दुसऱ्या दिवशी माझी मैत्रिण भेटली. या 'दुःखाच्या पोत्याशी' माझी बळजबरीनं गाठ घालून देण्याबद्दल मी तिला चांगलंच फैलावर घेतलं. तिने माझी माफी मागितली. आमच्या भेटीत आपल्या गत-लग्नाचं दुःख 'तो' उगाळत बसेल, याची तिलाही कल्पना नव्हती.

काही वर्षांनी याच माणसाला मी माझ्या त्याच मैत्रिणीच्या घरी एका पार्टीत भेटले. आता त्याचा रीतसर घटस्फोट झाला होता आणि तो नियमितपणे डेटवर जात होता! 'त्या' संध्याकाळी मी त्याला जे सल्ले दिले होते, त्यामुळे 'इतक्या' डेट्सला जाण्याचा आत्मविश्वास त्याला लाभला होता, असंही तो वारंवार सांगत होता. अरे देवा! बिचाऱ्या त्या सगळ्या मुली!

माझ्यापुरतं बोलायचं तर, मला कोणाबरोबरही डेटवर जायचं नव्हतं. माझं काम, माझं नवीन घर आणि माझा निवांत एकटेपणा यात मी गढून गेले होते. त्यानंतर मी एका व्यक्तीला भेटले आणि खरंतर मी एकटी असताना त्याच्याकडे आकर्षित झाले होते. त्यांचे जाड कुरळे केस खांद्यापर्यंत रुळत होते. अत्यंत आत्मविश्वासाने तो वावरत होता आणि आकर्षित होण्यासारखे आणखीही बरेच गुण त्याच्यात होते. मला हवा होता तसा. मोकळ्या विचारांचा होता, मनाने हळवा होते, त्याला कुत्र्यांची आवड होती, तो एकटा होता, त्याला संगीत आवडत होतं आणि तो मिश्कील स्वभावाचाही होता. मला वाटतं मीही त्याला आवडले असावे.

मी त्याला एक अभिनयावरच्या कलाकारांच्या कार्यशाळेत प्रथम भेटले होते. इतक्या उमद्या व्यक्तीला मी बऱ्याच काळाने भेटत होते. एखाद्या प्रसन्न

झुळुकीसारखा होता तो! आम्ही तीन वेळा बाहेर भेटलो, पण मला असं वाटतं की, आकर्षण तरीही, तेव्हा होतं. मी एकटी होते ते त्याला माहीत होतं पण मी विभक्त होते, हे त्याला माहीत नव्हतं.

प्रत्येक वेळी मी त्याला भेटले, की माझी द्विधा मनःस्थिती होई. त्याला माझ्या वेगळं होण्याबद्दल सगळं सांगून टाकावं असंही सतत वाटे. पण मी त्याला काय सांगणार होते? कायद्याच्या दृष्टीनं मी एकटी नव्हते तर माझं लग्न झालं होतं.

'मी तुझ्याबरोबर थोडा वेळ राहते, 'खेळते' आणि त्यानंतर मी ठरवेन की मला कोणत्या पुरुषाबरोबर राहायचंय. मी जरी विवाहिता असले, तरी ही फसवणूक नाही, यावर विश्वास ठेव. तू म्हणजे माझ्यासाठी प्रयोगाचा फक्त एक भाग आहेस आणि तुझ्यामुळे मी ठरवेन, की माझं लग्न मी टिकवून ठेवायचं की नाही. तुला जर माझं नीट चुंबन घेता आलं नाही, तर मी माझ्या नवऱ्याकडे परत जाईन.' असं मी त्याला सांगू शकले असते का?

या घटस्फोटानं किती विचित्र प्रश्न उभे केले होते...

तो मला बाहेर भेटायला बोलवत असे आणि मीही नटूनथटून त्याच्याबरोबर जात असे. माझं काही त्याच्याबरोबर प्रेमप्रकरण नव्हतं, पण बघणाऱ्याला नक्कीच तसं वाटलं असतं. एका रात्री आम्ही शहराच्या विरुद्ध टोकाच्या भागात एका पार्टीसाठी गेलो होतो. त्यानंतर आम्ही त्याच्या घरी गेलो. तिथे दुसरीही एक मुलगी असल्यामुळे मला तसं काही विशेष वाटलं नाही. मला असं वाटलं की तिच्या तिथं असण्यानं मला सोबत असेल. तिच्या भरवशावर मी आंधळेपणानं त्या अंधाऱ्या रस्त्यावरून चालत राहिले.

पण आम्ही त्याच्या घरी गेल्यावर लगेचच ती मुलगी (अर्थात मी काही तिला माझी वॉचमन म्हणून गृहीत धरलं नव्हतं.) आत निघून गेली आणि झोपून गेली. आता मला अस्वस्थ वाटू लागलं. आता हा संधीचा फायदा घेणार, हे माझ्या लक्षात आलं. त्याला आमच्यातल्या आकर्षणाचा पुढचा टप्पा गाठायचा होता. त्याने हळूवार संगीत लावलं. माझं एक मन विचार करत होतं आणि त्याच्या नृत्याच्या हालचाली काय सुचवत होत्या हे कळण्याइतकी मी पुरेशी प्रौढ होते. माझ्यासमोर बसण्याऐवजी तो माझ्या शेजारी येऊन बसला. हळूहळू त्याचा हात माझ्या पाठीकडे सरकत होता. मला कळत होतं, की त्याचा हात माझ्या मानेपाशी पोचल्यावर तो माझं चुंबन घेणार.

त्याचा हात जसजसा फिरत होता, तसतसा मी विचार करत होते. मलाही खरंच त्याचं चुंबन घ्यायचं होतं की नाही, हे मला माहीत नव्हतं. मी दुसऱ्या कोणा मुलाचं चुंबन घेऊन पाच वर्षं उलटली होती. इतकंच नाही तर, मला 'हे' हवंय की नाही, याबद्दल मीच साशंक होते. त्याचा हात माझ्या मानेपाशी येणार इतक्यात मी सर्वांत मूर्खपणाचं विधान केलं ज्याने गुंता निर्माण झाला,...'माझं लग्न झालंय.' 'ओह...' त्याचा हात बाजूला झाला आणि एक जड आणि दुखरी शांतता आमच्यात पसरली.

पुढची दहा मिनिटं माझी परिस्थिती मी त्याला समजवून सांगितली. त्याला याबद्दल अंधारात ठेवल्याबद्दल त्याची माफी मागितली. ''सॉरी म्हणू नकोस,'' तो माझ्यावर खेकसला आणि मी त्याला खरंचच आवडले होते, हेही त्याने सांगितलं. अरे माझ्या कर्मा! मलाही तो आवडत होताच. पण मी त्याला सांगू शकत नव्हते. मी ज्या संस्कारात वाढले होते, त्या वातावरणात एकाशी लग्न अजून शाबूत असताना दुसऱ्या माणसाचा विचार करणं शक्य नव्हतं. तोपर्यंत पहाट झाली होती आणि मी टॅक्सी पकडून घरी आले. त्या अर्धवट उजेडात आणि तरीही अंधार असलेल्या वातावरणात माझं मन विषण्ण झालं होतं. तो कलावंत तरुण माझ्यासाठी अत्यंत योग्य होता, पण तरीही मला आम्ही एकत्र येण्याची सध्यातरी कोणतीच आशा दिसत नव्हती. अगदी तात्पुरतंही भविष्य आमच्या एकत्र असण्याला नव्हतं. घटस्फोट पूर्ण होईपर्यंत या वेगळं राहण्याच्या काळात डेटवर जायचं नाही, हे मी ठरवून टाकलं. कारण मला ते शक्यच नव्हतं. मला फसवणुकीबद्दल तीव्र घृणा होती. ही वेगळं राहण्याची प्रक्रियाच मुळात अतिशय कठीण होती, त्यात माझी मूल्यं, संस्कार यांना स्थान देऊन मला परिस्थिती आणखीन गुंतागुंतीची करायची नव्हती.

एखादा पुरुष म्हणजे काही नोकरी नव्हे. एक सोडण्यासाठी मला दुसरा मिळवलाच पाहिजे असं नव्हतं. 'कोणी एकटा राहणारा/असणारा पुरुष बघ आणि आपल्याला पटतोय का बघ, किंवा 'मी एकटी राहू शकते का ते तपासून बघ,' अशा विचित्र तर्काची मला गरजच नव्हती. मी एक्सबरोबर राहण्याचं कारण – मी एकटी होते किंवा मला कोणी दुसरा चांगला पुरुष भेटला नव्हता, हे नव्हतं. मला एक्सबरोबर मनापासून राहायचं होतं. 'त्या' मुलाने त्याच्याही नकळत माझ्या विचारांमध्ये स्पष्टता आणली होती.

तो सगळा दिवस मला दुःखी वाटत राहिलं आणि त्या मुलाचं हास्य मनात सतत रुंजी घालत राहिलं. कॅबमधून येताना जाणवलेला बोचरा, गार वारा माझ्याबरोबर आठवडाभर सोबत करत राहिला आणि आयुष्य किती गुंतागुंतीचं आहे, याची मला प्रकर्षानं जाणीव झाली...

❑

एकटेपणातला आनंद

खरं तर एक्समुळे आम्ही विभक्त होत होतो, पण मला वाटतं, की तो विभक्तपणा मलाही हवा होता, आवडत होता. मला माझं अवकाश मिळालं होतं; जिथे माझ्या भावनांना, इतर कोणाच्याही मनावर त्याचा काय परिणाम होईल, याचा विचारही न करता मला व्यक्त करता येत होतं.

पहिले दोन महिने, माझं एक मन एक्सची आठवण काढत होतं, पण दुसरं मन मात्र एकटेपणाचा आनंद साजरा करू लागलं होतं. तो जणू काही माझा पुनर्जन्मच होता आणि मी बऱ्याच गोष्टी करायला लागले होते. जसं की –

माझ्या आवडत्या हॉटेलात एकटीने जाणं, एकटीसाठी एकच बिअर आणि पिझ्झा मागवणं, रिकाम्या रस्त्याकडे बघत बसणं, रमतगमत घरी परतणं, संध्याकाळबद्दल समाधानी असणं आणि कंपनी मिळवणं... अशा किती गोष्टी.

ॐ

माझ्या मित्र-मैत्रिणींना मी घरी बोलवायला लागले. माझ्या पुस्तकांनी भरलेल्या, बिअर आणि चांगल्याचुंगल्या पदार्थांनी भरलेल्या घराचा मला अभिमान वाटत असे. गेल्या वर्षभर मी आणि एक्स अतिशय दुःखी, नाराज होतो आणि असमाधानीसुद्धा. आमच्याकडे येणाऱ्या प्रत्येकालाच ती निराशा नक्कीच जाणवत असणार.

ॐ

मी स्वतःची काळजी घ्यायला सुरुवात केली. चालायला जाणं, मॅनिक्युअर,

पेडिक्युअर, हेअरकट याबद्दल अधिक जागरूक झाले. काही वेळा जेव्हा तुम्हाला आतून छान, आनंदी वाटत नाही, तेव्हा चांगलं राहण्याची, दिसण्याचीही तुम्हाला इच्छा होत नाही.

☙

मी त्या सर्व गोष्टी करू लागले जे एक्सबरोबर असताना करत नव्हते. कोणी काही म्हणो, पण दोन व्यक्ती जेव्हा एकत्र असतात, तेव्हा काही गोष्टींबद्दल आपोआपच तडजोड होते. एका माणसासाठी अत्यंत महत्त्वाची किंवा आवडीची असलेली गोष्ट दुसऱ्यासाठी अत्यंत अप्रिय असू शकते. किंवा एका व्यक्तीला एका प्रकारचं संगीत आवडतं आणि दुसऱ्याला ते आवडत नाही, त्या वेळी ते संगीतच बाजूला जातं. म्हणजेच अशा गोष्टी आपोआपच नाहीशा होतात. किंवा एखाद्याला एका पदार्थाची ॲलर्जी असेल, तर तो पदार्थ केलाच जात नाही. असं होणं काही वाईट आहे असं नव्हे, हा फक्त वर्तनातल्या तडजोडीचा भाग आहे.

☙

नाटकं, संगीत महोत्सव किंवा इतर सांस्कृतिक मेळाव्यांना मी जाऊ लागले. जे जे करायला माझ्यातल्या कलाकाराला आवडत होतं, ते सर्व मी मुक्तपणे करू लागले. पेपरमध्ये कशाची जाहिरात वाचली की, मी सरळ ते बघायला जात असे. इतर कोणावरही मी अवलंबून राहत नसे. म्हणजे 'छाऊ' हा ओरिसाचा नृत्यप्रकार किती सुंदर असतो हे मला कोणालाही पटवून सांगायला लागत नव्हतं. किंवा कोणत्याही सभागृहाबाहेर कोणाची चिडून वाटही बघावी लागत नव्हती. एकटं असणं खरंच खूप आनंदाचं होतं आणि मला मनापासून ह्या सगळ्याला हजेरी लावायला आवडत होतं.

☙

आतापर्यंत मी अर्धवट गोष्टी करत होते, ते मी थांबवलं. तुम्ही आनंदी नसता, तेव्हा तुमचं सगळं आयुष्यच अर्धवट राहतं. तुम्ही करत असलेल्या कोणत्याच गोष्टीत तुम्हाला रस वाटत नाही. मी जेव्हा आमच्या डळमळीत असलेल्या संसारात होते, तेव्हा कोणत्याही छोट्या कारणाने मला विषण्णपणा येत असे. माझ्या आईने एखादी अचानक भेट पाठवली, तर तो आठवडा चांगला जाई पण नंतर मी पुन्हा माझ्या विषण्ण, हास्य नसलेल्या जगात परतत असे.

आता विचार केल्यावर वाटतं, की मी त्या घरात कशी राहिले? सामान्यपणे माझा स्वभाव काही सतत दुःखी, असमाधानी राहण्याचा नाही. मला आनंदी, सळसळत्या उत्साहानं राहायलाच आवडत असे. पण या उदास वातावरणानं आयुष्यातली प्रत्येक चांगली गोष्ट उदासीनतेनं झाकोळून गेली होती. तिथे आता कोणत्याच गोष्टीत आनंद, हास्य, उमेद, आशा काहीच शिल्लक राहिलं नव्हतं. दुःखाच्या एवढ्या मजबूत वेढ्यातूनही मी सहीसलामत कशी सुटले, याचं मलाच आश्चर्य वाटतंय.

या नवीन घराने मात्र मला तारलं. त्याच्याबरोबर न राहण्यामुळे मला त्याची गरज नाही, हे माझ्या लक्षात आलं. मी त्याच्यावर कधीकाळी खरोखरच प्रेम केलं होतं का, याबद्दलही आता मला शंका येऊ लागली होती. जेव्हा तुम्हाला कोणीतरी खूप खोलवरचे घाव देऊन जातं, तेव्हा त्यांच्याबद्दल तितक्याच ओढीनं विचार करता येत नाही.

मग मी त्याच्याबद्दल विचार करत राही. असं का झालं, त्यानं हे सगळं होऊच का दिलं, आम्ही असं स्वतःशीच कसं वागलो, असेच विचार त्याच्याबद्दल विचार करताना येत असत. लग्नाच्या वेळी जो आनंद आमच्या आयुष्यात होता, तो पुन्हा परत येणं अवघड होतं.

यावर मी एक साधा उपाय शोधला. दिवसभरात त्याच्याबद्दल विचार करायचाच नाही, असं ठामपणे स्वतःलाच बजावलं. खरं तर त्याच्याबद्दल विचार करण्यासाठी रात्री ९ नंतर माझ्याकडे वेळ असे. पण मी ती वेळच टाळू लागले. त्या वेळी घराच्या बाहेर राहून स्वतःचं लक्ष दुसरीकडे वळवू लागले. रात्री थकून-भागून घरी आल्यावर त्याच्याबद्दलचे विचार मनात येत, परंतु शरीर इतकं थकलेलं असे, की असे विचार फार काळ राहत नसत.

मला वाटतं, इतके वाईट दिवस माझ्या व एक्सच्या आयुष्यात आले नसते, तर आम्हाला वेगळं होताना असह्य त्रास झाला असता. खरी गोष्ट अशी होती, की माझी माझ्याशीच जणू नव्याने ओळख होत होती आणि आता इतर कोणासाठीही माझ्या आयुष्यात जागाच नव्हती, अगदी नवऱ्यासाठीसुद्धा!

या वेगळं राहण्याच्या प्रक्रियेमुळे आजवर कधीच अनुभवता न आलेल्या स्वातंत्र्याची जाणीव मला झाली. माझ्या आयुष्यात अनेक व्यक्ती माझ्या

आवतीभवती कायमच होत्या. मी कॉलेजमध्ये असताना, एकदा लपूनछपून एकटीच सिनेमा बघायला गेले होते. असं एकटं जाण्याच्या अनुभवामुळे माझ्या दृष्टिकोनात काय फरक पडेल, या विचारांनी मी कमालीची उत्साहात होते. पण त्या वेळी बंगलोर आजच्याइतकं मोठं शहर नव्हतं. थिएटरमध्ये एका लांबच्या मैत्रिणीच्या चुलतबहिणीने मला एकटीला बघितलं आणि माझ्या जवळची सीट अनोळखी माणसाबरोबर बदलून घेतली. माझी बंडाची कल्पना धुळीस मिळाली. माझ्याबरोबर कोणीच नाही, याची त्या बहिणीला फारच काळजी वाटली असावी.

त्यानंतर प्रियकर, मित्रमैत्रिणी, कुटुंबीय यांच्याबरोबरच कायम सिनेमा बघायला गेले आणि हळूहळू माझी एकटेपणाची भूक, इच्छा नाहीशी झाली. पण इथे मुंबईमध्ये, एकाच शहरात वेगवेगळं राहण्याची मदत खूपच झाली.

साडेबारा दशलक्ष लोकसंख्या आपापल्या आनंदाच्या शोधात अहोरात्र गुंग असते, अत्यंत धावपळीत असते अशा मुंबई शहराला माझ्यासाठी वेळ नव्हता. इथे मी एकटीच सिनेमाला गेल्यावर माझी ऑफीसमधील कोणी सहकारी भेटली, तर फक्त खांदे उडवून ''थोडी विचित्रच आहे ती,'' अशी माझ्याबद्दल प्रतिक्रिया व्यक्त करून निघून जाईल. किंवा एखाद्या हॉटेलात मला कोणी भेटलं, तर हात हलवेल फक्त. सात बेटांवर वसलेल्या, या अवाढव्य शहराचा अलिखित नियम असा आहे, की प्रत्येकाच्या खासगी आयुष्याचा आदर करायचा! हो, अगदी लोकसंख्या २० हजार प्रति चौरस किलोमीटर असली, तरीही हे खासगीपण जपल्याचा अलिखित नियम पाळला जातोच!

आमचं असं भावनिक तुटलेपण मला एकटीला जगायला शिकताना, खूप काही शिकवून गेलं, किंबहुना हे न गुंतणंच अधिक गरजेचं होतं. अशा मुंबई शहराने मला खंबीरपणे स्वतःच्या पायावर उभं राहायला शिकवलं. निष्ठुर राहून कोणत्याही पुरुषी आधाराशिवाय जगायला शिकवलं. या थोड्याशा कठोर आणि मूर्खपणा चालवून न घेणाऱ्या शहराने न अडखळता दोन पायांवर चालायला शिकवलं. आजवर माझ्या हृदयात जपलेल्या स्वातंत्र्याबरोबर जगायला शिकवलं!

३

कायद्याचे लांब, सुंदर हात

अब आया उंट पहाड के नीचे!

आजवर कधी वकिलाच्या ऑफिसमध्ये मी पाऊलही टाकलं नव्हतं. मी कायदा पाळणारी नागरिक होते, हे तर यानं सिद्ध होतंच, पण त्याचबरोबर हेही खरंय, की मी आजवर कधी मालमत्तेत गुंतवणूकही केली नव्हती आणि एका रात्रीत वडिलोपार्जित संपत्ती मिळण्याएवढी मी नशीबवानही नव्हते.

आता मात्र रेकॉर्ड तोडायची वेळ आली होती. कधीही वकिलाचं ऑफीस न बघणे, याचा मला घटस्फोटाच्या वेळी काहीच फायदा होणार नव्हता. चांगला वकिल मिळवण्याकरता मित्रांना काही विचारण्याचा खूप संकोच वाटत होता. मग काय? मूर्खासारखी मी एका अनोळखी वकिलाच्या ऑफिसमध्ये गेले. कुठल्यातरी रस्त्यावरच्या त्या वकिलाच्या ऑफिसबाहेरच्या पाटीवर त्याच्या नावामागे पदव्यांची झुकझुकगाडी जोडली होती. मी एखाद्या हिंदी सिनेमाच्या सेटवर फिरते आहे, असं वाटत होतं.

मी ऑफिसमध्ये पोहोचताच तोंडात पान चघळणाऱ्या, तांबडेभडक ओठ असलेल्या, शर्टाची सर्व बटणं उघडी असलेल्या, मनगटात सोन्याच्या चेन्स घातलेल्या आणि कानातून केस बाहेर डोकावत असलेल्या एका माणसाने (?) मोठी ढेकर दिली. त्याने जेवणावर छान ताव मारला होता, ते ठीक आहे. पण मला माझ्या कामाशी मतलब होता. एखाद्या भित्र्या मुलीसारखं मी, ''मला घटस्फोट हवाय आणि मी त्यासाठी वकिल शोधते आहे,'' हे एका दमात सांगून टाकलं. दोन्ही हात चोळत तो म्हणाला, ''का नाही? का नाही? आपण आधुनिक काळात राहतो आणि आपण स्वतंत्र आहोत.'' त्याला काय म्हणायचं होतं, त्याचं त्यालाच माहीत! पण मला असं वाटलं, की त्याची वकिली त्याच्या इंग्लिश बोलण्यापेक्षा बरी असावी. परस्पर संमतीनं घटस्फोट हवाय, याबद्दल मी त्याला थोडक्यात स्पष्ट करून सांगितलं.

त्याला तपशील हवे होते. ''का? सेक्स नीट होत नाही? की दुसऱ्या कोणाबरोबर भानगड आहे?'' मी थोडक्यात पण घाईघाईनं सांगितलं. त्याने मला त्याचं कार्ड दिलं आणि माझ्यासमोरच पानाची एक पिंक टाकून सांगितलं की, मी त्याला कधीही फोन करू शकते, दिवसा...किंवा रात्रीही... त्याने मला 'स्पेशल' फी सांगितली कारण त्याच्या मते मी तरुण आणि वास्तवाचं भान असलेली होते!

मी मोठाच धडा शिकले, कोणाच्याही ऑफिसमध्ये असं सरळ घुसायचं नाही. पुढे काय वाढून ठेवलेलं असेल, कोणास ठाऊक? कोणाला विचारावं, या विचाराने मला काळजी वाटत होती. बरीच माथेफोड केल्यानंतर काही निवडक मित्रमंडळींना विचारायचं मी ठरवलं. त्यांच्या खूप ओळखी होत्या. त्यांच्याकडून काही नंबर्स मिळाले आणि त्या यादीतल्या पहिल्या वकिलीण बाईंना मी फोन लावला. त्यांच्या सेक्रेटरीने आमची भेट नक्की केली आणि मी लवकरच त्यांच्या गुबगुबीत कोचाच्या ऑफिसमध्ये दाखल झाले. एकंदर वातावरणाचा डामडौल बघून माझ्याकडून किती फी घेतली जाईल, या विचाराने माझ्या पोटात गोळा आला. माझ्या बिलातून त्या सुंदर, कनवाळू सेक्रेटरीचा एक ड्रेस आणि त्यावरच्या मॅचिंग गोष्टी तर येणार नाहीत ना, असा विचारही मनात येऊन गेला (आणि हो! त्यात केशरी रंगाच्या सहा इंच टाचेच्या चपलासुद्धा येतात बरं का. अहो, मी मस्करी नाही करत तुमची!)

मी थोडा वेळ तिथे चालू असलेलं शास्त्रीय संगीत ऐकलं आणि 'कॉस्मोपॉलिटन'चा अंक चाळला. त्यानंतर मला एका मोठ्या बोर्डरूममध्ये बोलवण्यात आलं. तिथे एक महिला वकील प्रकट झाली. मी ??? कसं सांगू? तिने एखाद्या सूटसारखी साडी 'घातली' होती, पण तिचे मोकळे कुरळे केस, तिच्या परफ्युमचा तीव्र गंध आणि तिचे चकचकीत मॅचिंग दागिने हे सगळं खूपच भडक होतं.

ती सरळ माझ्याकडेच चालत आली आणि हस्तांदोलन करण्याऐवजी माझा छोटा पंजा दाबत, माझ्या डोळ्यांत खोल बघत, आवंढा गिळत म्हणाली, ''तुला ऑफिसमध्ये यावं लागल्याबद्दल क्षमस्व.'' ती एखादा 'बाईट' देत असल्यासारखं बोलत होती. ''सत्य पचवून वास्तव स्वीकारलं पाहिजे,'' असं काहीतरी बोलली. तिच्या हिरव्या रंगाच्या साडीला मिळतं जुळतं काजळ तिने

घातलं होतं. असा नमुना आजवर कधीच बघितला नव्हता. जन्मापासून मी सावळ्या, जीन्स-टीशर्ट घालणाऱ्या, मोकळ्या केसांच्या बायका बघत होते. हे प्रकरण जरा वेगळंच होतं.

आम्ही बसल्यावर तिने स्ट्राँग आणि गरम कॉफी आणायला सांगितलं. (ती थेट माझ्या डोळ्यांत बघूनच बोलत होती. नशीब मी 'जंगलबुक'मधल्या 'का'सारखे डोळे मिचकावले नाहीत!) 'पुरुष अगदी नालायक असतात.' तिने एक तीव्र शेरा मारला. मला ह्या अशा प्रकारच्या टोमण्यांचा अतिशय तिटकारा आहे. तिला माझ्याबद्दल किंवा एक्सबद्दल काहीच माहीत नव्हतं, त्यामुळे तिने एक्सवर असा शेरा मारणं मला अजिबातच पटलं नव्हतं. ज्या माणसानं तुमच्या स्वप्नांची राखरांगोळी केली, त्या पुरुषाच्या बचाव करणं, खरं तर हास्यास्पद होतं. पण इथे प्रश्न फक्त एक्सचा नव्हता. ती माझ्याशी खेळ खेळते आहे, असं मला वाटायला लागलं होतं.

मला वाईट वाटतंय हे तिला कळत होतं आणि तिची अशी समजूत असावी, की त्या 'शत्रू'ला असं वेडंवाकडं बोलल्यावर ती माझं मन जिंकून घेईल. पण हे मला अयोग्य आणि माणुसकीला सोडून असल्यासारखं वाटत होतं. माझ्या सुदैवानं नेमका त्याच वेळी माझा फोन वाजला. त्या फोनवर पलिकडून व्होडाफोनचा अधिकारी बोलत होता. ''हो, हो, मी लगेच पोहोचते,'' या माझ्या उद्गारांनी तोही चक्रावला असणार!

मला जरा तातडीनं जायला लागतंय, असं मी तिला सांगितलं. तिने, मला काही मदत हवीय का, असं विचारलं. मी हसून तिचा निरोप घेतला आणि तिच्या कचाट्यातून कायमची सुटले. मी बाहेर निघणार, इतक्यात त्या सहा इंची केशरी सँडलच्या बाईनं माझ्या हातावर भलं मोठं बिल टेकवलं. माझा संताप झाला. पण मी रागानं तिथली काचेची फुलदाणी फोडण्याआधी त्या बाईनं मला सांगितलं की, ते फक्त तिथे प्रवेश करण्याचं बिल होतं! मग मला तिथं फुकट काय मिळालं होतं?

त्या संध्याकाळी मी एक्सला मला भेटलेल्या दोन्ही भयंकर वकिलांचे किस्से सांगितले. तेव्हा त्याने सहजपणे आम्हा दोघांच्याही मित्राने सुचवलेल्या एका वकिलाबद्दल सांगितलं. तो त्या वकिलाला भेटला होता आणि ती त्याला बरी वाटली होती. आमचा घटस्फोट परस्पर सामंजस्यानं होत होता. त्यामुळे माझी

हरकत नसेल, त्याच वकिलाला आम्हा दोघांच्याही वतीनं काम करण्यासाठी विचारायची त्याने तयारी दर्शवली.

मी दोन सेकंद विचार केला आणि 'हो' म्हणून टाकलं. आम्हाला मुलांची, संपत्तीची किंवा पाळीव प्राण्यांचीही वाटणी करायची नव्हती. वैवाहिक जीवनाखेरीज गमावण्यासाठी माझ्याकडे काहीच शिल्लक राहिलं नव्हतं आणि आता तर तेही राहिलं नव्हतं. आम्ही दुसऱ्या दिवशी त्या वकिलाला भेटायचं ठरवलं.

आम्ही तिच्या ऑफिसमध्ये पोहोचलो. तुमच्या-माझ्यासारखी दिसणारी पहिलीच वकिल होती ती. ती विचित्र नव्हती. तिने आमचं सगळं म्हणणं ऐकून घेतलं आणि अत्यंत विनम्रपणे विचारलं, की आम्ही तिच्याकडे का आलो आहोत. आम्ही सुटकेचा निश्वास टाकला. आम्ही आधीच एका विचित्र परिस्थितीत अडकलो होतो आणि त्या वकीलाने आमच्या अडचणी आणखी वाढवू नयेत, एवढीच माझी अपेक्षा होती. ती खरोखरच सभ्य, छान आणि सहृदयी होती. आमच्या नशीबानंच आमची तिच्याशी भेट झाली.

संध्याकाळी माझ्या एका जवळच्या मित्राला या वकिलाच्या भेटीबद्दल सांगितलं. ती कशी चांगली आणि मोकळ्या स्वभावाची आहे, हेही सांगितलं. पण माझी आणि एक्सची वकील एकच आहे, ही गोष्ट त्याला पचतच नव्हती. त्याच्या मते दोघांची वकील एकच करण्याचा निर्णय मूर्खपणाचा होता. कोणत्याही कागदपत्रांवर ती काहीही लिहून देईल आणि मी त्या कागदांवर आंधळेपणानं सही करेन, अशी त्याला भीती होती. (तो मला खूप आधीपासून 'ओळखून' आहे!)

ती वकील खरंच खूप चांगली आहे आणि एक्ससुद्धा वाईट माणूस नाही, हे मी त्या मित्राला समजावून सांगायचा खूप प्रयत्न केला. पण तो काही ऐकूनच घ्यायला तयार नव्हता. एक्स हा खरंच वाईट माणूस नव्हता पण त्याला नाती कशी जपायची, हाताळायची हे कळत नव्हतं, इतकंच. माझा मित्र एक्सबद्दल काही वेड्यावाकड्या गोष्टी बोलून, माझ्या अस्तित्वातच नसलेल्या (वकिलाच्या) समस्येवर तोडगा काढण्याचं आश्वासन देऊन निघून गेला.

दुसऱ्याच दिवशी तातडीनं त्याचा फोन आला. त्याने एक वकील गाठली होती.

ती खूपच चांगली होती आणि महिलांच्या हक्कांबद्दल तिला जाणीव होती. माझ्या मित्राची ती मैत्रिण असल्यामुळे मी डोळे झाकून तिच्यावर विश्वास टाकला. तिला माझ्या केसबद्दल तपशीलात आधीच सांगण्यात आलं होतं. माझ्या मित्राच्या म्हणण्यानुसार मी जरी एक्सच्याच वकिलाला नेमायचं ठरवलं, तरी सगळी कागदपत्रं एकदा याही वकिलाला मी दाखवून घ्यावीत.

'ॲलीस इन वंडरलँड'मधल्या ॲलीससारखी माझी परिस्थिती झाली होती. माझ्याकडे जे अनुभव नियती फेकत होती, ते मी हसतमुखानं झेलत होते, तेही कोणताही प्रतिकार न करता! स्वतःला खंबीर बनवण्याचा हा एक मार्ग आहे, असंच मी स्वतःला समजावत होते. त्यामुळे एक वकील, दोन, चार कितीही वकिलांशी जुळवून घ्यायची माझी तयारी होती. मला तरीही घटस्फोट मिळणारंच होता. मी त्या वकिलाला फोन केला आणि बोलता बोलता असं लक्षात आलं, की कर्मधर्मसंयोगानं ती एक्सचीच वकील होती! आम्ही या 'विनोदा'वर चांगल्याच हसलो आणि माझ्या मित्राबद्दल तिने काही कठोर गोष्टी सांगितल्या. मी ते सर्व ऐकून घेतलं आणि तिचं बोलणं आनंदानं मित्राला परत केलं! ती खरंतर कोणा एकाच्या बाजूने नव्हतीच. ती आमच्या केसकडे अतिशय व्यावसायिक आणि सहृदय दृष्टिकोनातून बघत होती.

शेवटी घटस्फोट झाल्यावर, आम्हाला एकाच गोष्टीचं दुःख होतं. आम्ही आम्हालाच जणू शिक्षा दिली होती. पार्श्वभूमीवर आमची वकील आमची कागदत्रं हातात सुरक्षित ठेवून होती आणि माझ्या डोळ्यांतून अव्याहतपणे अश्रू वाहत होते. तो भिंतीकडे रागाने बघत उभा होता. आम्ही शेवटचंच, एकमेकांच्या जवळ तरीही बरेच लांब उभे होतो...

❒

पाकीटमार व इतरांशी गप्पा...

हिंदी सिनेमात दाखवतात, तसं कोर्ट अजिबात दिसत नाही. प्रत्यक्ष कोर्टात कोणताही आरोपीचा पिंजरा नसतो, न्यायाधीशाच्या डोक्यावर टोप नसतो आणि तिथे कोणीही 'माय लॉर्ड' म्हणत नाही. मी याआधी वकिलाच्या ऑफिसमध्ये गेले नव्हते, तशीच कोर्टातही कधी गेले नव्हते. (हे तर्काला धरूनच होतं. किंवा भारतात बऱ्याच जणांना कोर्टात जाता येत नाही, याचाही विचार करायला हवा.) आपल्या देशात न्याय मागण्यासाठी कुठे जावं लागतं, हे कळण्याकरता तरी विद्यार्थ्यांसाठी कोर्टाची एखादी भेट असायला हरकत नाही. कदाचित, त्यानिमित्तानं आपली न्यायालयं स्वच्छ आणि चकचकीत दिसतील. नाहीतर वर्तमानातली न्यायालयं म्हणजे निराशाजनक वातावरण असलेल्या निर्वासितांच्या छावण्यांसारखी दिसतात.

एक्सलासुद्धा कोर्टात जाण्याचा अनुभव नव्हता, त्यामुळे आम्ही एकत्रच जाण्याचं ठरवलं. ''आम्ही येताना काय कपडे घालून येऊ?'' असा (बावळट!) प्रश्न विचारणाऱ्यातले आम्ही होतो! वकिलाच्या सांगण्यानुसार फारसे लक्ष न वेधणारे कोणतेही साधे कपडे आम्ही घातले तरी चालणार होतं. मग आम्ही औपचारिक कपडे घातले. मी एक सुती कुर्ता घातला आणि एक्सने निळ्या रंगाचा पूर्ण बाह्यांचा शर्ट घातला होता. त्यानंतर घाबरलेल्या मुलांसारखे आम्ही एक तास टॅक्सीने प्रवास करून कोर्टात दाखल झालो. अशा प्रसंगी डोक्यात असणारे सर्व विचार आमच्याही डोक्यात फेर धरून नाचत होते आणि आम्ही दोघेही आपापल्या खिडक्यांमधून भकास नजरेनं बाहेर बघत होतो.

कोर्ट जवळ यायला लागल्यावर मी त्याला न राहवून विचारलं, ''काय विचार करतो आहेस?'' ''आपले आनंदाचे क्षण आठवतो आहे,'' तो उत्तरला. मला फारच अपराधी वाटलं. तो असा विचार करत असताना, माझ्या मनात मात्र

आमच्या भयंकर, नकोशा आठवणी पुन्हापुन्हा येत होत्या. मी कदाचित तेवढ्या सकारात्मक, निरोगी विचारांची व्यक्ती नाही, हा विचार मी आवंढ्याबरोबर गिळून टाकला.

कोर्टाची इमारत बहुमजली होती. आम्ही वेळेआधीच तिथे पोहोचल्यामुळे तळमजल्यावरच आमच्या वकिलाची वाट बघत थांबलो. आम्ही जवळपास तासभर वाट बघत होतो. तिथे सगळे पुरुषच घटस्फोटासाठी का आले होते आणि तेही आंघोळ न केल्यासारखे अस्ताव्यस्त का दिसत होते, याचं आम्हाला आश्चर्य वाटत होतं. आमच्या माहितीप्रमाणे त्या वेळी भारतात समलिंगी संबंधांना कायद्याने परवानगी नव्हती. जेव्हा तिथे बेड्या घातलेल्या एका इसमाला बघितलं, तेव्हा काहीतरी गडबड आहे असं आम्हाला वाटलं. एक्सने त्याच्या शेजारच्या माणसाला विचारल्यावर कळलं, की तो स्वतः एक पाकिटमार चोर होता, पण त्या वेळी तो, त्याच्या भावाला वाचवायला आला होता. रस्त्यावरच्या वडापावच्या दर्जाबद्दल चर्चा करावी, इतक्या सहजपणे त्या पाकिटमारानं माहिती दिली.

आम्ही तिथे येण्याचं कारण त्याने आम्हाला विचारलं. आमच्या घटस्फोटाच्या केसबद्दल एक्सने त्याला सांगितल्यावर त्याने एखाद्या नटासारखी प्रतिक्रिया दिली. तो एकदम उठून उभा राहिला आणि आपल्या 'बंबैया' हिंदीत प्रेम किती महत्त्वाचं आहे, हे मोठ्यानं सांगू लागला. आम्ही आमचं 'प्रेम' टिकवायला हवं, असं तो ओरडला. आम्ही फारच संकोचून गेलो. आमच्या आजूबाजूचे लोक आत्यंतिक उत्सुकतेनं आमच्याकडे बघू लागले. त्यांना करमणुकीचं साधन मिळालं होतं! एक्सने त्या पाकिटमाराकडे बघून एक मंद स्मित केलं आणि आमच्या वकिलाला फोन लावला. तिने आम्हाला दुसरीकडे यायला सांगितलं. आम्ही कौटुंबिक न्यायालयाच्या ऐवजी फौजदारी न्यायालयात पोहोचलो होतो. नशीब वेळेवर कळलं नाही तर घटस्फोट झाल्यावर मी पण त्या चोरांसारखी दिसेन की काय, हा विचार माझ्या डोक्यात यायला लागला होता.

वरच्या मजल्यावर कौटुंबिक न्यायालय मात्र कौटुंबिक न्यायालयासारखंच दिसत होतं. आजूबाजूला बरीच जोडपी दिसत होती. क्वचित कोणाबरोबर काही मुलेही होती. तिथलं वातावरण अतिशय उदास होतं. मी आजपर्यंत बघितलेल्या दुःखी, भयंकर जागांपैकी ती सर्वांत भयाण, हृदय पिळवटून टाकणारी आणि

अतिशय नैराश्यपूर्ण जागा होती...आणि दुर्दैवानं मी त्या जागेचाच एक भाग होते. प्रत्येक जोडप्याची शोकांतिका वेगळी होती. तिथे येऊन कायद्यानं एखादी गोष्ट मोडणं, ही काही फार आनंदाची गोष्ट नव्हती. तिथे सर्वत्र भंगलेली स्वप्नं, हृदयभंगाचं दुःख, पश्चात्ताप, विमनस्क भावना भरून राहिल्या होत्या. तिथे कोणत्याच आनंदी, चांगल्या गोष्टीला थारा नव्हता, हे स्पष्टपणे जाणवत होतं. सगळीकडे विषण्णता व्यापून राहिली होती.

मी आणि एक्स एकमेकांच्या जवळ सरकलो. आम्ही जरी घटस्फोट घेण्यासाठी तिथे आलो असलो, तरी आमच्यात आणि भवतीच्या जोडप्यांमध्ये काहीच साम्य नव्हतं. एक स्त्री तिथे एका जाड्या माणसाशी बोलत होती. तरुणपणी ती खूप सुंदर दिसत असणार. ती त्या माणसाला रडत रडत विचारत होती, ''मी काय आता जीव देऊ का स्वतःचा?'' त्यावर तो लठ्ठ माणूस दुसरीकडेच बघत रागाने मुठी भिंतीवर आपटत होता.

एक छोटा मुलगा आपले रिपोर्ट वकिलाला दाखवत होता. त्याची आई सांगत होती, ''त्या माणसाने याला खूप त्रास दिलाय. त्याच्या जखमांचे व्रण बघा. तरी आता खूप कमी झाले आहेत.'' 'तो' माणूस अगदीच किरकोळ आणि बुटका होता. त्याने आपल्या हडकुळ्या हातांची घडी सोडली. एक हात मुलाच्या खांद्यावर ठेवून दरडावत विचारलं, ''मी तुला त्रास देत नाही ना रे?'' त्या मुलाने झटकन् त्याचा हात झटकला आणि त्याने आईकडे आणि वकिलाकडे बघितलं. तिघे विरुद्ध एकटा!

तिथे एक वृद्ध जोडपंही आलं होतं. त्या वडलांना धड चालताही येत नव्हतं आणि बरोबरच्या माणसाला सारखं काहीतरी विचारत होते. ते त्यांच्या तरुण मुलीबरोबर तिथे आले होते. ती मुलगी खूपच दुःखी दिसत होती. मादक द्रव्य घेतल्यावर होतात, तसे तिचे डोळे भकास दिसत होते. ते जोडपं दुःखी आणि निराश दिसत होतं. आपलं दुःख उराशी कवटाळून एका कोपऱ्यात ते मुटकुळं करून बसलं होतं.

एका स्त्रीने एका पुरुषाच्या तोंडावर पैसे फेकले व ''मला तुझे पैसे नकोत,'' असं जोरात किंचाळून तिथून निघून गेली. त्या माणसाने शांतपणे त्याच्या वकिलासह त्या विखुरलेल्या नोटा गोळा केल्या. सगळे जण बघत होते. अस्ताव्यस्त नोटा हातात धरून गोंधळलेल्या नजरेनं तो आजुबाजुला बघत राहिला. पुढे काय करायचं, हेच त्याला कळत नव्हतं.

एक माणूस सगळ्यांदेखत त्याच्या बायकोवर हात उगारत होता आणि मारण्याची धमकी देत होता. एक वकील ताबडतोब तिथे आला आणि त्याने मध्यस्थी केली.

हे सगळं चुकीच्या तऱ्हेनं लक्षवेधक होतं. ती लोकं तिथे काय पद्धतीने वागत होती, याचं चित्रीकरण करून त्याच लोकांना दाखवलं असतं, तर स्वतःच्या चुकीच्या वागण्याची त्यांना निश्चितच लाज वाटली असती.

कधी नव्हे ते मला आणि एक्सला एकमेकांबद्दल कृतज्ञ वाटत होतं. आम्हीही घटस्फोटासाठीच आलो असलो, तरी आमचं वर्तन समजूतदारपणाचं, सभ्य होतं. कदाचित आमची मुळातली माणुसकी आणि चांगुलपणा टिकून होता म्हणूनही असेल, पण आम्ही शांतपणे तिथे बाकड्यावर बसलो होतो आणि आजूबाजूच्या लोकांचं निरीक्षण करत होतो. लोक आमच्या शांतपणाकडे, सभ्यपणाकडे आश्चर्याने बघत होते. प्रत्येक दिवशी इथे अगणित नाटकं घडत असतील आणि इथल्या भिंती ते नाट्य बघून किती थकल्या असतील, असा विचार माझ्या मनात आला.

न्यायाधीश आम्हाला समुपदेशकाकडे जाण्याचा सल्ला देतील, याची कल्पना मला वकिलांनी दिली होती. आम्ही समुपदेशकाकडे तासभर होतो. ती बाई विनम्र होती पण फारच तटस्थपणे बोलत होती. आम्ही एकत्र का राहू शकत नाही, हे ती विचारत होती. त्याक्षणी मला काहीच सुचलं नाही आणि मी बोलून गेले, ''तो कामात सतत व्यग्र असतो.''''तुमचं सोनं त्यानं तुम्हाला परत दिलं आहे का?'' तिने पुढे विचारलं. या प्रश्नाचं काय उत्तर द्यायचं, ते मला कसं कोण जाणे पण माहीत होतं. तिच्याइतक्या गंभीर सुरात मी ''हो'' असं उत्तर दिलं. बायकोच्या आर्थिक संरक्षणासाठी हे केलं जातं, असं मला सांगण्यात आलं. आपली न्यायव्यवस्था किती सहृदय आहे ना! मला ती नवऱ्याने मारहाण केलेली स्त्री आठवली. कदाचित घटस्फोटही तिला जबरदस्तीने घ्यावा लागत असेल. सोनं मिळण्याची कायदेशीर सोय नसती, तर तिला वकिलाकडे जाता आलं नसतं. सगळं काही गमावलंय असं वाटल्यावर कोणी तिला प्रश्न विचारला असेल, ''तुम्हाला तुमचं सोनं परत मिळालं का?'' जे सोनं देण्याचं तिला कदाचित अन्यायाने नाकारलं गेलं असेल, तेच तिला परत मिळालं असेल आणि त्यामुळेच कदाचित स्वातंत्र्यही! हे थोडं नाट्यमय वाटत असेलही पण कोणीतरी

स्त्रियांच्या हक्काकडे लक्ष ठेवून आहे, हे बघून खरंच बरं वाटलं! पुरुषांनी ठरवलं असेल का हे? कोणास ठाऊक!

आमचं कोर्टमधलं पहिल्या दिवसाचं काम संपलं होतं. आता प्रत्यक्ष घटस्फोट मिळेपर्यंत सहा महिने आम्हाला वाट बघायची होती. सगळा अनुभव फारच भीतिदायक होता. आपल्या वास्तवापासून, दैनंदिन आयुष्यापासून ही ठिकाणं खूपच लांबवर असल्यासारखी वाटतात. हे सगळं किती वाईट आहे, याची कोणी आपल्याला कल्पनासुद्धा देत नाही. या वास्तवापासून दूर असलेल्या दुनियेत फक्त हृदयभंगाचं दुःख आणि ते कुरवाळणारी माणसं वास करतात!

या सगळ्या खटाटोपानंतर मला आणि एक्सला बिअर आणि बिर्याणीची गरज होती. संध्याकाळी सूर्यास्ताच्या वेळी आम्ही एकमेकांचं अभिनंदन केलं. आम्ही अंधाराच्या प्रदेशातून युद्ध जिंकून सुखरूप परतलेले योद्धे आहोत, असं वाटत होतं!

❑

कसले पैसे, हनी?

प्रत्यक्ष घटस्फोट सहा महिन्यांनी होणार होता. माझ्या काही चतुर, हुशार मित्रमैत्रिणींनी तातडीनं, काळजीपूर्वक पण खुबीनं प्रश्न विचारायला सुरुवात केली. ''पोटगी?'' ''तो तुझं देणं लागतो.'' ''मेंटेनन्सचं काय?''

मला कसंतरीच झालं. हरवलेल्या प्रेमाच्या मोबदल्यात पैसा मागायचा, हा फारच गिळगिळीत प्रकार वाटला मला. त्यांनी मला पोटगीबद्दल आधी सांगितलं होतं पण सहा महिन्यांचा अवधी होता आणि मी आत्ताच याबद्दल काही बोलले नाही, तर पुन्हा मला कधीच मागता येणार नव्हतं.

आम्ही दोघांनीही आयुष्यात बरंच काही गमावलेलं असताना, मी त्याच्याकडे पैशाची मागणी कशी करू शकणार होते?

माझ्या आयुष्यातली पाच वर्षं मी गमावली होती. त्या पाच वर्षांत मी स्थिरस्थावर झाले असते, स्वतःचं घर घेतलं असतं, मला मुलंही झाली असती आणि कोणत्याही मध्यमवर्गीय स्त्रीसारखं आयुष्य जगले असते. हे त्याच्याही आयुष्यात घडलं असतं. ती पाच वर्षं आमच्या आयुष्यात पुन्हा कधीच येऊ शकणार नव्हती.

आम्ही संसाराची स्वप्नं एकत्र बघितली होती. पण त्याच्या एका चुकीच्या समजुतीमुळे त्याने माझं प्रेम लाथाडलं होतं, माझा विश्वासघात केला होता, मला तीव्र दुःख दिलं होतं. आमच्या संसाराच्या स्वप्नांची त्याने राख रांगोळी केली होती. पण तरीही, त्यामुळे त्याला शिक्षा करण्याचा अधिकार मला पोहोचत नव्हता. त्यालाही दुःख झालं होतं, हे मला ठाऊक होतं. माझ्या दुःखाला कारणीभूत तो ठरला म्हणून त्याला 'दंड' करणं फारच कोत्या वृत्तीचं

लक्षण होतं. किंवा मला त्याच्या चुकीची भरपाई पैशाने करू देण्याचा त्याला आनंद मिळू द्यायचा नव्हता.

पाच वर्षांच्या संसाराचा हिशेब कसा मांडणार? कोणी किती बटाटे, भाजी इ. आणलं, असा हिशेब तर इथे नसतो ना. या काळाचं तुम्ही काय मोजमाप करणार? तुमच्या आयुष्यातल्या एका वर्षाची खरीखुरी किंमत काय? त्यानं मला कितीही भरपाई दिली, तरी माझं तारुण्य तो मला परत करू शकणारच नाही. माझा लग्नसंस्थेवरचा उडालेला विश्वास त्याने केलेल्या भरपाईने परत येणार नाही. माझ्या आयुष्यातल्या दोन काळ्याकुट्ट आणि नैराश्यपूर्ण वर्षांची भरपाई तो काहीही करून करूच शकणार नाही.

त्याने मला आयुष्यभरासाठी बदलून टाकलं. आजपर्यंत जाणीव नसलेल्या कौशल्यांची मला ओळख करून दिली. प्रचंड नैराश्यावर मात करून विजय कसा मिळवायचा, हे मी त्याच्यामुळेच शिकले. त्याने मला अकाली प्रौढ बनवलं. माझ्या छोट्या-छोट्या आनंदासाठी झगडायला शिकवलं, भले त्यासाठी माझं रक्त का सांडेना!

त्याने मला वेदनेची, दुःखाची भाषा शिकवली!

कित्येक गोष्टी मला पुन्हा नव्याने शिकाव्या लागल्या. उदा. विश्वास ठेवणे, चांगुलपणावर विश्वास ठेवणे, हसणे, कडवटपणा न धरणे, मौजमजा करणे, चंचल प्रेमावर माझा स्वाभिमान अवलंबून नसणे, भविष्याबद्दल स्वप्ने रंगवणे इ.इ.इ. मला आयुष्य जगायला पुन्हा शिकावं लागलं!

माझ्या आयुष्यातलं सर्वसामान्यत्वच हरवून गेलं होतं आणि अतिशय दुःखी मनानं मला माझ्या मनाला सावरणं भागच होतं. त्यामुळे माझ्या आयुष्याला गेलेले तडे दिसत होते का? मला नाही सांगता येणार. ते दिसतच असतील, तर ते विद्रूप दिसू नयेत, इतकीच माझी अपेक्षा होती. एखाद्या योद्ध्याच्या अंगावर असलेल्या लढाईच्या विजयाच्या जखमांच्या व्रणासारखे ते दिसावेत, आतून मला पोखरणाऱ्या विषारी जखमेसारखे नकोत, एवढंच मला वाटत होतं.

तो किती मोठ्या नुकसानाला कारणीभूत होता, याची त्याला कल्पना तरी असेल का? असं मला खूपदा वाटायचं. पण मी तो विचार झटकून टाकत असे. त्याचं आयुष्य त्याने कसं जगायचं, हे त्याने ठरवायचं, असं मी स्वतःला समजावत

असे. आता आम्ही वेगळे झालो होतो आणि आता मला फक्त माझा स्वतःचा विचार करायला शिकायचं होतं. त्याने यापासून काही धडा घेतला का, किंवा, तो आता तरी भावनिकदृष्ट्या परिपक्व झालाय का, याच्याशी आता मला काहीच देणंघेणं नव्हतं. मी त्याच्यापासून तुटून माझं आयुष्य जगते आहे. तो तसं करतो की नाही, हा त्याचा प्रश्न आहे, माझा नव्हे! एखाद्या खोडसाळ, दांडगट मुलाने मोडलेल्या खेळण्यासारखं मला वाटत होतं...

एक दिवस बसून मी 'आमच्या' घरात माझ्या पैशाने आणलेल्या वस्तूंची यादी केली. मी घरात खूप सुंदर गोष्टी आणल्या होत्या, ज्यांनी घराला घरपण येतं! दगड-सिमेंट-वाळूच्या बनलेल्या त्या भिंतींमध्ये मी कदाचित उपयोगाच्या वस्तू आणल्या नव्हत्या, पण मी आणलेल्या वस्तूंनी त्या इमारतीला घरपण आलं होतं. त्याशिवाय काही मोठ्या वस्तूंच्या खरेदीतही माझा हातभार होता. उदा. फ्रिज. मी भांडून मोठा फ्रिज घ्यायला लावला होता. हेतू हा की, किमान २०-२५ वर्षं तरी नवीन घ्यायला नको! टी.व्ही.चंही तसंच. खरं तर आम्ही सगळ्या चांगल्याच आणि मोठ्याच वस्तू घेतल्या होत्या. आयुष्यभर आम्ही एकत्र राहणार होतो, तर वस्तूही तशाच टिकाऊ असाव्यात, असा विचार त्या खरेदीमागे होता.

मी हिशोबाचा आकडा बघितला. त्या वस्तूंची मी दिलेली किंमत फार काही नव्हती. परंतु त्यात ब्राझिलमध्ये एखादी सुट्टी नक्की होऊ शकली असती! खंतावून मी असा विचार केला, लग्न करण्यापेक्षा मी एखाद्या मोठ्या सुट्टीवर गेले असते, तर वेळ, पैसा आणि डोकेदुखी तरी वाचली असती. मी तो कागद फाडून फेकून दिला. या घरासाठीच्या वस्तूंचा अर्धा खर्च मी त्याला मागायचा? आणि त्यानं साध्य काय होणार होतं? हे सगळं फारच दुःखद होतं.

या पाच वर्षांची किंमत खरं तर खूपच जास्त होती. याच्याशी लग्न करायचं म्हणून कित्येक स्थळं (चांगली?) मी नाकारली. एकत्र राहता यावं यासाठी चांगल्या पगाराच्या काही नोकऱ्यांची संधी सोडून दिली. याच्याशी मैत्री व्हावी म्हणून माझी कितीतरी मैत्रीची नाती हरवली. माझा अमूल्य विश्वास त्याने एका फटक्यात मोडला. माझ्या आई-वडिलांना दुःख दिलं. एकटेपणाची भीती, आपलं प्रेम आपल्याला कधीही दूर लोटेल, याची कायमची धास्ती माझ्या मनात बसली.

त्याने मला इतकं पाषाणहृदयी आणि कठोर बनवलं होतं, की माणसात यायला मला खूप काळ तर्क, तत्त्वज्ञान आणि विश्वासानं मेहेनत घ्यावी लागली. हो, तो मला पैसा नक्कीच देऊ शकला असता, पण या साऱ्या अमूर्त आणि अमूल्य गोष्टी तो मला कधीच परत करू शकला नसता!

माझ्या आईने सांगितलं, की त्याच्या घरून (माझ्या सासरकडून) मला घातलेलं सोनं ती परत करणार आहे. पण त्याने ते घेतलं नाही. मीही आग्रह केला नाही. 'आपत्कालीन संपत्ती' असं मी त्या सोन्याकडे बघते. आमच्या दोघांचे एकत्रित जे काही पैसे होते, त्याचे जराही चर्चा न करता आम्ही दोन भाग केले.

मला आता असं वाटतं की, आम्ही दोघांनीही ही सगळी प्रक्रियाच खूप सभ्यपणे आणि समजूतदारपणे हाताळली. त्याचं कारण म्हणजे आमच्याकडे गमवायला काही शिल्लकच राहिलं नव्हतं. आमच्याकडे भरपूर संपत्ती होती असंही नव्हतं. त्यामुळे आमच्या मुळातल्याच सभ्य स्वभावामुळे, आहे त्या संपत्तीचा फारसा मोह आम्हाला दोघांनाही नव्हता.

मी स्वतःच्या पायावर उभी होते, त्यामुळे मी पोटगी घेण्याचं नाकारलं. माझ्याकडे उत्तम शिक्षण होतं आणि चांगली नोकरीही होती. त्यामुळे त्याने मला काहीही देण्याची गरजच नव्हती. मी पैशाच्या व्यवहारात फारशी व्यवहारी व्यक्ती नाही. तरीही मी घटस्फोटाच्या प्रक्रियेतील आर्थिक बाबी फारच धोरणीपणानं, जाणीवपूर्वक व योग्य तऱ्हेनं हाताळल्या. माझ्या मते मी योग्यच केलं. कदाचित त्या वेळी तेवढंच करणं शक्य होतं!

◻

शेवटचा हातोड्याचा घाव...

सहा महिन्यांच्या काळात फारसं काही पदरात पडलं नाही. या दरम्यान आमच्या काही भेटी झाल्या पण त्यात विशेष असं काही घडलं नाही. आमच्या संवादात काही सुसंगतीच नसायची. त्या एका 'मोठ्या समस्ये'विषयी जोपर्यंत तो स्वतःहून काही करत नव्हता, तोवर काहीच घडणं शक्य नव्हतं. त्याला त्याच समस्येवर तोडगा शोधता येत नव्हता आणि मी त्याला मदत करू शकत नव्हते. बहुतेक जोडप्यांसाठी हा सहा महिन्यांचा काळ म्हणजे फक्त वाट बघण्याचा काळ असतो, कारण या काळात संसार वाचवण्यासाठी त्यांना काही करता येणार नसतं. आमच्या बाबतीत मात्र शेवटच्या क्षणापर्यंत आमची आशा टिकून होती. मला वाटतं, प्रत्यक्ष घटस्फोट होईपर्यंत हे कटू सत्य मान्य करण्याची आम्हा दोघांचीही इच्छा नव्हती.

हा माझ्या आयुष्यातला सर्वात नैराश्याचा काळ होता, कारण माझं सुख कोणा दुसऱ्याच माणसावर अवलंबून होतं आणि त्यातली सर्वांत वाईट गोष्ट अशी होती, की मी त्याबद्दल काहीच करू शकत नव्हते. असहायपणे वाट बघण्याखेरीज माझ्या हाती काहीच उरलं नव्हतं. तो त्याच्या दुर्गुणांशी लढत होता (आणि माझ्या मते त्या दुर्गुणांवर मात करणं सहज शक्य होतं) आणि त्याला या लढाईत यश येईपर्यंत मला वाट बघणं क्रमप्राप्त होतं.

आमच्या संसाराचा शेवटचा दिवस जवळ येऊन ठेपला होता आणि एक दिवस कोर्टाची शेवटची तारीख पडली. या वेळी, आम्ही काय कपडे घालायचे यासाठी कोणाच्या सल्ल्याची आम्हाला गरज नव्हती. एखाद्याच्या मयतीला जावं तसा आमचा मूड होता. तसं बघायला गेलं तर एका अर्थानं आमच्या प्रेमाचा, आशेचा आणि लग्नाचा तो मृत्यूच होता!

आम्ही कोर्टात गेल्यावर त्या दिवशी ज्यांची सुनावणी होती, त्यांची एक यादी आम्हाला देण्यात आली. मी ती यादी वाचली आणि त्यांच्या घटस्फोटांच्या कथेबद्दल विचार करू लागले. त्या यादीत आमचं नाव नसल्यामुळे आम्ही अस्वस्थ झालो. आम्ही वकिलाला लगेच फोन लावला आणि आम्हाला कळलं की, पहिल्या वेळेसारखंच याही, शेवटच्या वेळीही आम्ही चुकीच्या ठिकाणी पोहोचलो होतो. आम्ही वेगळ्याच मजल्यावर गेलो होतो. एखाद्या आशावादी माणसाला यात आमचं लग्न न तुटण्याचा संकेत दिसला असता. पण आम्ही वास्तववादी होतो.

आम्ही एक मजला चढून गेलो आणि स्वच्छतागृहाच्या दुर्गंधीनं आमचं स्वागत केलं. जिथे गोष्टींचा शेवट होतो, तिथे अशी दुर्गंधीच अपेक्षित आहे. जणूकाही सगळ्या चांगल्या गोष्टी संपल्या आहेत आणि फक्त वाईटच उरले आहे. आम्ही इतरांच्याकडे लक्ष देण्याच्या मनस्थितीत नव्हतो. मला वाटतं, आम्ही कोणत्याही क्षणी ''चल, सगळं विसरून जाऊ,'' असं म्हणून एकत्र घरी परत जाऊ शकलो असतो, याची आम्हाला जाणीव होती.

आम्ही जणू काही मिळालेल्या शेवटच्या संधीचा जाणीवपूर्वक आणि निष्ठूरपणे गळा दाबत होतो, असं मला वाटलं. मी त्याच्याकडे बघितलं. त्याचे डोळे भरून आले होते आणि तो स्वतःशीच हताशपणे ''नाही, नाही,'' अशी मान हलवत होता. त्याच्या डोक्यात काय विचार चालू असतील, याचं मला आश्चर्य वाटलं. तो आमच्या आयुष्यातला सर्वांत वाईट दिवस होता. कोणत्याही आशेशिवाय फक्त वाट बघण्याचा!

आम्ही वाट बघत थांबलो होतो. एक्सने माझा हात त्याच्या हातात घट्ट धरला. तिथे घटस्फोट घ्यायला आलेल्या जोडप्यांपैकी एकमेकांचे हात धरणारे कदाचित आम्ही एकमेव होतो. पण मला समजलं. मीसुद्धा त्याची चांगली मैत्रीण होते. या एका हस्तस्पर्शात मूकपणे तो माफी मागत होता. दुःखाची वेदना होती, प्रेमाचं वैफल्य होतं आणि दुखावलेपण, एकटेपणाही होता.

मी त्याच्या हस्तस्पर्शाला प्रतिसाद दिला नाही. मी स्वतःला एकटं आणि खंबीर राहायला शिकवत होते. मला आता त्याची मैत्रीणही व्हायचं नव्हतं आणि त्याला समजूनही घ्यायचं नव्हतं. पण एक विचित्र गोष्ट अशी होती; की माझ्यातलाच अर्धा भाग मला हे सांगत होता की, मी जर त्याच्याकडे 'नवरा'

म्हणून न बघता एक माणूस म्हणून बघितलं असतं, तर इतक्या वर्षांनंतर त्या भयंकर दिवसानंतर जे घडलं, ते मला कदाचित लवकर स्वीकारता आलं असतं.

वकिलाला आमच्यातल्या मूडचा अंदाज आला आणि ती थोड्या अंतरावर जाऊन उभी राहिली. त्या गर्दीतही आम्हाला खासगीपणा देण्याइतपत ती नक्कीच संवेदनशील होती. तिने आमची केस चालवली, याचा खरंच मला खूप आनंद आहे. न्यायाधीशांच्या खोलीच्या दाराजवळच्या माणसाने आमचं नाव पुकारलं.

त्याचे शब्द त्या क्षणी फारच कानठळ्या बसवणारे, भडक वाटले. प्राण निघून गेल्यासारखे मी आणि एक्स न्यायाधीशांच्या खोलीत गेलो. त्यांच्यासमोर उभे राहिलो. शाळेत मी मोठी चूक केली आहे आणि त्यासाठी आता शाळेतून मला काढून टाकणार, असं मला त्या क्षणी वाटत होतं. माझे हात–पाय गार पडले होते. हृदयाचे ठोके वाढले होते आणि जीभ टाळूला चिकटली होती. ते खरंच भीतीदायक होतं. एक्सला ते कळलं आणि तो माझा हात धरून मला सावरणार, इतक्यात मी घाईनं बाजूला झाले.

मी त्या महिला न्यायाधीशांकडे बघितलं. त्या आमच्या केसबद्दल काय विचार करत असतील? दोन तरुण माणसं अजूनही एकत्र येऊ शकण्याची शक्यता असताना, एका सणकेनं नातं तोडायला निघाली आहेत, असं त्यांना वाटत असेल का? की दोन अत्यंत भिन्न स्वभावाच्या व्यक्ती ज्या आता एकत्र आहेत, त्या खरंतर संधी मिळाली असती तर कधीच एकत्र आल्या नसत्या, असा विचार करत असतील? कोणास ठाऊक...

त्यानंतर, सगळ्या चांगल्या गोष्टीत किंवा सिनेमात येतात, तसं एक विघ्न आलं. इथे आम्ही आमच्या आयुष्याच्या भव्यदिव्य कथेच्या शेवटच्या टप्प्यावर प्राण कंठाशी आणून निर्णयाची वाट बघत होतो आणि मालिकेत येतो तसा एक जाहिरातीचा 'ब्रेक' आला. आम्हाला खरंच खूप राग आला होता.

अचानक, एक बाई न्यायाधीशांच्या खोलीत, आमचं बोलणं चालू असतानाच अक्षरशः घुसली. तिने दागिन्यांचे पाच सेट्स न्यायाधीशांसमोर ठेवले आणि ती तावातावाने म्हणाली, ''मला त्याचे उपकार नको आहेत.'' त्या दागिन्यांच्या पेट्यांचं कोर्टानं काय हवं ते करावं, असं म्हणत तणतणत निघूनही गेली. कोणाला काही समजायच्या आत हे घडलं. न्यायाधीशांनी ताबडतोब एका

कारकुनाला तिच्यामागे पाठवलं, पण तोपर्यंत ती निघूनही गेली होती. त्या दागिन्यांच्या पेट्या माझ्याकडे आणि एक्सकडे टक लावून बघत होत्या. आता आमच्या केसमध्ये आम्हीच बाजूला पडलो होतो! *त्या पेट्या उघडून बघण्याची मला अनिवार इच्छा होत होती.*

त्या दागिन्यांबद्दल कोर्टाला काहीतरी निर्णय घेणं भाग होतं. मग न्यायाधीशांनी त्या पेट्या स्त्रीहक्क समितीकडे पाठवल्या व तिथल्या कारकुनाला त्याची पोच आणायला सांगितलं. हे सगळं चालू असताना मी आणि एक्स अविश्वासानं पण संयम बाळगून तिथे उभे होतो. इथे आमचं आयुष्य आता आमूलाग्र बदलणार होतं आणि कोर्टाची लोकं आमच्याशी कसलाही संबंध नसलेल्या दागिन्यांची व्यवस्था लावण्यात व्यग्र होती.

कोर्टाच्याऐवजी अन्य कुठेही अशा प्रकारचा प्रसंग घडला असता, तर मी नक्की वाद घातला असता आणि माझ्या प्रश्नात आधी लक्ष घालायला भाग पाडलं असतं. पण इथे मात्र, मी बावरलेल्या कोकरासारखी माझ्या मानेवरून निर्णयाची सुरी कधी फिरणार या प्रतीक्षेत होते.

शेवटी एकदाचं न्यायाधीशांनी आमच्याकडे लक्ष दिलं. मला अक्षरशः दिलाशानं रडू आलं. गंभीर आवाजात त्यांनी विचारलं, "तुमचा निर्णय पक्का झालाय? तुम्ही नक्की हे लग्न संपवू इच्छिता?" हा प्रश्न त्यांनी एक्सकडे बघून विचारला होता. पण एक्स त्यावर काहीच बोलला नाही! माझा विश्वासच बसेना. मी मात्र खणखणीत आवाजात उत्तर दिलं, "हो." माझ्या उत्तरामुळे असेल, पण न्यायाधीशांनी माझ्याकडे बघितलं. तेव्हा एक्सने खालच्या आवाजात आपली संमती दर्शवली. त्याचे शब्द न्यायाधीशांनी ऐकले की नाहीत, ते मला कळलं नाही.

न्यायाधीश माझ्याकडे रोखून पाहात होत्या आणि मीही त्यांच्या नजरेला नजर भिडवली होती. त्यांनी पुन्हा एक्सकडे बघितलं. या वेळी तो मानेची भरभर हालचाल करत खोल आवाजात "हो" असं म्हणाला. न्यायाधीशांनी त्यांच्या टेबलावरील छोटा हातोडा टेबलावर आपटला. खरं तर त्याचा आवाज फार मोठा नसतो पण आमच्यासाठी जणू तो कानठळ्या बसवणारा आवाज होता. शेवटी त्यांनी स्पष्टपणे जाहीर केलं, "हे लग्न संपुष्टात आल्याचं मी जाहीर करते."

४

भूकंपात नुकसान किती झालं?

शेवटी बिंग फुटलंच...

माझं ऑफिस ही अत्यंत सुरक्षित जागा होती. मी अशा काही नशीबवान व्यक्तींपैकी होते, ज्यांच्या ऑफिसमध्ये राजकारण नसतं. ऑफिसचं वातावरण मोकळं आणि खेळकर होतं. मी एका एजन्सीमधून निघून कॉर्पोरेट जगतात एका ठिकाणी नोकरी स्वीकारली होती आणि हा बदल फारच सहज झाला आणि वळणातही आला. एजन्सीमधल्या माझ्या सहकाऱ्यांसारखे इथले सहकारी दंगेखोर किंवा टवाळ नसले, तरी या ऑफिसमधले सगळेच सहकारी छान, मोकळेपणाने मदत करणारे आणि सभ्य व समजून घेणारे होते. त्यांनी कधीही कोणाच्याही खासगी आयुष्यात नाक खुपसलं नाही. किंवा 'माझी जागा खरं तर इथे नाहीच आहे,' अशासारख्या फुशारक्याही त्यांनी कधी मारल्या नाहीत. आपल्या नोकरीतून आपलं घर चालतं हा अत्यंत साधा आणि व्यवहार्य विचार प्रत्येक जण इथे ऑफिसमध्ये काम करताना बाळगून होता.

मला वाटतं, ते थोडे जुन्या विचारसरणीचे लोक होते. इथेही कोणाच्यातरी प्रेमप्रकरणाची जोरदार चर्चा होई, परंतु कोणाच्याही तोंडी कधी अश्लील भाषा मी ऐकली नाही. कोणतंही किळस आणणारं आकर्षण त्या ऑफिसमध्ये मला कधी जाणवलं नाही. किंवा एखाद्या मद्यपी किंवा चरसी व्यक्तीसारखं स्वतःत मग्न असणारंही कोणी इथे नव्हतं.

प्रत्येकाचं लग्न झालं होतं, संसार–कुटुंब होतं आणि माझ्या मते प्रत्येकाच्या घरी सामान्य कौटुंबिक वातावरणच असणार. अर्थात् माझ्या आयुष्याची वाट चालताना मला इतकं नक्की कळलं होतं, की कोणाचंच आयुष्य (दिसतं तेवढं) सामान्य नसतं. प्रत्येक जण ते 'सामान्यपणे' मिळवण्याचा प्रयत्न करत असतो, फरक इतकाच असतो की काही जण तसं 'सामान्य' चित्र उभं करण्यात यशस्वी होतात. तरीही, त्या काळात मला असं वाटे, की माझा भूतकाळ हा खूप

घृणास्पद आणि विलक्षण लाजिरवाणा, रहस्यमय आहे.

आम्ही ऑफिसमधली मंडळी फारशी कोणाकडे येत जात नसल्यामुळे मी अजूनही विवाहित असल्याचा मुखवटा बराच काळ ऑफिसमध्ये बाळगू शकले. एक्सला कोणी बघितलंही नव्हतं, त्यामुळे त्याच्याबद्दल कधी कोणीच काही विचारलं नाही. शिवाय माझ्याबद्दल माहिती असलेल्या व्यक्तींशीही त्यांचा संबंध येणार नव्हता. फक्त माझ्या बॉसला ही गोष्ट माहीत होती आणि तिने त्याची गोपनीयता नक्कीच राखली!

मी हे रहस्य अजूनही तसंच कायम ठेवू शकले असते. कोणाला माझ्या लग्न किंवा घटसफोटासंबंधी पत्ताही लागला नसता, पण त्या वाईनच्या सुंदरशा हिरव्या बाटलीनं माझं रहस्य उलगडलं. त्या हिरव्या बाटलीचं मला विलक्षण आकर्षण आहे.

हो! मी वाईनला कधीच 'नाही' म्हणू शकत नाही! वाईन हा माझा वीक पॉईंट आहे. व्हिस्की, रम आणि बिअर पिताना माझा स्वतःवर व्यवस्थित ताबा असतो. आनंदी असणं आणि झिंगून जाणं यातली सीमारेषा मी कायमच पाळली आहे. पण वाईन मात्र सजीवासारखी चंचल, प्रत्येक वेळी वेगळी असते. प्रत्येक बाटलीचा गुण वेगळा – कोण कोणावर स्वार होतं, हे सांगता येत नाही.

हे 'द्राक्षासव' म्हणजे माझ्यासाठी प्राणघातक विष आहे. तिच्यापुढे माझ्या आयुष्यातल्या कितीतरी कहाण्या मी 'अर्पण' केल्या आहेत! अर्थात मला फारसं काही आठवत नाही त्यातलं आणि त्यामुळे घडलेल्या प्रसंगांचे साक्षीदार माझ्या सुदैवाने माझे चांगले मित्र–मैत्रिणीच होते! कोर्सिका बेटावर जाणारी लुटारू जहाज, सौदी अरेबियातील बेली डान्सर किंवा कोणत्यातरी रॉकस्टारच्या बागेतील भुसा भरलेला मानवी पोपट, यासारख्या दंतकथा माझ्या बाबतीत तयार झाल्या नाहीत.

माझ्या असल्या आचरट वागण्याबद्दल माझी वारंवार हजेरी घेतली जात असूनही, इतर सर्वसामान्य प्राण्यांप्रमाणे वाईन समोर आली, की माझे भान हरपत असे आणि इतर सहकाऱ्यांबरोबर वाईनच्या प्रभावाबरोबर वाहवत जात असे.

माझ्या एका सहकाऱ्याने आम्हाला वाईनच्या चार बाटल्या भेट म्हणून दिल्या आणि त्याला 'तो' आनंद त्याच्या टीमबरोबर साजरा करायचा होता. तिथून या माझ्या वाईन प्रकरणाला सुरुवात झाली. माझं घर सर्वांत जवळ होतं त्यामुळे अपार उत्सुकतेनं प्रत्येकानं माझ्या घरी गर्दी केली होती. घरी जाताना भयंकर उग्र वासाचं चीझ आम्ही विकत घेतलं. आम्हाला कोणालाही वाईनबद्दल काहीही ज्ञान नव्हतं, पण आमच्या पगाराच्या एक दशांश किंमत असलेल्या त्या पेयाची चव कशी असेल याबद्दल प्रत्येकाला उत्सुकता होती.

''नवरा कामाला गेला आहे,'' असं सांगितल्यामुळे माझं 'गुपित' कोणाला कळेल असं मला वाटलंच नाही. पार्टी सुरू झाली. खूप छान आणि निवांत वातावरण होतं. आम्ही एकमेकांशी ऑफिसमधलं काम, सिनेमा, संगीत याव्यतिरिक्त कोणाच्याही वैयक्तिक आयुष्याबद्दल कधीच बोलत नसू.

माझी ऑफिसबाहेरची मित्रमंडळी मात्र खूपच मोकळ्या स्वभावाची होती. एकत्र भेटलो की प्रत्येकाचे प्रश्न, दुखणी-खुपणी, अडचणी यांवर बोलत असू. त्यामुळे प्रत्येकाच्या मनातल्या सलणाऱ्या गोष्टी आपोआप नाहीशा होत असत. पण आजची ही अनौपचारिक पार्टी मात्र माझ्यासाठी नवीन व अनोळखी होती. मलाही ते आवडलं होतं. कोणाच्याही खासगीपणाला धक्का न देता मैत्रीपूर्ण संबंध होते ते.

जसजशा बाटल्या रिकाम्या होऊ लागल्या, तसतसा आमचा आमच्या जिभेवरचा ताबा सुटला. हो! याआधी कधीच चर्चेत न आलेली खासगी आयुष्यं समोर येऊ लागली. भूतकाळातल्या प्रेमकहाण्या आठवल्या गेल्या, ऑफिसमध्ये कोण कोणाला आवडत होतं, याच्या कबुल्या देऊन झाल्या. अगदी कोणाबद्दलचा रागही तिथे प्रकट झाला.

विनोदी, चमत्कारिक तपशील समोर आले. आमच्या एका मैत्रिणीला एकच ओव्हरी होती. लग्नानंतर तिला मूल होईल का, याची तिला चिंता होती. (माझा घटस्फोट होऊन, हे पुस्तक लिहिण्याच्या वेळेपर्यंत तिला एक मूल झालं!) त्या झिंगलेल्या अवस्थेत आम्ही तिला धीर दिला. मूल होण्यासाठी एकच ओव्हरी पुरेशी असते, असं आम्ही तिला सांगून टाकलं. तिचं हे गुपित कोणाला न सांगण्याचं आश्वासनही दिलं. दुसऱ्या एका सहकाऱ्यानं सांगितलं की खरं तर त्याला ही नोकरी अजिबात आवडत नव्हती. पण पगारातून पैसे साठवून त्याला

आपल्या शहरात हॉटेल बांधायचं होतं! तेवढे पैसे जमले, की तो नोकरी सोडणार होता. त्या दिवसापर्यंत पुरुषांना स्वयंपाक करता येतो, हेही मला माहीत नव्हतं. पुढच्या आठवड्यात त्या मित्राने स्वतः बनवलेली मटन करी खाऊ घालण्याचं वचन दिलं. वाईनच्या प्रभावामुळे आतापर्यंत दडवून ठेवलेली अनेक घाणेरडी गुपितं हळूहळू बाहेर पडू लागली व दुःखाच्या हवेत तरंगू लागली. मग मी तरी त्याला अपवाद कशी असेन?

माझ्या गळ्यात, ओठात माझ्या आयुष्याचं सर्वांत मोठं गुपित अडकलं होतं आणि ते बोलून टाकण्यासाठी मी तडफडत होते. मी मोठ्या आवाजात आजवर ऑफिसमध्ये लपवून ठेवलेलं सत्य सांगून टाकलं. माझे शब्द अडखळत होते. इतके दिवस हे मी कोणाला सांगितलं नाही, याबद्दल मी सगळ्यांची माफीही मागितली. माझ्या एका वरिष्ठ अधिकाऱ्यानं पुढे येऊन सांगितलं, ''हे सगळं सगळ्यांना माहीत असण्याची गरज नाही. हा काही तुझ्या कामाचा भाग नव्हे!'' पण त्याला एका सहकाऱ्याने गप्प केलं आणि वाईनच्या नशेत ती भयंकर गोष्ट सांगण्याची जणू मागणीच केली. मी जसंजसं सांगत गेले, तसतसं मला हलकं आणि कृतज्ञ वाटू लागलं.

त्या संध्याकाळी सर्वात चांगली गोष्ट कुठली होती माहीत आहे? दुसऱ्या दिवशी कोणीही त्याबद्दल एका शब्दानंही चर्चा केली नाही. माझा हात हातात घेऊन, कोणीही मला सहानुभूती दाखवली नाही. तसं झालं असतं, तर मला बोचणी लागली असती. आम्ही रोजची कामं नेहमीसारखीच करत होतो. फक्त फ्रान्सहून आलेल्या त्या 'जादू'चा हँगओव्हर असल्यामुळे प्रत्येकाच्या काम करण्याच्या वेगावर जरा परिणाम झाला होता. त्यांच्या सभ्यपणानं आणि सगळ्यांच्या एकत्रित शहाणपणामुळं मी मात्र चांगलीच आश्चर्यचकित झाले होते. त्यामुळे काल रात्री त्या रंगलेल्या अवस्थेत बाहेर आलेल्या गुपितांची चर्चा आता अर्थातच मी करणार नव्हते.

हळूहळू मलाही त्याची सवय झाली. माझं गुपित सगळ्यांना ठाऊक होतं आणि त्यांनीही ते गुप्तच ठेवलं होतं.

घटस्फोटानंतर त्यातून बाहेर पडताना दीड वर्षाच्या काळात मी तिथेच नोकरी करत होते. त्या ऑफिसने त्या काळात मला जगवलं आणि माझ्याबद्दल कुठलंही मत न बनवता, 'घटस्फोटिता' म्हणून प्रथमच सार्वजनिक ठिकाणी

मला स्थान मिळवून दिलं. गंमत म्हणजे, परिस्थिती इतकीही वाईट नव्हती. त्यांच्यासाठी मी कॉर्पोरेट जगातली एक साधी नोकरदार व्यक्तीच होते, जी सकाळी उठून, आवरून आपल्या कामाला जाते! एक दुरुस्ती – मी कॉर्पोरेट जगातील एक घटस्फोटित कर्मचारी होते. स्वतःचं आयुष्य सावरण्यात मी मश्गुल होते.

❐

मी आपलं नातं तोडलं नाहीऽऽऽ

जोडपी म्हणजे नव्याने तयार झालेल्या एखाद्या ग्रहासारखी असतात. जेव्हा तो ग्रह फुटतो, तेव्हा अर्थातच त्या ग्रहावरच्या वस्तू उद्ध्वस्त होतात. इतके दिवस आमच्या परिचयातील, कक्षेतील लोक अचानकच अनोळखी होऊन एखाद्या पोकळीत जाऊन पडले होते. 'त्या'चे मित्र, 'ति'चे मित्र, 'आमचे' मित्र या संकल्पना बदलून एकदम 'कोण' मित्र? या स्थितीवर येऊन पोचले होते. त्याचे कुटुंबीय तर कधी अस्तित्वातच नव्हते, अशा पद्धतीने गायब झाले होते.

तलवारीच्या वाराने सगळ्या नात्यांच्या, संबंधांच्या चिंधड्या झाल्या होत्या. आता कोणाचा कोणाशी काहीच संबंध नव्हता. विभक्तपणा अधोरेखित झाला होता. त्याला, मला किंवा आम्हाला ओळखू लागण्याआधी प्रत्येकजण जिथे होता, त्याच जागी परत गेला. प्रत्येक जण जणू अतीव दुःखानं हा काळ पुसून काढण्याच्या प्रयत्नात होता. प्रत्येकजण असं वागत होता, जसं मी कधी त्यांना भेटलेच नव्हते; मधल्या काळात काही घडलंच नव्हतं. आमचं लग्नही जणू झालं नव्हतं आणि आम्ही एकत्र राहत होतो, हे जणू प्रत्येक जण खोडून टाकत होता.

या सगळ्यात दुर्दैवाची गोष्ट म्हणजे, मला त्याचे जे नातेवाईक खरोखरच आवडत होते, त्यांच्याशीही माझं नातं तुटलं. घटस्फोटाचा हा विघातक परिणाम. मला आश्चर्य याचं वाटत होतं, की त्यांनी असं नातं कसं तोडून टाकलं? हे माझ्या आकलनाच्या पलीकडचं होतं. म्हणजे एक्सशी माझं नातं असणं, हाच त्या इतरही नात्यांचा आधार, माझ्या अस्तित्वाचाही आधार. त्यांच्याशी स्वतंत्र नातं असू शकत नाही? निर्विवादपणे माझ्या या प्रश्नाला 'नाही' असंच उत्तर होतं.

पण मला असा संशय आहे की, हे नातेसंबंध तोडणं हा त्यांच्या सोयीचा भाग होता. अंधारात राहणं कोणालाच आवडत नाही. हा सोपा मार्ग निवडल्याबद्दल मी कोणाला दोषही देऊ शकत नाही. माझ्या पुस्तकातलं हे प्रकरण त्यांच्यासाठी आहे, जे घटस्फोटानंतर माझ्या आयुष्यातून गायब झाले खरे, पण माझ्या मनातून मात्र कधी जाऊ शकले नाहीत!

पुस्तकं विकणारे आजोबा

एक्सने माझी या आजोबांशी ओळख करून दिली होती. या पुस्तकं विकणाऱ्या आजोबांना एक्स आवडत असे कारण त्यांच्या मते एक्सला पुस्तकातलं खूप चांगलं कळतं. त्यांना कोणीही भेटलं की ते एकच प्रश्न हमखास विचारतात, ''मग, सध्या काय वाचताय?''

आमच्या पहिल्याच भेटीत, माझ्या वाचनाचा कल कोणत्या विषयात आहे, हे त्यांच्या लक्षात आलं होतं. आम्ही दुसऱ्यांदा भेटलो, तेव्हा त्यांनी काही पुस्तकं मला फुकट दिली – टेड हॉफ्ज, डॉरीस लेसिंग, काही बुकर पुरस्कार विजेत्या लेखकांची पुस्तकं आणि अवाढव्य ऑग्डेन नॅश! ती पुस्तकं माझ्याकडे अजूनही आहेत, पण मी परत त्या आजोबांना भेटले नाही. भेटून मी त्यांना काय सांगणार हा माझ्यापुढे प्रश्न होता. तसाच प्रश्न कदाचित त्यांनाही पडला असेल. ज्या संबंधांमुळे आमची ओळख झाली, ते संबंधच आता संपुष्टात आल्यावर त्यांनी फुकट दिलेल्या पुस्तकांवरही माझा काय अधिकार आहे, असं मला वाटत होतं. या विचाराने मला फार अवघडल्यासारखं झालं होतं आणि माझ्यापेक्षा एक्स त्यांना अधिक आवडत होता, याबद्दल मला मुळीच शंका नव्हती.

एक्सचा भाऊ

मी माझ्या आई–वडिलांची एकुलती एक लेक होते. त्यामुळे मला सख्खं भावंड नसल्याचं दु:ख कायमच होतं. पण लग्नाच्या वेळी ही कमतरताही दूर झाली. मी आईकडे कितीतरी वेळा हट्ट करूनही तिने मला भावंडं आणण्याचं नाकारलं होतं. एक्सला एक छान भाऊ होता. तो मजेशीर आणि समजूतदारही होता. मला तो खरंच भाऊ म्हणून खूपच आवडला होता. तो माझा विक्षिप्तपणाही सहन करत असे. मी जशी होते, तशी त्याला आवडत होते. माझं त्याच्या भावाशी लग्न झाल्यामुळे तो खूप खूश होता. त्याच्याशी झालेल्या शेवटच्या भेटीत त्याने

मला एक्सला सोडून जाण्याचा सल्ला दिला होता. एक्सच्या बाबतीत पुढे कोणतीच गोष्ट सुरळीत होणं शक्य नव्हतं, असं त्याला वाटत होतं. बस्स तेवढंच. एका तुटलेल्या नात्याबद्दल आणखी काय बोलणार? आणि आमचं लग्न मोडलं.

मला आवडणारे त्याचे मित्र
त्याला आवडणारे माझे मित्र...

हे सगळेच आता हरवून गेले आहेत. आम्ही कोणत्याही युद्धाच्या किंवा लढाईच्या पवित्र्यात नसताना या मित्रांनी आपापली बाजू निवडली होती. कोणी माझी, कोणी एक्सची. फेसबुकवरचे कॉन्टॅक्ट्स ब्लॉक झाले, फोन नंबर पुसून टाकण्यात आले आणि वाढदिवसाच्या तारखाही विस्मरणात गेल्या. एखाद्या युद्धातल्या रक्तपातासारखं मला वाटत होतं. म्हणजे दोन राजे आपला वाद मिटवून आपापल्या राज्यात चालले आहेत परंतु युद्धभूमीवर मात्र मैत्रीची, प्रेमाची, चांगल्या काळाची कलेवरं पडली होती. आता हे सगळं धुळीला मिळालं होतं आणि विस्मरणात गेलं होतं.

आमचं पहिलं घर

आमचं पहिलं घर म्हणजे आमच्या संसाराची सुरुवात होती. वेगळे होण्याआधीचं ते घर होतं. या घरानं आम्हाला मुंबईची जादू दाखवली, आम्ही एकमेकांना इथेच सापडलो आणि आम्ही लग्न करायचं ठरवलं. आमची पौगंडावस्थेतील स्वप्नं या घरानं प्रत्यक्षात आणली. इथे काय नव्हतं? रंगवलेली दारं, जंगली म्हणता येतील अशा पार्ट्या, पसरलेली पुस्तकं, फ्रिजमधल्या बिअर आणि इतर मद्यांच्या बाटल्या, न चालणारी लिफ्ट आणि काही रम्य, सुंदर, अविस्मरणीय आठवणी... या सगळ्यापेक्षा उत्तम आयुष्य आणखी काय असणार? असं आम्हाला वाटायचं. हे घर सोडून दुसऱ्या घरी राहायला गेल्यानंतरही आम्ही कित्येकदा इथे येऊन हे घर बघून जायचो. इथे सगळ्या प्रेमाच्या आठवणी होत्या.

घटस्फोटानंतर मी तिथे परत कधीच गेले नाही. एक दिवस अचानकच एक्सचा खूप व्यथित आवाजात फोन आला. तो नुकताच आमच्या या जुन्या घराजवळून गेला होता. ते घर बघून त्याला टॅक्सीतच रडू कोसळलं. आता मी यावर काय

बोलणार? हे म्हणजे शिकाऱ्याने सावजाची शिकार केल्यावर सावजाची आठवण येण्यासारखं आहे!

आम्हाला दत्तक घेऊ इच्छिणारी मावशी

पाठीवर बिऱ्हाड घेऊन फिरणाऱ्या प्रत्येक भाडेकरूला प्रत्येक मुक्कामावर मायेची पाखर घालणारी एकतरी व्यक्ती भेटतेच. ती व्यक्ती (बहुतेकदा मावशी, काकू किंवा आत्या, आजी इ.) त्यांना मायेची ऊबही देते. घरी बनवलेल्या पदार्थांची चवही चाखायला देते. आमच्या बाबतीत ती व्यक्ती म्हणजे साठ वर्षांची, अत्यंत शिस्तीची एक मावशी होती. तिच्या मते तिच्या एका 'होय' वर तिचा नवरा तिचं सगळं म्हणणं निमूटपणे ऐकत असे. त्यांच्या लग्नाला पंचेचाळीस वर्षं होऊन गेली होती. तिचा नवरा एका कोपऱ्यात शांतपणे बसलेला असे. काही कारणानं मावशीचा आवाज चढला, की तिच्या नवऱ्याचे उरलेसुरले अस्तित्वही संपून जाई. मावशीच्या बहिणीनं मला सांगितलं की, तरुणपणी हा नवरा फारच आडदांड होता. बायकोला मारहाणही करायचा. कोपऱ्यात पडलेला हा निरुपद्रवी माणूस आपल्या खाष्ट बायकोसमोर रुद्रावतार धारण करत असे, यावर माझा विश्वास बसणंच शक्य नव्हतं.

त्या मावशीने अत्यंत कष्टाने नोकरी करून हे तिचं आताचं घर विकत घेतलं होतं. त्या वेळी मुंबईत जमिनीचा 'धंदा' झाला नव्हता. तिला मूलबाळ काहीच नव्हतं. दाक्षिणात्य लोकांबद्दल तिच्या कल्पना खरोखरच पोरकट होत्या. तिला शक्य झालं असतं, तर आमचे पारंपरिक दाक्षिणात्य कपडे चढवून तिनं आम्हाला शोभेच्या वस्तूंच्या कपाटात ठेवलं असतं, याची मला खात्री आहे.

ती जरी तापट असली, तरी तिचा मूळचा प्रेमळ आणि उदार स्वभाव काही लपून राहत नसे. गॅसचं कनेक्शन मिळवण्यापासून आमची दुखणी-खुपणी काढण्यासाठी घरगुती उपाय करण्यापर्यंत सर्व गोष्टीत मावशी असायचीच. मुंबईच्या जीवनशैलीशी जुळवून घेताना आम्हाला मावशीचा खूपच मोठा आधार होता. आम्ही वेगळे होत आहोत हे जेव्हा मी तिला सांगितलं, तेव्हा तिचे डोळे भरून आले. तिच्या लग्नाइतकंच आमचं लग्न अपयशी ठरल्याचं तिला विलक्षण दुःख झालं होतं. अपयशी लग्नाचं दुःख तिच्या परिचयाचं होतं.

यांच्याखेरीज आणखीही खूप जण होते. काहींचं नाव घेणंही दुःख देणारं आहे.

आज जेव्हा सगळा धुरळा खाली बसला आहे, तेव्हा घटस्फोट म्हणजे मला पुनर्जन्मासारखा वाटतोय. इथे तुम्ही आधीच्या सर्व गोष्टींची पाटी पुसून लख्ख करू शकता. कमकुवत मनाच्या लोकांनी घटस्फोटाच्या नादी लागू नये. दुसरा पर्यायच नसेल आणि निराशा दाटून आली असेल, त्यांनीच घटस्फोट घ्यावा.

एकदा आधीचं प्रकरण संपलं, की पुन्हा नवीन ग्रह बांधता येतो. हीच आयुष्याची रीत आहे. कदाचित माझ्या म्हातारपणी मला माझ्या अनुभवांमुळे श्रीमंत असल्यासारखं वाटेल. ही अवघड वाट मी निवडली आणि त्यावरून चालतही गेले, याचा कदाचित किंचित अभिमानही वाटेल. पण मात्र आजही, माझ्या काळजात ती जखम कधीतरी ठुसठुसते आणि त्या घटनेच्या माझ्या आयुष्यातील अस्तित्वाची जाणीव करून देते...

धुसफूसणाऱ्या काकू आणि इतरांची भुणभुण

आपल्या प्रत्येकातच एक प्रकारचं नैतिक मंतिमंदत्व असतं आणि आपल्यापैकी काही जण गरजेपेक्षा त्याला अधिकच स्वातंत्र्य देतात. घटस्फोटानंतर अनेकांचे खरे खोटे चेहरे-मुखवटे सगळे दिसून येतात. माझ्याही घटस्फोटाबद्दल हे झालं. दिखाऊ, खोटे मुखवटे धारण केलेले चेहरे मला या निमित्ताने कळले. मी त्यांना काही अंशी चर्चेला विषयही पुरवला होता. पण माझ्या सुदैवाने त्यापैकी कोणीही माझ्या जवळचे नातेवाईक किंवा मित्रमैत्रिणी नव्हते. त्यामुळे या तिऱ्हाईत आणि खोट्या व्यक्तींना मी खांद्यावरच्या एखाद्या किड्यासारखं झटकून टाकू शकले. त्या किड्यांचं अस्तित्वच मान्य करू नये असं मला वाटत होतं, पण तो कदाचित गुन्हा ठरला असता.

कोणाच्यातरी आईच्या मैत्रिणीने मला फोन केला. तिला माझ्या घटस्फोटाची बातमी कळली होती आणि मी एक्सकडे परत जायला हवं, असं तिचं म्हणणं होतं आणि आता कायद्याने आम्हाला वेगळं केलं असलं तरी अजूनही वेळ गेलेली नाही असं तिचं म्हणणं होतं! मला हे काहीच समजण्याच्या पलीकडे होतं.

सर्वात पहिली गोष्ट म्हणजे जिचा चेहेराही मला नीटसा आठवत नव्हता, अशा बाईला माझ्या आयुष्यात एवढा रस का आहे? ज्या गोष्टीमुळे माझ्या आयुष्यात नक्की दुःखच येणार आहे, असा सल्ला तिने मला का द्यावा? मी आता जे मिळवू बघते आहे, त्यापेक्षा घरातल्या एखाद्या पायपुसण्यासारखं आयुष्य मी जगावं, असा विचार ती कसा करू शकते? आणि सर्वांत शेवटचं म्हणजे, हे सगळं मी शांतपणे का आणि कशासाठी ऐकून घ्यायचं? मी तिचं काहीही ऐकलं नाही. ती माझ्या आयुष्यात कशासाठी दखल देते आहे आणि त्याचा मला किती त्रास

होतो आहे, याबद्दल मी तिला खड्या शब्दात सुनावलं आणि तिचं तोंडच बंद केलं. ती पुन्हा मला असा फोन करण्याचं धाडस आता करणार नाही आणि समजा केलंच तर मला तरी नक्कीच करणार नाही.

अशी वरवरची सहानुभूती दाखवणाऱ्यांची, फुकटचे (न मागितलेले) सल्ले देणाऱ्यांची आणि दुसऱ्याच्या खाजगी आयुष्यात ढवळाढवळ करणाऱ्या कितीतरी लोकांची माझ्या नशीबाने पुढे भेट होणार होती. ही बाई म्हणजे फक्त सुरुवात होती. माझं लग्न संपल्यानंतरही ते टिकवून ठेवण्याचा प्रयत्न करण्यात अनेकांना रस होता. कदाचित, त्यावेळच्या टी.व्ही.वरच्या दैनंदिन मालिका नीरस असतील. ''तू पुन्हा प्रयत्न कर, त्याच्याकडे परत जा,'' असे सल्ले देणाऱ्यांचा मला सुरुवातीला खूपच राग यायचा व तो मी दाखवत असे. मला त्यांना सांगावंसं वाटे की, ''अरे मूर्खांनो, मला लग्न टिकवता आलं असतं तर मी घटस्फोट का घेतला असता?'' मी त्यांच्यावर अशी का ओरडले नाही याचा मला आता पश्चात्ताप होतो आहे. कारण अशी कोणतीही गोष्ट मला व्यथित करत असे. एखाद्या निर्जन बेटावर पळून जावं असं वाटे.

काही दिवसांनी मी योजनाच आखली. त्यांना जे म्हणायचं होतं, ते मी ऐकून घेत असे. अगदी विनम्रपणे आणि गांभीर्याने! मग त्यांच्याकडे रोखून बघत मी म्हणत असे, ''तुमच्या अमूल्य सल्ल्याबद्दल खरोखर आभार! याने खरंच खूप फरक पडेल.'' मी असं बोलल्यामुळे आपण किती सत्कृत्य केलं, याचं त्यांना समाधान मिळत असे. परत जाताना त्यांना अगदी समाधानानं कृतकृत्य वाटत असे, खरंतर ते माझ्या आनंदाला विरजण लावत असत. निघून गेल्यावर, मी सगळं विसरून जात असे. त्यांना परत कधीही भेटत नसे.

काही लोक खरोखर दुष्टपणाने वागत असत. त्यांना घटस्फोटाबद्दल कळल्यावर चक्क अपमान करत! चीड आणणारी गोष्ट म्हणजे, असं करताना त्यांना काहीच चुकीचं वाटत नसे. जणू काही, ते जे माझ्याशी वागत ते दुष्टपणाचं वागणं योग्यच होतं. त्यांच्या मते माझ्याशी असं कठोरपणे बोलणं, वागणंच योग्य होतं. आणि एका आज्ञाधारक मुलीप्रमाणे मी सगळं निमूटपणे ऐकून घ्यायला हवं होतं. ते म्हणतात त्याप्रमाणे सगळं करायला हवं होतं. त्या लोकांशी भांडत बसण्यात काहीच अर्थ नव्हता. 'अतिवाचनाचा हा परिणाम आहे,' 'इंग्लिश शिक्षणाचा परिणाम,' असे असंख्य ताशेरे ओढून झाले होते. नंतर मी अशा मूर्ख व अविचारी लोकांना टाळायला शिकले. दिसूनही न दिसल्यासारखं करे. मला

वाटतं, अपमान करण्याचा हा सर्वांत उत्तम मार्ग होता. माणसाचा अपमान सर्वांत जास्त कशाने होतो तर त्याचे अस्तित्व लक्षातच न घेतल्याने! तेच मी केलं. या काळात माझ्या घटस्फोटाबद्दल बोलताना मी अतिशय जपून शब्द वापरत असे. माझ्या निर्णयाबद्दल कोणीही बोलत असेल, त्यातही विशेषत्वाने माझ्यावर ताशेरे ओढले जात असतील, तर मी कोशात जात असे, जिथे मला कोणीच प्रश्न विचारू शकत नसे.

माझ्या काही घटस्फोटित मित्रमैत्रिणींच्या मते, मी माझ्या घटस्फोटाबद्दल बोललं पाहिजे, म्हणजे लोकांना माझी बाजू कळेल. पण मी मात्र याच्याशी सहमत नव्हते. कारण संवाद तेव्हाच घडतो, जेव्हा कोणीतरी ऐकून घेऊ इच्छितं. मूर्ख लोकांना फक्त त्यांचंच म्हणणं खरं करायचं असतं. लोकांना याची जाणीवच नसते, की कोणीतरी घटस्फोटाच्या प्रक्रियेतून जात असताना, छोट्या छोट्या गोष्टींनी मनाच्या जखमेवरची खपली काढली जाते. ही सगळी प्रक्रियाच आधीच टोकाची आणि भयंकर असते. या परिस्थितीत कोणी थोडं जरी दुष्टाव्याने वागलं, तरी ते मनाला लागतं. माझ्या एका काकूने असंच केलं. ती डॉक्टर होती. तिचं राहणंही अगदी नीटनेटकं असे, पण तिचे खायचे दात आणि दाखवायचे दात वेगळे होते. ती अत्यंत असंस्कृत वृत्तीची होती. मी जेव्हा तिला माझ्या घटस्फोटाबद्दल सांगितलं, तेव्हा ती म्हणाली, ''इतक्या लवकर!''. मी तिच्याकडे बघून नम्रपणे हसले. माझ्या नात्याविषयी पुढे काहीही बोलणं मी अर्थातच टाळलं. त्यानंतर तिने अक्षरशः गरळ ओकली! ती म्हणाली, ''मला वाटलंच तुझ्याबाबतीत असं काहीतरी होणार.'' त्यानंतरही तिला माझ्या घटस्फोटाचा तपशील हवा होता. आयुष्यात प्रथमच मी कोणाला तरी कडवटपणे सांगितलं असेन की, तिचा माझ्या खासगी आयुष्याशी काहीही संबंध नाही! आता कधीही तिच्याकडे बघितलं की मला तिचे शब्दच फक्त आठवतात, ''इतक्या लवकर!''

आणखी असाच एक नमुना आहे. तो आमचा लांबच्या नात्यात होता (आता माझ्यालेखी तो कोणीच नाही.) मी माझ्या आई-वडिलांच्या घरी असताना तो तिथे आला होता. माझ्या आईने मला किती कष्टाने लहानाचं मोठं केलं आहे, ते तो मला तावातावाने ओरडून सांगत होता. (खरं तर असं काहीच नव्हतं. ती कायमच टॅक्सी, बस, गाडी वापरायची.) त्याची भरपाई मी अशी करायची का, असा त्याचा प्रश्न होता. त्याला नक्की काय म्हणायचं होतं? मी माझ्या आईला

दुःखाच्या खाईत लोटण्यासाठी घटस्फोट घेत होते का? ज्या लग्नात काही उरलं नाही, अशा संसाराचा गाडा ढकलून मी माझ्या आईवर उपकार करत होते का? या सगळ्या प्रकरणात सर्वांत जास्त त्रास कोणी भोगला असेल तर, मी. ही गोष्ट त्याच्या लक्षात का येत नव्हती?

माझ्या आई-वडिलांना सुखात ठेवण्यासाठी मी आयुष्यभर दुःखात राहिलं पाहिजे, ते माझं जणू नैतिक कर्तव्य आहे, असा तो विचारच कसा करू शकला? माझ्या आई-वडिलांनाच ते पटलं नसतं. माझ्या सुदैवानं माझे वडीलच माझ्या वतीनें बोलले. त्यांनी स्पष्ट शब्दांत त्या काकाला सुनावलं की, मी घटस्फोट घेण्याने त्यांना कोणतंही दुःख किंवा वेदना होत नव्हती. त्याऐवजी, या अयोग्य लग्नामधून माझी सुटका झाली, याचा त्यांना आनंदच होत होता, हेही वडिलांनी ठणकावून सांगितलं. वडिलांच्या उत्तरामुळे तो गप्पच बसला. पण मला माहीत होतं की, अशा आई-वडिलांमुळे मी किती नशीबवान होते!

जगाने आम्हाला असंख्य प्रकारांनी नावं ठेवली. घटस्फोट घेऊनही आम्ही आनंदी आहोत, याबद्दल अनेकांनी अनेक प्रकारांनी टीका केली. ''स्वार्थी, बेजबाबदार, हेकट,'' अशा शब्दांनी आम्हाला गौरवण्यात आलं!

मला वाटतं, त्यांनाच भीती वाटत होती. आम्ही समाजाने आखून दिलेल्या चौकटीच्या बाहेर पडलो होतो आणि इतरही अनेक जण आमचं अनुकरण करतील, अशी 'त्या' प्रकारच्या लोकांना भीती वाटत होती.

आपल्या समाजामध्ये 'आनंद' ही सर्वांत धोकादायक गोष्ट मानली जाते. कोणीही आनंद लुटता कामा नये, जणू काही आनंदामध्ये सगळं काही उद्ध्वस्त करण्याची क्षमता असते, असाच समज आपल्या समाजात आहे. त्याउलट सहनशक्ती, त्याग, सोशिकपणा यांचा उदोउदो केला जातो आणि या गोष्टी अनुकरणीय, आदर्श मानल्या जातात.

जगातल्या कोणत्याही मनुष्याला विचारा की त्याला आनंदानं जगायचंय की दुःखानं. निःसंशयपणे एकच उत्तर मिळालं, तर त्यात आश्चर्य वाटण्यासारखं काहीच नाही. आणि तसं असेल तर स्वतःचा आनंद शोधू बघणाऱ्या मनुष्याला थांबवलं का जातं? मी माझा आनंद शोधला. त्यामुळे काय परिणाम झाले याची मला पर्वा नव्हती.

अवतीभवती जोडपीच का?

मी पुन्हा एकटी राहायला लागेपर्यंत हे माझ्या लक्षातच नाही आलं, की माझ्या सगळ्या मित्रमैत्रिणींची लग्नं झाली होती. जिकडे बघावं तिकडे मला माझ्या मित्रमैत्रिणींच्या जोड्याच फिरताना दिसत. काही जण एकेकटे होते, पण तसे फारच कमी आणि लांब राहत होते.

इतके दिवस या जोडप्यांबरोबर फिरायला जाणं खूपच छान वाटायचं, तेच आता त्रासदायक व्हायला लागलं होतं. प्रत्येक वेळी या जोडप्यांकडे बघितलं की मला नवल वाटत असे, की ते असे एकत्र कसे राहू शकतात? त्यांच्या आयुष्यात वेगळं होण्याइतपत वाईट गोष्टी कधी घडल्याच नाहीत का? ते निसरडं वळण यांच्या आयुष्यात कधीच आलं नाही? ''तुम्ही कधी घटस्फोटाचा विचार केलात का?'' असा प्रश्न मी त्यांना अर्थातच विचारणार नव्हते. ते योग्यही नव्हतं, विशेषतः माझ्यासारख्या घटस्फोटितेनं विचारणं अजिबात योग्य नव्हतं. पण मी अगदी विसंगत जोडपीही बघत होते. खरंतर ते संसारात सुखी नव्हते, पण तरीही ते असलं दुःखाचं नातं का बाळगत होते, ते मला कळत नव्हतं. त्या वेळी मला याची समज नव्हती, की ते कमी दुःखाचा पर्याय अवलंबत होते. माझ्यासाठी दुःख कमी करण्याचा उपाय म्हणजे बाहेर पडणे हा होता, पण त्यांच्यासाठी नात्यातच अडकून पडणं हा होता!

जोडप्यांबरोबर जाणं टाळण्यामागे आणखी एक कारण होतं. त्यांच्याबरोबर फिरायला गेलं, की मला प्रचंड एकाकी वाटत असे. माझं हृदय दुःखातिशयानं भरून येई. मी एकटी कशी जगणार होते, ते माझं मलाच कळत नव्हतं. आता माझ्याबरोबर कोणीही नव्हतं. माझ्या वाटीतून कोणीही पनीरचा एखादा तुकडा उचलणार नव्हतं (जास्त तळलेलं पनीर मला आवडत नसे.) किंवा मीच

मागवलेलं सूप मी कोणालाही हक्कानं अर्धं संपवायला सांगू शकत नव्हते. आता मला तसं कोणालातरी विचारावं लागणार होतं किंवा विनंती करावी लागणार होती.

माझ्या मित्रमैत्रिणींनी मला घरी आणायला-सोडायला सुरुवात केली. माझ्या सुदैवानं मी भारतातल्या सर्वांत सुरक्षित शहरांपैकी एका शहरात राहत असल्यामुळे मला हा आणणं-सोडण्याचा खेळ थांबवता आला. पण तरीही रात्री-बेरात्री ३ वाजता वगैरे मी कॅबने एकटी गेले, तरी हे मित्रमैत्रिणी मी घरी पोचल्याचा मेसेज मोबाईलवर बघितल्याखेरीज झोपत नसत. मग मी त्यांना अर्ध्या वाटेतूनच मेसेज करायचे. पहाटेच्या तीन वाजता अंतर आणि वेळेचं प्रमाण कोणाच्याही लक्षात येत नसे. मी एक्सबरोबर पाच वर्षं होते, तेव्हा कोणीही माझ्या येण्या-जाण्याच्या वेळांकडे इतकं लक्ष देत नसे. तुम्ही जेव्हा कोणाची तरी पत्नी असता, तेव्हा कोणाला तुमची इतकी काळजी वाटत नाही, हे मात्र खरं. त्यांच्या मते कदाचित काळजी करण्याचा मक्ता नवऱ्याने घ्यावा. पण जेव्हा तुम्ही एकटे असता, तेव्हा मात्र प्रत्येकाला तुमची खरीखोटी काळजी असते.

रोज, दिवसभरात प्रत्येक जोडपं असंख्य निरर्थक गोष्टी करत असतं; आणि जेव्हा तुम्ही वेगळे होता, तेव्हा त्यातल्या प्रत्येक गोष्टीची तुम्हाला आठवण येते. घटस्फोटानंतरच्या सुरुवातीच्या एकटेपणाच्या काळात मला त्या गोष्टींचा फारच त्रास व्हायचा आणि अवघड परिस्थितीत तर आमचे एकत्र असण्याचे दिवस प्रकर्षानं आठवत असत. मित्रमैत्रिणींबरोबर बाहेर जेवायला गेल्यावर पैसे कमी पडले तर एक्सला हक्कानं पैसे द्यायला सांगत असे. आता मात्र कोणाला तरी उसने मागावे लागत.

त्यानंतर मला आणखी नैराश्य झेपलं नसतं. कारण मी आधीच खूप खचले होते. त्यामुळे मी माझ्या नवराबायको जोडीच्या मित्रमैत्रिणींना भेटणं बंदच करून टाकलं. मी पुन्हा एकेकटे मित्र-मैत्रिणी शोधू लागले. असे 'एकटे' असणारे मला बरेच जण सापडले आणि त्यामुळे मला फारच स्वतंत्र, मुक्त वाटू लागलं. त्यापैकी स्वेच्छेनं एकटी राहणारी मंडळी मला अधिक आवडत होती आणि महत्त्वाचं म्हणजे, त्यांच्यापैकी कोणीही नीतिमत्तेचा, धर्माचा उपदेश देत नसे, किंवा एकटेपणा कसा छान आहे, हेही पटवून देत नसे. अशी स्वेच्छेनं एकटी राहणारी मंडळी त्यांना कोणी आकर्षक व्यक्तिमत्त्वाचं भेटलं नव्हतं म्हणून

एकटी राहत नव्हती. त्यांना आतापर्यंत कोणी भेटलंच नव्हतं, ही त्यांची एकमेव समस्या होती. जेव्हा संधी मिळे, तेव्हा त्याबद्दल ते खंतही व्यक्त करत असत.

आणि इथे मी, सर्वसामान्यपणे योग्य असलेल्या माणसाला सोडून एकटी राहत होते. अनेकदा मला असं वाटलं की, पुरुष जोडीदाराच्या शोधात फिरणाऱ्या एखादीला एक्सला भेटवावं आणि त्यांचं जमवून द्यावं. पण मी तसं केलं नाही कारण त्यांच्यापैकी फारसं कोणी मला कधीच आवडलं नाही. एकटं राहणाऱ्या मंडळींबरोबर असण्याचा फायदा म्हणजे, मला रात्री-बेरात्री कधी बाहेर जायचं असेल तर आपल्या जोडीदाराला विचारण्याची त्यांना गरज नव्हती. माझ्यासारखंच त्यांना एका सेकंदात निर्णय घेता येई.

ही स्वेच्छेनं एकटी राहणारी मंडळी म्हणजे माझे शिक्षकच होती. ते काम कसं करतात, ते त्यांचं स्वातंत्र्य साजरं कसं करतात आणि सर्वांत महत्त्वाचं म्हणजे बुद्धीने, आत्मविश्वासाने ठाम निर्णय कसे घेतात, हे मला शिकायला मिळालं. पण मला मात्र तसं बनायला बरेच कष्ट घ्यावे लागले. जणू काही मी कॉलेजमधल्या माझ्या स्त्रीवादी चळवळीचा भाग आहे व त्यामुळे मला प्रेरणा मिळत आहे, असं मला वाटत होतं.

मला सासूसासऱ्यांबद्दल, सासरच्या इतर माणसांबद्दल तक्रारी ऐकाव्या लागत नव्हत्या. मी काही असहनशील, निष्ठुर नव्हते. पण या आत्मविश्वासाने मी थोडी थंड किंवा तटस्थ झाले होते. मला आठवतंय, माझ्या एका मैत्रिणीच्या लग्नाच्या दहाव्या वाढदिवसाच्या पार्टीला जाणं मी टाळलं होतं. मला तिला शुभेच्छा द्यायच्या नव्हत्या असं नाही, पण मला लग्नसंस्थेला शुभेच्छा द्यायचीच इच्छा नव्हती.

सगळ्या अनुभवांनी मी खूपच हळवी झाले होते. परत माझ्या मूळ हसऱ्या स्वभावाकडे येण्यासाठी मला थोडा वेळ हवा होता. या जोडप्यांनी वावरणाऱ्यांपैकी एकाही व्यक्तीवर अशी वेळ आलेली नसते. माझ्या घटस्फोटाच्या अनुभवानंतर, आता माझा कोणी मित्र किंवा मैत्रीण वेगळं होण्याच्या प्रक्रियेतून जात असेल, तर मात्र मी त्यांना एकटी भेटेन. माझा वेळ त्यांच्याबरोबर नक्कीच घालवेन.

या सगळ्या काळात एक गमतीशीर प्रसंग घडला. माझ्या अगदी जवळची एक मित्र-मैत्रीण एकत्र होते. "महत्त्वाचं बोलायचंय," असं म्हणून त्यांनी त्यांच्या

घरी मला बोलावलं. मी मोठ्या कष्टाने त्यांच्या घरी पोहोचले, तेव्हा त्यांनी एकमेकांविरुद्धच्या तक्रारींचा पाढा मला वाचून दाखवला!

सगळं काही इथं सांगणं शक्य होणार नाही. पण मी बाहेरची किंवा त्रयस्थ असल्यामुळे त्यांची समस्या नक्की काय आहे, ते मला कळलं. मी कितीतरी वेळ चर्चा करून त्यांचं नातं पुन्हा जोडायचा प्रयत्न केला. अतिशय तार्किकपणे, त्यांचं लग्न कसं योग्य आहे व संसार व्यवस्थित चालला आहे, हे मी पटवून दिलं. त्यांना हेसुद्धा समजावून सांगितलं, की आत्ता ते ज्या परिस्थितीमधून जात आहेत, तो निव्वळ तडजोडीचा प्रश्न आहे.

त्यांना माझं ऐकावंच लागलं. कारण मी खरंच बोलत होते आणि त्यांची बुद्धी तेवढं समजण्याइतकी नक्कीच शाबूत होती. (किमान त्यांच्या इगोपेक्षा तरी बुद्धी मोठी होती.) माझं बरोबर आहे, हे त्यांना पटलं. आजही एकत्रितपणे, त्यांचा संसार वाचवल्याबद्दल ते माझे आभार मानतात. कल्पना करा, एका घटस्फोटितेने एक लग्न वाचवलं! मला कसं काय ते जमलं ?

माझ्या या 'कार्याचा' गवगवा सगळीकडे झाला आणि मला लोकं फोन करून त्यांच्या अडचणींबद्दल उपाय विचारू लागले. काही काळ मी त्यांना मदत केली सुद्धा कारण ती सगळी माझी जवळची मंडळी होती. मला त्यांची काळजी वाटत होती. मग अचानक, असे फोन येणं बंद झालं आणि मी माझ्या तथाकथित समुपदेशकाच्या भूमिकेतून बाहेर पडले. कदाचित माझा स्वभाव खूपच चांगला असल्यामुळे असेल, पण आता प्रत्येकजण आनंदी होता. पण एक मात्र कबूल करायला हवं, या सगळ्या तक्रार निवारण्याच्या कार्यक्रमामुळे माझा एकटेपणा काही काळ कमी झाला होता, हे नक्की!

इतर जोडप्यांचा माझ्यावर परिणाम होऊ न देण्याच्या स्थितीत येण्यासाठी मला जवळजवळ एक वर्ष लागलं. त्यातले सहा महिने तर मी त्यांच्यापासून स्वतःला जणू तोडूनच टाकलं होतं. पण आता विचार करताना वाटतं, तसं करणं पुरेसं नव्हतं. या जोडप्यांबद्दलचा द्वेष करण्यासाठी मी त्यांच्याबरोबरच वेळ घालवायला हवा होता. शेवटी, एके दिवशी मला साक्षात्कार झाला, की प्रत्येक जोडपं म्हणजे दोन स्वतंत्र माणसं आहेत. मी काय गमावलं, याबद्दल आता मला दुःख वाटेनासं झालं.

माझं लग्न मोडल्यानंतर, मला एकटं राहण्याची पुन्हा नव्याने सवय करावी लागली. एकटं राहण्याचा अभिमान बाळगणं आणि आनंदी राहणं शिकावं लागलं. खूप अवघड होतं ते. मला एका कौटुंबिक कार्यक्रमाचा दिवस आठवतो आहे. त्या कार्यक्रमात माझी काकू काकांशी भांडली, माझी आई माझ्या वडलांशी भांडली आणि माझा एक भाऊही माझ्या वहिनीशी भांडला होता. मी मात्र एकटीच शांतपणे सगळा प्रसंग बघत होते. पारंपरिक केरळी मटन स्ट्यू आणि अप्पम खात त्या भांडणांची मजा घेत होते... त्या काळ्याकुट्ट ढगांकडे अत्यंत धोरणीपणानं मी दुर्लक्ष करत होते.

माझ्या अडुसष्ट वर्षांच्या त्या काकूने मला हसताना बघितलं आणि खंतावून म्हणाली, ''मला तुझ्यासारखं राहता आलं असतं, तर किती बरं झालं असतं.'' मला फारच वाईट वाटलं. मी हसले खरी, पण ते विनम्रतेनं नव्हे. आतासारखं बनण्यासाठी मला बरंच अंतर चालावं लागलं होतं. माझ्या भवती प्रत्येकजण आपल्या जोडीदाराबरोबर होता, पण आता तो त्यांचा प्रश्न होता!

❑

५

एकेका दिवसाचा वेडेपणा

डोळ्यांत अखंड गंगा-यमुना

कधीकधी मी असा विचार करते की, घटस्फोटाच्या प्रक्रियेतून जाणं आणि त्यानंतरच्या मनःस्थितीचा काळ या सगळ्यालाच 'गळा काढण्याचा' काळ म्हटलं पाहिजे. या काळात मी जेवढी रडले, तेवढी आधीच्या आयुष्यात कधीच रडले नव्हते.

त्या वेळी कसलंही निमित्त पुरत असे मला. दोन वर्षांच्या अथक शोधानंतर आमच्या इथल्या पाणीपुरीवाल्यासारखी पाणीपुरी आजूबाजूच्या पाच किलोमीटरपर्यंत कुठेही मिळत नाही, याचा आम्हाला शोध लागला होता. त्यावर वादही झाले होते. त्यामुळे तो पाणीपुरीवाला दिसला तरी मला रडू यायचं. त्यात त्या गाडीजवळ एक्सला बघितलं, तर परिस्थिती आणखीनच बिघडायची. तुम्ही प्रेमभंगाच्या दुःखात असताना ज्या माणसाने तुम्हाला ते दुःख दिलं आहे, त्याला पाणीपुरी रिचवताना बघून आणखीनच त्रास व्हायचा.

रडू फुटायला छोटी छोटी कारणंही पुरायची. 'डॉब बायलन' असं नाव ठेवलेला गोल्डफिश पेटशॉपमध्ये दिसला, तरी माझा अश्रूंचा बांध फुटे.

एक्सने आधी केलेला विनोद इतर कोणी केला की डोळे भरून येत. मला न आवडणारं पण त्याचं अत्यंत आवडतं सुपरमार्केटमधलं ऑरेंज ज्यूस, अशी कोणतीही कारणं पुरत. त्यातली वाईट गोष्ट म्हणजे, या वेगळं होण्याच्या काळात मी बरंच ऑरेंज ज्यूस प्यायलं! कोणीही सक्ती केलेली नसताना, माझी आवड म्हणून मी ते प्यायले! घटस्फोटामुळे अभिरूचीतही बदल होतो की काय?

एक्सच्या शर्टसारखा एखादा शर्ट गर्दीत दिसला, तरी रडू यायचं. अर्थात मी काही

त्या शर्टाचा पाठलाग करून, त्या खांद्यावर डोकं ठेवून 'पुन्हा प्रेम कर' असं नक्कीच म्हणणार नव्हते.

काही वेळा रेडिओवरच्या त्या जाहिरातीचाही मला त्रास होई, जी आम्ही विभक्त व्हायचं ठरवलं, त्या वेळी रेडिओवर चालू होती.

आणि कित्येकदा तर ज्या गोष्टींशी आमचा काही संबंध नाही, अशाही गोष्टींचा त्रास होई. उदा. हॉर्न, फूटपाथ, भरदुपारी पायाशी घोटाळणारी सावली, असं काहीही. काही दिवशी तर विनाकारण, कसलीही सूचना न देता उदासवाणी छटा दाटून यायची.

कामाच्या ठिकाणी तर फारच अश्रू वाहायचे. कोणत्याही मैत्रिणीने 'माझा नवरा' असा उल्लेख जरी केला, तरी माझ्या डोळ्यांना माझ्याही नकळत धारा लागायच्या. बाथरूमला जाण्याच्या बहाण्याने मग मी तिथून सटके. माझ्या सुदैवानं त्या वेळी मी कॉन्टॅक्ट लेन्स वापरत होते. असा कोणता प्रसंग आला की मी डोळे चोळून म्हणे की, "कॉन्टॅक्ट लेन्सचा जरा त्रास होतोय." त्या वेळी माझी सहकारी लेन्स बदलण्याचा सल्ला देई.

अगदी आनंदी वातावरणातही मला कधीकधी रडू यायचं. माझा दिवस खूप छान गेला असला तरीही, घरी आले की माझी रडायला सुरुवात होई. मग मी हमसून हमसून रडत असे. अगदी अश्रूंनी माझे कपडेही भिजायचे. शेवटी थकून रित्या मनानं, विषण्णपणे पहाटेची वाट बघत पडून रहायचे.

विशेषतः रात्रीच्या या अखंड रडण्यानंतर सकाळ झाली की मी निःश्वास टाकत असे. पहाटे सूर्य उगवायला लागला की मग मी दोन तास झोप काढे आणि त्यानंतर आवरून ऑफिसला जात असे.

अगदी टॅक्सीतही हा अश्रूंचा महापूर वाहत असे. टॅक्सीच्या मागच्या सीटवरचा एकटेपणा मला खायला उठे. त्या मागच्या सीटने आमचं प्रेमात असणंही बघितलं होतं आणि आमचं नातं तुटतानाही बघितलं होतं. अशा वेळी टॅक्सी जसजशी पुढे सरके, तसतसे माझे डोळे वाहायला लागत. मला वाटतं, मुंबईतल्या टॅक्सीवाल्यांना त्यांच्या मागच्या सीटवरच्या अशा अनेकांच्या रडण्याची सवय असावी. त्यामुळे तेही अशा प्रवाशांना त्रास देत नसत. अगदी मी पैसे देत असताना रडत असले तरी त्यांचं फारसं लक्ष नसे.

मी या दरम्यान इतके टिश्यू पेपर वापरायला लागले, की मला झाडांबद्दल काळजी वाटू लागली. माझ्या अश्रूंसाठी पृथ्वीवरच्या इतक्या झाडांनी मूकपणे आपलं बलिदान का द्यावं? पण न रडण्याचा माझ्याकडे पर्याय नव्हता कारण माझ्या अश्रूंवर माझंच नियंत्रण नव्हतं. मग मी एका शाळेतल्या मुलीने आपल्या गणवेशावर पिनने लावलेला हातरुमाल बघितला आणि माझ्या रडण्यामुळे संपत चाललेल्या झाडांबद्दलची माझी काळजी कमी झाली.

आता मला रुमालाचा 'पर्यावरणपूरक' पर्याय सापडला होता. बरीच लहान मुलं आणि बऱ्याचशा म्हाताऱ्या बायकाही हातरुमाल वापरतात. मग मी माझ्या पर्समध्ये हातरूमाल ठेवायला सुरुवात केली. माझ्या तिसरीनंतर कित्येक वर्षांनी मी असा चौकटीचौकटीचा, थोडासा स्टार्च केलेला रुमाल वापरत होते!

मग मी छान छान रूमाल शोधायला लागले. आजीच्या वयाच्या बायकांना आवडतील असे रुमाल मी शोधत असे. मी जिथे राहत होते ती कॉलनी बरीच जुनी होती आणि तिथे भरपूर दुकानं होती. त्या दुकानात फारशी गर्दी नसली, तरी तिथले दुकानदार मात्र विश्वासू होते. त्यांची दुकानेदेखील जुनी-पुराणी दिसत असत. अशाच एका दुकानात मला काय हवंय ते त्यांना सांगितल्यावर, चेहेऱ्यावरची सुरकुतीही हलू न देता ते खालच्या बाजूला खोकी शोधायला गेले. त्या वेड्यावाकड्या खोक्यांमधून मेहनतीने नक्षीकाम केलेले सुंदर, हातरुमाल बाहेर काढले. खोकी काढताना उडालेली धूळ बाजूला झाल्यावर त्यांच्या सुंदर किनारी दिसल्या. रंग वेगवेगळे होते. त्या सगळ्या काळातील माझ्या 'नाटका'त (रडण्याच्या) हातरुमाल हा नेपथ्यातील महत्त्वाचा भाग होता. असे शोधण्यासाठी खूप दुकानं मला पालथी घालावी लागली कारण माझ्या अश्रूंइतकेच मौल्यवान रूमाल मला हवे होते!

अशाच एका पारशी बाईच्या दुकानात मी गेले आणि हातरुमाल दाखवायला सांगितले. त्या पारशी बाईला इतकं भरून आलं (माझी मागणी ऐकून) की धावतच दुकानाच्या मागे असलेल्या तिच्या घरात गेली आणि स्वातंत्र्याच्याहीपूर्वीच्या काळातील एक पत्र्याचा डबा घेऊन आली. त्यात फारच सुंदर भरतकाम केलेले पांढरे शुभ्र हातरुमाल होते. ते तिने स्वतः शिवले आणि भरले होते! पंचेचाळीस रुपये देऊन मी ते रुमाल विकत घेतले.

ते रूमाल बघून माझ्या मैत्रिणी माझ्यावर चांगल्याच खवळल्या. कदाचित तो

सुंदर भरतकाम केलेला इवलासा रूमाल माझ्या पर्समध्ये बघून त्यांना धक्काच बसला असावा. मैत्रिणींपैकी एकीने अत्यंत कळवळून विचारलं, ''हा रुमाल तू हरवणार नाहीस ना?'' त्यावर मी वेड्यासारखं उत्तर दिलं की, ''हे बघ, मी आता बरी आहे. पण मला खरंच हे रुमाल आवडले आहेत.'' मला त्या रुमालांची इस्त्रीची घडी फार आवडत असे. ते उबदार, मऊ रुमाल लगेचच अश्रूने भिजून त्यांचं बोळ्यात रूपांतर होई व ते अजून एका दुखःद दिवसाचे साक्षिदार होत.

मी अशी अश्रूंच्या महापुरात आकंठ बुडालेली असताना स्वतःला बजावत असे की, मी खूपच कठीण परिस्थितीतून जाते आहे आणि त्यामुळे अश्रू वाहिलेच तर त्याचा इतरांना त्रास होणार नाही! मला इतकं रडू येत होतं याबद्दल मी स्वतःला भाग्यवान समजते. स्वतःचं दुःख काळजात गाडून टाकणारे अनेक जण मी बघितले आहेत, जे फक्त आपलं दुःख सहन करतात आणि इतरांसमोर त्याची कधीच वाच्यता करत नाही. मी जेव्हा अशा माणसांशी बोलत असे, तेव्हा ते म्हणत, की त्यांनाही खरं तर रडायचंय, पण ते रडू शकत नाहीत! पण अशा माणसांच्या या विधानामागे अश्रू दडविण्याचा सूक्ष्म अभिमानही दिसत असे. दुःख जाहीर करणं आणि दुःख लपवणं यापैकी काय योग्य आहे, ते मला माहीत नाही. पण मला असं वाटतं, की प्रत्येकानं आयुष्य जगण्याचं एक तंत्र ठरवलेलं असतं. माझ्या मनाने मला सांगितलं, की मी रडले, तर एक्सला विसरणं आणि त्याला आयुष्यातून दूर करणं सोपं होईल. कपड्यावर पडलेला पदार्थाचा डाग जसा प्रत्येक धुण्यानंतर हलका होत जातो, तसंच प्रत्येक वेळी रडल्यावर एक्स माझ्या आठवणीतून आणखी पुसला जात होता.

माझं तंत्र माझ्यासाठी योग्यच होतं. एके दिवशी अश्रू संपले, थांबूनच गेले. कदाचित मी माझ्याशीच फार कनवाळूपणे वागत होते, त्यामुळे स्वतःला आत्मविश्वास देणं थोडं सोपं झालं. कोणताही वेडेपणा न करता मी स्वतःला मोकळं सोडलं होतं. मला खात्री होती, की एक दिवस हा अश्रूंचा झरा आटेल आणि तसंच झालं!

माझ्या या निराशेच्या झटक्यांबद्दल मी कोणाशीच बोलत नव्हते. त्यामुळे माझ्या या विचित्र वागण्याची काळजी फक्त मलाच वाटत होती. त्यामुळे एक मात्र झालं की, 'रडणं' ही काही फार मोठी समस्या नाही, असा निष्कर्ष काढायला मला अवधी मिळाला. माझी ही अडचण मी आईला किंवा मैत्रिणींना सांगितली

असती, तर त्यांनी ही अडचण दूर करण्याचा जरा जास्तच प्रयत्न केला असता. मग देवाच्या पूजेचा प्रसाद, रेकी, 'स्वमदत' प्रकारची पुस्तकं आणि अशाच प्रकारच्या तथाकथित मदतीचा 'ओघ' सुरू झाला असता. असं रडणं चांगलं असतं, त्या अश्रूंना वाहू दिलं पाहिजे, हा विचार कोणाच्याही डोक्यात आला नसता.

माझ्या एका मैत्रिणीने मला एकदा विचारलं, की मला माझ्या विचारांबद्दल इतकी स्पष्टता कशी आहे? माझे प्रश्न मी इतक्या स्पष्टपणे कसे सोडवू शकते, याबद्दल तिला कुतुहल होतं. मी तिचा गैरसमज दूर केला आणि असं कोणतंही स्पष्ट चित्र माझ्या डोक्यात नाही असंही स्वच्छपणे सांगून टाकलं! जंगली प्राण्यांना, कोणती वनस्पती खाल्ल्यावर आपला आजार बरा होणार, हे ठाऊक असतं. माझं तसं काहीतरी झालं असावं. मला फक्त इतकंच कळत होतं की मला नक्की काय समजत होतं आणि मी इतर कोणाचंही न ऐकता फक्त माझ्या मनाचं ऐकत होते. खरं तर याचाच उपयोग झाला. माझं शरीर आणि माझं मन अक्षरशः एकत्र आलं आणि दोघांनी मला स्वतःच्या पायावर उभं केलं.

माझे अश्रू वाहायचे थांबले होते, याचा अर्थ मी सगळं विसरून पुन्हा मूळपदावर आले होते, असं मात्र नव्हे! त्यानंतरही कित्येक दिवस माझ्या मनात दुखावलं गेल्याची जखम भळभळत होती. कधीतरी स्वतःशीच विचार करताना हे दुःखद, न्यारच्यमय विचार पुन्हा उसळी मारत. मला वाटतं की ती दुखावलं गेल्याची भावनाच माझ्या डोळ्यांतून अश्रूंच्या रूपानं कोसळत होती. माझा आत्मा दुखावला गेल्यावर मी कशी दिसते, हे मी सतत आरशात बघून स्वतःला निरखून बघत असे. पण मी आधीसारखीच दिसत होते, काहीच फरक नाही! माझा असा अंदाज आहे, की आपल्याला दुःख आतून जितकं जाळत असतं किंवा आपण जळतो आहोत, असं आपल्याला कितीही वाटत असलं तरी आपलं वास्तवातलं आयुष्य आपल्या कल्पनेपेक्षाही सामान्य असतं!...

❐

एक्स नसताना लपत–छपत

आपल्याला दुखावणारी व्यक्ती आपल्याला जास्तीत जास्त किती दुखवू शकते, याचा कधी विचार करतो का आपण? मला स्वतःला दुःख देण्यात आणि दुसऱ्यांच्या आयुष्यात डोकावण्यात इतका रस असेल असं चुकूनही याआधी मला कधी वाटलं नव्हतं. किंवा दुसऱ्याच्या खाजगी आयुष्यात न बोलावता मी डोकावेन असंही मला कधी वाटलं नव्हतं. आता घटस्फोट झाला होता. सगळ्या गोष्टी पार पडल्या होत्या आणि त्याचा धुरळाही खाली बसला होता आणि अचानक एक दिवस मी जागी झाले आणि एक्सबद्दलच अतिविचार करू लागले...

आमच्या घराची एक किल्ली मला सापडली आणि हा भावनांचा धबधबा वाहू लागला. मला तेवढंच निमित्त पुरलं. मी ती किल्ली त्याला परत द्यायला विसरले होते आणि एक्सनेही कधी त्या किल्लीचा हट्ट धरला नाही. त्या किल्लीच्या निमित्तानं मनात उमटणाऱ्या एक्सच्या विचारांकडे मी दुर्लक्ष करू शकले नाही.

त्या किल्लीचं अस्तित्व मला विसरता येईना. ती किल्ली जणू माझ्याकडे टक लावून बघत होती. आमच्या घरात, मालकाच्या गैरहजेरीत जायला सुचवत होती. असं करणं चुकीचं आहे, हे समजत असूनही, त्या घरात एक्सच्या गैरहजेरीत जाण्याचा विचार मी टाळू शकले नाही.

तो नक्की ऑफिसमध्ये गेला असणार, याची मला खात्री होती आणि त्या वेळी माझं काम चक्क बाजूला ठेवून मी त्याच्या घरी गेले. जर चुकून तोही त्याच वेळी काही कारणानं घरी असेलच, तर माझे विसरलेले मोजे मी न्यायला आले आहे, असं कारण मी त्याला सांगणार होते. अर्थातच हे कारण इतकं विचित्र होतं की कोणीच त्यावर विश्वास ठेवला नसता. पण जितकं मी एक्सला ओळखते,

त्याप्रमाणे त्याला मुळीच आश्चर्य वाटलं नसतं. मी त्याच्या घरात पुन्हा का आले, असा जाबही त्याने मला विचारला नसता. त्याबाबतीत तो खरोखरच खूप सज्जन आणि सभ्य माणूस होता. त्यामुळे मी पकडली जाईन अशी चोरासारखी भीती माझ्या मनात नक्की नव्हती.

किल्लीनं दार उघडलं आणि उघडताक्षणीच कळलं, की घरात कोणीही नव्हतं. तिथे एक प्रकारची भीषण व रिकामी शांतता होती. मी घरात फिरले तसं माझ्या लक्षात आलं, की काहीच बदल झालेला नाही. मी केलेली घराची सजावट जशीच्या तशी होती. अर्थात, माझं घर सजवणं अधिक चांगलं होतं की एक्सला काहीही बदल करण्याचा कमालीचा आळस होता, ते मात्र मला कळलं नाही. एक्सचा कंटाळा किंवा आळस हेच कारण असावं, असा मला संशय आहे.

घराच्या कानाकोपऱ्यात ठेवलेल्या वस्तू कशा आणल्या गेल्या, कुठून आल्या याच्या आठवणी माझ्या मनात जागत होत्या. दिवाणखान्यात एक मोठं चपटं भांडं होतं आणि त्यात गवत होतं. आमच्यासाठी ती मुंबईतील 'हिरवळ' होती. जेडचा एक जुना मौल्यवान हिरवा दिवा होता. हा दिवा म्हणजे भाग्य उजळवतो! (खरंच?), पुस्तकांनी भरलेलं एक भलंथोरलं कपाट होतं. पुस्तकाच्या कपाटांना दारं हवीत अशी त्याची इच्छा होती म्हणून त्याच्या वाढदिवसाला ते भेट म्हणून घरात आलं होतं. मी ट्रेकला गेले असताना एका म्हाताऱ्या आजींकडून काही चटया आणल्या होत्या. मार्केटमधून डोक्यावरून 'वाहून' आणलेले लोड होते, छोट्या-छोट्या गोष्टी होत्या. त्यातल्याा माझ्या वाटच्या वस्तू मी नेल्या होत्या, त्यामुळे रिकाम्या जागाही तयार झाल्या होत्या. घराच्या प्रत्येक वस्तूत, कोपऱ्यात आमचं आयुष्य दिसत होतं. तो तिथं कसा काय राहत होता?

झोपायच्या खोलीत उशांवर मला आवडणारे व त्याला मुळीच न आवडलेले अभ्रेही तसेच होते. हे अभ्रे आणल्यावर ते खूप भडक आहेत, असा कांगावा त्याने केला होता, ते मला आठवलं. त्या वेळचा त्याने घातलेला गोंधळ त्याला आठवला असेल का? बाथरूमच्या दारात एका कार्यक्रमाची तिकिटं अजूनही तशीच पडली होती. एखाद्या मृतप्राय कागदासारखी ती तिथे चिकटवलेली होती. ती तिकिटं मी फाडून टाकली आणि कडेची चिकटपट्टी तशीच ठेवली.

दुसऱ्या खोलीत एक चांदीच्या कानातल्यांचा जोड होता. मला आठवतंय, ती

कानातली त्याने मला भेट दिली होती आणि ती मला माझ्याबरोबर घेऊनही जायची नव्हती आणि परतही द्यायची नव्हती, म्हणून या खोलीत मी लपवून ठेवली होती. मी शोधायला गेले तर ती कानातलीही तशीच तिथे पडून होती. जणू काही एक्सने आम्ही एकत्र जगलेलं आयुष्य, एकत्र घालवलेले क्षण जसेच्या तसे जतन करून ठेवले होते!

मी जर त्याच्या जागी असते, तर त्याच्या सगळ्या खाणाखुणा मी कधीच मिटवून टाकल्या असत्या. हे सगळं का आहे, मी का करते आहे, हे मला कळत नव्हतं. पण जातिवंत हेरासारखी किंवा लपून शिकार करणाऱ्या शिकाऱ्यासारखी मी वागत होते. एकदा माझं कुतुहल शमल्यावर मी त्या जागेवर जणू अतिक्रमणच केलं होतं आणि त्या जागेचा ताबाच घेतला.

मी बिछान्यावर झोपले आणि श्वास रोखून धरला. काहीच घडलं नाही. त्या चादरीवर हात फिरवताना वाटलं, की ही चादर किती साधी, सामान्य आहे. ह्या चादरीचे मालक संपूर्णपणे बदलून गेले तरी ही मात्र तशीच्या तशीच राहिली. आताही सूर्यप्रकाशात तिच्यावरच्या रंगांनी चमकतेच आहे.

आयुष्यात प्रथमच मला त्या घरात पाहुणी असल्यासारखं वाटलं. कोणाच्या तरी पवित्र जागी मी आगंतुकपणे गेले असं मला वाटत होतं. मला माझ्या घरी जायचं होतं आणि मी 'त्या' घरातून अक्षरशः पळून आले. आता 'ते' घर माझं राहिलं नव्हतं...

त्यानंतर मी तिथे सहा वेळा गेले. तिसऱ्यावेळी गेले त्या वेळी कपाट उघडून त्याचा शर्ट माझ्या अंगावर चढवला! आमच्यात जे झालं त्याबद्दल मला खरंच खूप दुःख होत होतं. त्याचे शर्ट माझ्या गुडघ्यापर्यंत येत होते. माझे हात शर्टाच्या बाहीच्या आत गडप झाले होते. मी खूप खूप खुजी आहे, असं मला त्याक्षणी वाटलं. पलंगाच्या एका टोकावर, कमीत कमी जागेवर मी टेकले आणि त्याच्या शर्टाच्या रिकाम्या बाह्यांनी मी स्वतःलाच कवटाळून घेतलं!

आता हे सगळं धोकादायक बनत चाललं होतं. त्याच्या रिकाम्या घरात वावरण्याची आणि आमचे एकत्र घालवलेले क्षण आठवण्याची मला आता सवय जडू पाहत होती. मी तिथेच जेव्हा राहत होते, तेव्हा तिथल्या कुठल्याच गोष्टीत एवढं चैतन्य वाटलं नव्हतं. आता अचानकपणे चित्र बदललं. त्या

सगळ्या वस्तू आणि त्या वस्तूंनी माझ्या असंबद्ध आठवणी जागवल्या होत्या. आयुष्यात पुढे जाण्याच्या प्रयत्नांत अडथळा निर्माण केला होता. माझ्या स्वप्नांवरच हल्ला चढवला होता.

पण सहाव्या वेळी मी तिथे गेले आणि किल्लीने दार उघडून एक्सच आत आला. त्या वेळी तो तिथे आला नसता, तर मी अजूनही तिथे जात राहिले असते. रंगेहाथ पकडले गेल्यावर मी त्याच्याकडे बघितलं आणि चक्क खोटं बोलले. माझ्या मोज्यांची एक जोडी मी तिथे विसरले होते आणि ती आणण्यासाठी मी तिथे आले आहे, अशी थाप मी मारली.

त्याने मान डोलावली. जणू काही घटस्फोटानंतर एका मोज्याच्या जोडीसाठी मी तिथे जाणं नैसर्गिकच होतं, असा त्याचा अर्थ होता. त्याने मला चहासाठी थांबायला सांगितलं. माझं नशीब जोरावर होतं म्हणून माझ्या अंगावर त्याचा शर्ट नव्हता! मग चहा पिता-पिता मी त्या किल्ल्या त्याला देऊन टाकल्या. आता त्या किल्ल्या माझ्याकडे ठेवणं खूपच धोकादायक होतं. किल्ल्या परत केल्यावर त्याच्या चेहऱ्यावर आश्चर्य उमटलं होतं. ''तुला हवं तर त्या तुझ्याकडे ठेवू शकतेस. तू इथे कधीही येऊ शकतेस.'' असंही तो म्हणाला. स्वरात शक्य तेवढा उपरोधिकपणा टाळत मी त्याला उत्तर दिलं, ''मला माझं घर आहे!''

माझ्या उत्तराने तो इतका का दुखावला गेला, ते मला कळलं नाही. मी असं काहीतरी व्यवहारातलं, प्रॅक्टिकल बोलले की तो कायम असाच दुखावला जायचा. आता आमचा घटस्फोट झाला होता. मग आता किल्ल्या परत करण्यामध्ये मी काही चूक केली होती का? की त्याला अजूनही कसली आशा होती? अर्थात मला काही फरक पडत नव्हता. त्याने किल्ल्या घेतल्यावर मात्र माझं दंडेलशाही करण्याचं स्वप्न हजार तुकड्यांमध्ये विखुरलं गेलं. जणू काही जे घडलं ते सत्य नव्हतंच. मी जे केलं, ते जणू काही वास्तव आयुष्यात कधी घडलंच नाही. तो घरात नसताना, त्याच्या घराचं दार उघडून, त्या घरातल्या वस्तूंच्या आठवणी जागवणं, त्या घरात वावरणं ही माझी कृती अक्षम्य होतीच. पण माझ्या लग्नाइतकाच तो जणू काही आभास होता...सत्याचा स्पर्श नसलेला...

आजारांची सोबत– निव्वळ एकटं राहण्यासाठी!

कामामुळे तुमच्या एकाकीपणाची धार बोथट होते. माझंही तसंच झालं. सकाळी उठून मला कामासाठी बाहेर पडायचं होतं, रोजच. शनिवार–रविवार सोडून. नुकताच घटस्फोट झालेल्या मला ते शनिवार–रविवार अंगावर येत असत. मला माझ्या मित्र–मैत्रिणींबरोबर कुठेही बाहेर जायची इच्छा होत नसे. (पैशाची तंगी किंवा पैशाचा काटकसरीनं वापर हे मुख्य कारण होतं.) पण घरात थांबणं म्हणजे भयंकर बोचऱ्या एकाकीपणाला आमंत्रण देण्यासारखं होतं.

याच दरम्यान कधीतरी, एका शुक्रवारी असंच एका पार्टीचं आमंत्रण मी नाकारलं. मला अचानकच आजारी वाटू लागलं. हळूहळू मला ताप चढायला लागला आणि माझी हिंमत थोडी हलली!

अचानक मला खूप थकल्यासारखं वाटू लागलं आणि माझा आवाजही बदलला. माझ्या घरच्यांचा आणि मित्रमैत्रिणींचा फोन आल्यावरही ''माझ्यात बोलायची ताकद नाहीये. मी खूप दमले आहे.'' असं मी त्यांना सांगितलं. ताबडतोब सूचनांचा भडिमार झाला. काय खावं, काय प्यायचं, घरगुती उपाय, डॉक्टरकडे जाण्याचा सल्ला अशा सूचनांची यादी माझ्या पुढ्यात आली. डॉक्टरकडे जाण्याचा पर्याय मी लगेचच धुडकावून लावला कारण मला डॉक्टरच्या नुसत्या नावानेच गर्भगळीत व्हायला होतं. त्यामुळे मी एकटीनं डॉक्टरकडे जाण्याचा प्रश्नच नव्हता.

एक्स आणि माझ्या आईने मला डॉक्टरकडे घेऊन जाण्याची तयारी दर्शवली. पण त्यांच्या या चांगुलपणालाही मी अलगदपणे नाकरलं. अचानक मला शूर झाल्यासारखं वाटलं, जणू काही या 'बलाढ्य' शत्रूशी मी एकटीच लढत होते. मी तशीच झोपून राहिले. माझ्या स्वयंपाकाच्या बाईने मला छानसं सूप करून दिलं आणि सोमवारचा दिवस उगवला.

माझा ताप पळून गेला होता. मी तयार होऊन ऑफिसला गेले. पुढच्या शुक्रवारी पुन्हा ताप चढला. जणू काही या आगंतुक पाहुण्याने जगाशी संपर्क तोडण्याचा व स्वतःच्या जगात राहण्याचा एक पर्यायच मला उपलब्ध करून दिला होता. मी स्वतःला घरात कोंडून घेतलं. गादीवर, पांघरूणात स्वतःला गुंडाळून घेत, 'अशक्तपणे' (!) पुस्तक वाचत पडून राहिले.

असे साधारण आठ शनिवार–रविवार आजारपणात घालवल्यावर माझ्या जवळच्या माणसांना माझी खरोखरच काळजी वाटू लागली. ब्लड टेस्ट करण्याचा सल्ला मिळाला. एक मैत्रीण मला त्याक्षणी डॉक्टरकडे नेण्याच्या इराद्यानेच आली पण मी मात्र प्रतिकार केला. कारण मी डॉक्टरला जर सांगितलं असतं की मला या आठवड्याच्या शेवटच्या दिवसांचा आणि त्यात भेटणाऱ्या मित्रांचा ताप झालाय, तर डॉक्टर काय म्हणेल ? डॉक्टर हेच म्हणणार की, माझा ताप हा सायकोसोमॅटिक आहे आणि मला ते ठाऊक होतं आणि मी स्वतःचे किती फाजील लाड करते, ते सगळ्यांनाच ठाऊक होतं. मला त्यांची सहानुभूती गमवायची नव्हती आणि मला बरंही व्हायचं नव्हतं. कारण मी बरी झाले की माझा चेहरा नेहमीसारखा आनंदी दिसला असता आणि तसं दाखवण्यासाठी मला त्या वेळी तरी खूपच प्रयास पडले असते. त्यामुळे ताप असताना मला आतून जाणवणारी खिन्नता माझ्या चेहऱ्यावर सहजपणे दिसू शकली असती.

माझ्याबद्दलची काळजी इतकी टोकाला गेली, की डॉक्टरलाच घरी बोलावण्याची खलबतं सुरू झाली. डॉक्टर घरात येणार या भीतीने माझा ताप जो पळाला, तो परत आलाच नाही. इतर कोणी सुटकेचा निःश्वास टाकायच्या आतच पुढच्या शुक्रवारी माझं पोट बिघडलं!

मी कुठेही, काहीही, कधीही खाऊ-पिऊ शकते. माझ्या लहानपणीच्या अनेक वर्षांत वडिलांच्या करड्या नजरेपासून वाचून रस्त्यावरच्या खाण्याच्या गाड्यांना मी रोजीरोटी पुरवली आहे! त्यामुळे माझ्या पोटाला आतून जणू काही लोखंडाचं अस्तर तयार झालं आहे. मी रस्त्यावरचे किंवा इतर कोणतेही अस्वच्छ खाद्यपदार्थही लीलया पचवू शकते. मी रस्त्यावर काय खाल्लं नाही ? तिखटमीठ लावलेल्या कैरीच्या फोडी, 'चिकन' नामक पदार्थाच्या नावाखाली कोणकोणते प्राणी, तपकिरी बीफचे तुकडे (जे अजिबात बीफच्या चवीचे नसतात) इ.इ.इ. असे सामान्यपणे खाण्यास मनाई असलेले शाकाहारी-मांसाहारी पदार्थ माझ्या पोटात आजवर सुखाने नांदत होते. माझ्याबरोबरचे बाकीचे खाणारे जेव्हा असं

काहीतरी खाऊन दुसऱ्या दिवशी आजारी पडले, तेव्हाही मी एकदम ठणठणीत होते. इतकंच काय, नव्याने उघडलेल्या एका कबाबच्या गाडीवरचे भडक रंगाचे कबाब खायची माझी इच्छा होती.

पण अचानकच, माझ्या या दगडासारख्या पोटानं असहकार पुकारला. आता साधा ब्रेड खाल्ला, तरी माझं पोट बिघडू लागलं. पुन्हा मी या आजाराशी एकटीनं सामना करायचे. माझी स्वयंपाकीणबाई ओआरएसचं पाणी करून देई आणि मी ते पीत राही. पण पोट बिघडण्याच्या आजाराचा तोटा असा होता, की माझ्या स्वयंपाकीण बाईने चांगला स्वयंपाक करणं बंद केलं. ती काहीतरी बेचव, मिळमिळीत पदार्थ बनवत असे आणि तेच माझ्या पोटासाठी कसं चांगलं आहे, ते पटवूनही देत असे.

अर्थात मीही काही फार दुःखी नव्हते. कारण स्वयंपाकाची बाई गेली, की मटण सामोसा, बिर्याणी, रोटी, कबाब, ग्रीन चिली खिमा, 'फारचा' आणि पाया सूप असे पदार्थ मी ताबडतोब बाहेरून मागवत असे. हे सगळे पदार्थ माझ्या आत्म्यासाठी अत्यंत आवश्यक होते.

माझ्या सुदैवानं पोटाचं आजारपण फार दिवस टिकलं नाही. पण माझा असा ठाम विश्वास आहे, की 'स्पीड-डायल-डेलिकसी' (बिर्याणी, कबाब इ.इ.) मुळेच माझं पोट ठिकाणावर आलं. थोड्या दिवसात मला बाहेर जाऊन खाण्याऐवजी घरीच पदार्थ मागवण्याची सवय लागली. बिघडलेल्या पोटाला ते मान्य करावंच लागलं आणि ते जागेवर आलं!

यानंतर घशाच्या इन्फेक्शनची पाळी होती. हे मात्र मजेदार होतं. ब्रँडीमध्ये लवंगा, वेलदोडा, दालचिनी आणि काळी मिरी मिसळून ते द्रव्य मी मस्तपैकी चवीने पीत असे आणि अगदी खरं सांगायचं, तर या मिश्रणाचे घोट बुडबुड्यांसकट घशातून खाली जात, तेव्हा भयंकर मादक वाटत असे!

मला कोणी भेटायला आलं किंवा कोणी फोन केला, तर माझा आवाज गुरगुरल्यासारखा येई. मग थंड पेय न पिण्याचा सल्ला दिला जाई. कोणीतरी गोळ्याही आणून देई. माझी ही अवस्था मात्र माझा घसा खरोखरीच खराब होईपर्यंत टिकली. कदाचित ते 'मादक' द्रव्य घेण्याच्या नादात मी घशाला खरोखरच अपाय करत होते. त्यामुळे काल्पनिक आजार खरोखरच प्रत्यक्षात

येतो की काय या भीतीने घसा ठीक झाला. पण त्याची जागा पाठीच्या दुखण्याने घेतली!

शेवटी हा आजार मात्र छान वाटला. म्हणजे मला जणू पाठीच्या दुखण्याची लॉटरीच लागली. कारण या आजारपणात मला कोणतीही औषधं घ्यायची नव्हती. मी उत्तम जेवणाचा आस्वाद घेऊ शकत होते. माझ्यावर डॉक्टरकडे जाण्याची कोणीही सक्ती करत नव्हतं आणि जो भेटेल तो मला फक्त विश्रांतीचा सल्ला देत होता. आत्ता कसं!

मी नेमकं तेच केलं. मी शुक्रवार रात्र ते सोमवार सकाळ बिछान्यातच मुक्काम ठोकायचे. मग माझ्यासाठी सगळेजण फुलं, पुस्तकं आणि कायकाय भेटी आणायचे. हे फार छान होतं. आता मला एक असा आजार सापडला होता, ज्याच्यासाठी मला खूप नाटक करावं लागणार नव्हतं.

इतरांपासून स्वतःची सुटका करण्याचा हा सर्वांत आरामदायी आणि सोपा मार्ग होता. माझं विस्कटलेलं भावविश्व पुन्हा सावरण्यासाठी हा काळ मला हवा होता असं नाही. तर माझ्या हितचिंतकांबरोबर पार्टीला न जाण्याचं एक ठोस, वाजवी कारण मला हवं होतं. त्यांच्या पार्ट्यांना व त्या पार्टीतल्या बेधुंद नाचण्याला ठाम नकार देण्यासाठी काहीतरी योग्य कारण मला हवं होतं. (असं नाचण्यात गैर काय आहे, मी म्हणते!)

मला माझ्या धक्क्यातून सावरण्यासाठी थोडा वेळ हवा आहे हे मी माझ्या प्रियजनांना का सांगू शकले नाही? माझा अहं, इगो जो आधीच जखमांनी विद्ध झाला होता, तो जणू स्वतःचं संरक्षण करत होता. प्रियजनांपासून लांब राहण्यासाठी मोडलेल्या नात्यापेक्षा आजारपणाचं निमित्त अधिक श्रेयस्कर होतं. 'ती आली नाही पार्टीला. तिचा बिचारीचा घटस्फोट झालाय, त्यामुळे ती फारच उदास आहे,' असं माझ्याबद्दल कोणी बोललेलं मला मुळीच पटलं नसतं, मला ते नकोच होतं. मला जगापुढे माझ्या आत्म्याच्या सामर्थ्याचं एक आभासी चित्र उभं करायचं होतं.

❒

मी स्वतःला माफ केलं

''मी स्वतःला माफ केलं...'' हे शब्द घटस्फोटाच्या काळात प्रत्येक घटस्फोटितासाठी जणू जादूच्या मंत्रासारखे आहेत. ते पुन:पुन्हा म्हटले पाहिजेत. हा काळ जणू युद्धाचा असतो, विचित्र असतो. तुम्ही मानसिकरीत्या उद्ध्वस्त होता. जे घडतं ते इतकं भयंकर असतं, की तुमच्या चेहऱ्यावर हलकसं हसू दिसणं हाही जणू चमत्कार असतो. आत्मविश्वास खचतो, विश्वास हलतो आणि प्रेम संपतं. ही न मोजता येणारी किंमत तुम्हाला या काळात भरावी लागते! या काळातलं माझं वागणं अजिबातच सुखावह किंवा योग्य नव्हतं. काही वेळा, मला सांगायला लाजही वाटते, तर माझं वर्तन धोकादायक, कपटी व धूर्तपणाचंही होतं. जाळ्यात अडकलेला प्राणी स्वतःचा जीव वाचवण्यासाठी काहीही करतो, तसं माझं झालं होतं. अगदी काहीही! म्हणूनच मला इथे काही सांगायचं आहे.

मी स्वतःला खालील कारणांसाठी माफ केलं आहे –

ज्या गोष्टी एक्सच्या नियंत्रणाबाहेर होत्या, त्या गोष्टींबद्दल मी एक्सला दोषी मानलं आणि त्यालाही त्याचं वाईट वाटून घ्यायला लावलं. त्याच्या क्षुल्लक, लहानशा चुका मी उगाचच मोठ्या करून सांगितल्या कारण घटस्फोट मिळवणं सोपं व्हावं. एकच चूक दाखवणं पुरेसं होतं, हे मला बऱ्याच उशीरा कळलं. घटस्फोटाच्या समर्थनासाठी त्याच्या सगळ्या चुका बोलून दाखवण्याची काहीच गरज नव्हती. ज्यांना माझी खरंच मनापासून काळजी वाटते, अशा सगळ्याच प्रियजनांकडून मी माझ्या गरजेपेक्षाही जास्त प्रेमाची अपेक्षा केली. खरं तर त्यांचा छळच केला. मी त्यांच्याकडून फक्त प्रेमाची अवाजवी अपेक्षा करत

राहिले आणि जेव्हा त्यांना ते देता आलं नाही, तेव्हा मी विनाकारण दुखावली गेले.

☙

मनाची सतत घालमेल. वेळ मारून नेण्यासाठी कधी 'हो', कधी 'नाही', कधीतरी 'कदाचित' अशी उत्तरं द्यायचे. खरं तर त्याचवेळी मला माहीत असलेली उत्तरं मी प्रामाणिकपणे देऊन टाकायला हवी होती.

☙

मानसिक असंतुलनाची, बेभान होण्याची नक्कल. संधी मिळाली की माझे अश्रू ढाळत असे. शिवाय माझ्या स्त्री असण्याचा काही वेळा सहानुभूती मिळवण्यासाठीही वापर करत असे. खरंतर, एक्स माझ्याइतका रडला नव्हता तरी त्याला माझ्याइतकंच दुःख झालं होतं. क्वचितप्रसंगी माझ्यापेक्षाही त्याला जास्त वाईट वाटलं होतं.

☙

दुसऱ्या कोणाच्याही दुःखाकडे दुर्लक्ष करून मी माझ्या दुःखात आत्मकेंद्रितपणे मग्न होते.

☙

स्वतःला कठोर व्यक्तिमत्त्वाचं बनवणं. असं पाषाणहृदयी झाल्यावर माझ्या माणसांवर काय परिणाम होईल याचीही मला भीती नव्हती. उद्या काय होईल याबद्दल ते सतत धास्तावलेले होते, त्याचीही मी काळजी केली नाही.

☙

अथकपणे स्वार्थीपणानं आणि अभिमानानं आनंदाच्या मागे लागणं. कारण आनंदानं जगणं हा माझा हक्कच आहे, हा माझा ठाम समज होता.

☙

टिकवून ठेवण्यापेक्षा निघून गेले. (मला वाटतं, माझ्या संस्कारामुळे ती अपराधीपणाची भावना होती. लग्न टिकवता न आल्यामुळे अपराधी वाटत होतं.

माझी बुद्धी मला सांगत होती की काही गोष्टी मनासारख्या घडत नाहीत. पण माझं मन, माझी भावनिक वृत्ती मात्र मला अपराधीपणाचीच जाणीव देत होती. मी माझ्या कुटुंबीयांना मान खाली घालायला लावली होती.)

ග

एक्सच्या आईशी मी कधीच संपर्क ठेवला नाही. खरं तर त्या खूप छान व्यक्ती होत्या. माझ्या भविष्यातल्या आयुष्यात त्यांना स्थानच नव्हतं म्हणूनच मी त्यांनाही माझ्या आयुष्यातून वजा केलं. इतर अनेकजणांच्या बाबतीत झालं तसंच, आयुष्यात पुढे जाण्यासाठी काही धागे मी तोडून टाकले आणि काही नात्यांचा त्याग केला.

ග

कडवट झाले. द्वेषाने टाकून बोलले. वाईट विचार केला, स्वार्थीपणे, अप्पलपोटेपणाने वागले.

ග

एक्सच्या वाढदिवशी त्याला शुभेच्छा दिल्या नाहीत, तर तो दुखावला जाईल हे माहीत असूनही मुद्दाम त्याला फोनसुद्धा केला नाही. काळानुसार आम्ही एकमेकांबद्दल असंवेदनशील बनत चाललो होतो. आता त्याच्या वाढदिवसाला मी फोन केला नाही, तर त्याला काही फरक पडेल असं मला वाटत नाही. कदाचित ते त्याच्या लक्षातही येणार नाही.

ග

मी किती खराब परिस्थितीत होते, याचा मी सतत कांगावा केला. एखाद्या सैतानी वृत्तीच्या नवऱ्याकडून स्त्रियांना जसा शारीरिक छळ सहन करावा लागतो किंवा मानसिक दडपण असतं, त्यातलं माझ्याबाबतीत काहीच घडलं नव्हतं. पण जे झालं ते वाईट होतं, पण भयंकर नव्हतं. कारण शेवटी एक्स हा दुष्ट किंवा असह्य माणूस नव्हता, तर तो गोंधळलेला होता.

ග

कदाचित हे सगळं प्रकरण अधिक चांगल्या पद्धतीनं हाताळता आलं असतं. पण

त्यासाठी लागणारी परिपक्वता माझ्यात त्या वेळी नव्हती. (अर्थात या प्रक्रियेतून जाण्यासाठी आमच्याकडे कोणतीही मार्गदर्शक तत्त्वं नव्हती.)

ↇ

स्वतःबद्दलची चांगली प्रतिमा तयार करणे. प्रत्येक गोष्टीला दोन बाजू असतात आणि आजही त्याची बाजू घेण्याची मला इच्छा वाटत नाही.

ↇ

नैतिक वृत्तीच्या माणसांशी फारच कठोरपणे वागले. ते खरं तर अगदीच निरुपद्रवी होते. पण त्यांना नव्या जगातील वास्तवाची जाण कमी होती. पण शांतताप्रक्रियेत अडथळा आणणाऱ्या दहशतवाद्यांबद्दल मात्र जाणीवपूर्वक राग होता. त्यांना कोणतीच प्रतिक्रिया न देणं अधिक श्रेयस्कर होतं.

ↇ

माझ्या आई-वडिलांना कल्पनेपेक्षाही जास्त दुःख दिलं. एका अर्थी, तुम्ही तुमच्या आई-वडिलांना तुमच्यापासून (तुमच्या वागण्यापासून) संरक्षण नाही देऊ शकत. त्यांच्या एकुलत्या एका मुलीवर त्यांचं प्रचंड प्रेम होतं. ती त्यांची कमकुवत बाजू होती आणि माझ्यासाठी सर्वांत मोठा आधार.

ↇ

मी फार बेफिकीर झाले. इतरांच्या भावनांबद्दल मी विचार करणंच बंद केलं. ऐकू न येणारी अशी बधीर व्यक्ती बनले. कोणतंही बंधन नसलेली उनाड व्यक्ती बनले. माझी वाट मी स्वतःच तयार केली होती व त्यासाठी किंमत मोजायची माझी तयारी होती.

ↇ

एक्सचं भलं होऊ नये यासाठी मी देवाकडे प्रार्थना केली. आत्ता मी प्रार्थना करणं थांबवलं आहे (अगदी अलीकडेच) आणि माझी प्रार्थना देवाने ऐकली नाही, याबद्दल त्या सर्वश्रेष्ठ शक्तीचेही आभार मानते!

ↇ

कोणाच्या घटस्फोटाची बातमी कानावर आली, की मला खूपच वाईट वाटतं. इतकंच नाही, मी मुद्दाम त्या जोडप्यांना भेटून त्यांच्यात मध्यस्थी करण्याचाही प्रयत्न करते. (का बरं?)

૭૪

एक्सला भेटले की मी किती आनंदी आहे (त्याच्याशिवाय) हे मी त्याला परोपरीनं दर्शवते. माझ्या चेहऱ्यावर, माझ्या वागण्यातून तो आनंद ठळकपणे दिसेल, असं बघते. असं करण्यामुळे, त्याच्याशिवाय मी किती दुःखी आहे, हे त्याला कधीच कळणार नाही, असं मला वाटतं.

૭૪

रात्री मी अजूनही रडते. आयुष्यात आता पुढे गेल्यावर दुःखी, खंतावलेल्या मनानं मागचे दिवस आठवते.

૭૪

मला फालतू प्रश्न विचारणाऱ्या व स्वतःकडे लक्ष वेधून घेणाऱ्या माणसांकडे मी दुर्लक्ष करू लागले. 'तू कधीच फोन करत नाहीस', 'माझ्या वाढदिवसाला का नाही आलीस?', 'सच्ची मैत्रीण माझा लग्नाचा वाढदिवस कधीच विसरत नाही', ''इकडे आली होतीस तर मला भेटली का नाहीस?' असे प्रश्न आता मी थंडपणे दुर्लक्षित करते. पण मी आता अधिक कनवाळूही झाले आहे.

૭૪

कोणतंही नातं तोडताना आता दहा वेळा विचार करते.

૭૪

मी फार आक्रमक बनले आहे. माझ्या व्यक्तिमत्त्वातली हळवी, नाजूक बाजू जणू गळून पडली आहे. कारण मला दुखावलं जायचं नाहीये. आता मला एक गोष्ट स्पष्टपणे कळली आहे, ती म्हणजे, मला माझं आयुष्य एका विशिष्ट पद्धतीनं जगायचं असेल, तर मला या सगळ्यातून बाहेर पडून ते मिळवलं पाहिजे. माझ्यासाठी कोणी काहीच करणार नाही. कोणतीच गोष्ट तुम्हाला सहजपणे मिळत नाही, ती प्रयत्नपूर्वक मिळवावी लागते.

૭૪

सतत दोलायमान स्थितीत राहिले. दुःखी अवस्थेत राहिले. नैराश्य पदरी घेऊन वाट बघत राहिले. एखाद्या चमत्काराची अपेक्षा करत राहिले, प्रार्थना करत राहिले. पण तसा चमत्कार घडला नाही!

या सगळ्या गोष्टींसाठी मी स्वतःला माफ केलंय. ज्या गोष्टी मी केल्या आणि ज्या गोष्टी मी केल्या नाहीत, त्यांच्यासाठीही. जे मी बोलले आणि जे बोलायचं राहून गेलं, त्याच्यासाठीही. जे आयुष्य मी जगले आणि जे जगायचं राहूनच गेलं, त्याच्यासाठीही.

मी स्वतःला यातल्या प्रत्येक गोष्टीसाठी माफ केलंय. कोणत्याही गोष्टीसाठी, 'त्या' गोष्टीसाठी.

माझ्यासारखी यादी तुम्हालाही करता येईल. पुढच्या पानावर ती यादी करा. तुमच्या आयुष्यातल्या सर्वांत वाईट काळाबद्दल लिहा. तुम्ही कागदावर विचार लिहिलेत, तर तुम्हाला खूप मोकळं वाटेल. कारण पुस्तकं कधीच कोणाचं मूल्यमापन करत नाहीत, टीका करत नाहीत आणि पुस्तकं कोणापाशीही चर्चाही करत नाहीत!

मी स्वतःला या कारणांसाठी माफ केलंयः

६

प्रेमाचं गणित

मंगळसूत्र देऊन स्वातंत्र्य विकत घेतलं!

माझ्या एका मैत्रिणीच्या मते, मी लग्नाच्या साड्या निवडताना जेवढा वेळ घेतला, तेवढा वेळ लग्नासाठी मुलगे बघताना लावला असता, तर तेवढ्या वेळात माझं लग्नही झालं असतं. माझ्या लग्नाचा दिवस सर्वांगसुंदर व्हावा यासाठी मी किती मेहेनत घेतली होती, हे आठवलं तरी आता अस्वस्थ व्हायला होतं. प्रत्येक गोष्ट माझ्या कल्पनेप्रमाणे सुंदर व्हावी, याचा मला जणू ध्यासच लागला होता. खरं तर लग्नाच्या त्या एका दिवसापेक्षा त्यानंतर येणारे दिवस जास्त महत्त्वाचे असतात, हे निर्विवाद आहे. तरीही तात्त्विकदृष्ट्या 'लग्न टिकणारच नाही,' असा विचार सामान्यपणे कोणीच करत नाही. सामान्यपणे लग्नाचा दिवस आपल्या आयुष्यातील सर्वांत आनंदाचा दिवस असतो, असाच आपण विचार करतो ना!

मला लग्नाची साडी शक्यतो लाल रंगाची आणि जास्त जरीकाम असलेली नको होती. पण माझ्या या आवडीमुळे लग्नाची साडी खरेदी करणं म्हणजे संकट होऊन बसलं होतं. भारतातल्या प्रत्येक फॅशन डिझायनरला असं का वाटतं की, लग्नाची साडी म्हटली की भरजरी, जरीबुट्ट्याची, जड, खडे, सोनेरी कला???, मोती इ.इ.इ.नींच सजवली पाहिजे? ती जडच असली पाहिजे? माझ्या अतिउत्साही काकू आणि आईबरोबर मी अनेक दुकानांत साड्या बघितल्या पण प्रत्येक वेळी तणतणत बाहेर आले. त्या सगळ्या साड्या अतिशय भडक रंगाच्या आणि चकचकीत होत्या. दिवसभर वणवण केल्यावर मी घरी काय घेऊन आले, तर प्रचंड डोकेदुखी आणि दोन थकलेल्या वृद्ध स्त्रिया! माझ्या चोखंदळपणामुळे त्या नक्कीच भयंकर वैतागल्या होत्या. या नाजूक नवविवाहिता इतक्या भारी, जड साड्या नेसून वावरतात कशा, कोण जाणे? प्रत्येक वेळी नवीन साडीचा पदर डोक्यावरून घेताना असं वाटत होतं, की मी जणू काही एखाद्या ट्रकएवढं वजन उचलत होते.

पारंपरिक साड्यांत कुठेतरी लाल रंग आणि सोनेरी जर असायचीच. काही साड्या तर भडक रंग, भरजरीपणा आणि भलीथोरली किंमत यामुळे जणू स्वतःकडे लक्ष वेधून घ्यायच्या. शेवटी मला हवं तसं साधसं, भपकेपणा नसलेलं अगदी पारंपरिक दुकान सापडलं. हे दुकान जवळजवळ शंभर वर्षं जुनं होतं आणि तिथे मला हव्या तशा सुंदर, फार भडकपणा नसलेल्या आणि आकर्षक, साध्या नक्षीच्या साड्या होत्या.

मला ज्यांनी साड्या दाखवल्या, ते एक वयोवृद्ध गृहस्थ होते आणि साडी तयार करण्याच्या कलेवर त्यांचं मनापासून प्रेम होतं. ती साडी किती मेहनतीनं, अस्सल सोन्याची तार वापरून विणकराने आपल्या हाताने विणली आहे, याचं अपरंपार कौतुक त्या गृहस्थांच्या डोळ्यात होतं. ती साडी कुठे विणली गेली त्या गावाचं नावंही मला सांगितलं गेलं. (मी जर ती साडी विकत घेतली, तर त्या साडीच्या विणकराला मला भेटता येईल, असंही मला सांगण्यात आलं.) हे किती छान आहे ना? अशी साडी जी तिच्या निर्मात्यापर्यंत घेऊन जाते आणि त्या साडीचं मूळही मला तपासता येऊ शकेल! त्यानंतर, त्यांनी मिश्कील डोळ्यांनी मला हेही सांगितलं की जर मी ती साडी पुढे विकायची ठरवली, तर त्याची अर्धी किंमत मला परत मिळू शकते. मला खूपच छान वाटलं. ही साडी म्हणजे गुंतवणूकच होती. ती साडी मी विकत घेतली. नवरा माझ्याजवळ नसला, तरी आजही ती साडी मी मलमलच्या कपड्यात नीट सांभाळून ठेवली आहे. ती साडी मी पुन्हा कधी नेसेन, असं मात्र मला बिलकुल वाटत नाही.

मला वाटतं माझी मैत्रीण योग्यच बोलत होती. नवरा निवडण्यापेक्षा साडी निवडण्यात मी जास्त चोखंदळपणा दाखवला होता. दिलाचा मामला असा असतो! पैशाच्या हिशेबापेक्षा ऊर्मींवर चालणारा!

माझ्या लग्नाच्या साडीसाठी मी तीन शहरं पालथी घातली आणि नवरा शोधण्यासाठी केवळ एक शहर धुंडाळलं.

हीच साडी मला लग्नात नेसायची आहे, याची स्वतःशी खात्री पटवण्यासाठी किमान सात वेळा तरी मी त्या साडीच्या दुकानात गेले असेन आणि एक्सला फक्त तीन वेळा भेटल्यावर आम्ही लग्न करायचं ठरवलं...खरोखरच, मी नवऱ्यापेक्षा साडीलाच जास्त महत्त्व दिलं होतं!

त्या साडीबद्दलचं इतरांचं मत जाणून घेण्यासाठी मी खूप खटाटोप केला. अगदी त्या साडीचे फोटो काढून मैत्रिणींना मेल केले! एक्सबरोबर फिरायला जाताना मी कोणालाही सल्ला विचारला नाही. कोण त्याच्याबद्दल काय म्हणेल, विचार करेल, याची फिकीरही कधी केली नाही. माझं त्याच्यावर प्रेम होतं आणि तेच त्याच्यासाठी आणि माझ्यासाठी पुरेसं होतं. त्या वेळी, आंधळ्या प्रेमाच्या धुंदीत, आमच्या भविष्यासाठीही प्रेमच पुरेसं आहे असं मला वाटलं होतं.

लग्नातला दुसरा अत्यंत महत्त्वाचा घटक म्हणजे मंगळसूत्र! साडीइतकाच परिपूर्णतेचा ध्यास मला मंगळसूत्राच्या बाबतीतही होता. मंगळसूत्र! स्त्रीच्या गळ्यातील पवित्र असं सौभाग्याचं चिन्ह. मी आणि माझ्या मैत्रिणी, दुपारच्या टी.व्ही.वरच्या मालिका आणि हिंदी सिनेमात अजरामर करून टाकलेल्या स्त्रीच्या 'अबला' या प्रतिमेची खूपच खिल्ली उडवायचो. त्यात या मंगळसूत्राचीही थट्टा करायचो. पण तरीही, ठरवून आणि पारंपरिक लग्न करण्याची वेळ आल्यावर मी जणू त्या मालिकांमधलीच एक स्त्री बनून गेले! त्या बायकांच्या विचारसरणीनुसार मलाही ते मंगळसूत्र गळ्यात कायम असणं गरजेचं वाटू लागलं. खर ंतर, मला पक्कं ठाऊक होतं, की मी मंगळसूत्र फारसं वापरणार नाही. पण तरीही ते खास असावं अशी माझी इच्छा होती.

माझ्या लग्नाची ती खूण एकमेवाद्वितीय ठरावी, म्हणून मंगळसूत्र कसं असावं, असा फार गहन विचार मी करत होते, असं आजही मला आठवतंय. माझ्या आईचं मंगळसूत्र मी वापरू शकत नव्हते. मी आणि एक्स दोघेही वेगळ्या जातीचे होतो, आमच्या मातृभाषा वेगळ्या होत्या, त्यामुळे पद्धती, चालीरीतीही वेगळ्या होत्या. त्यामुळे एक असं मंगळसूत्र हवं होतं, ज्यामुळे दोन्ही घरांच्या संस्कृतीचा, संस्कारांचा मान राखला जाईल. दोन कुटुंबांत या सगळ्याच गोष्टींकडे गंभीरपणे बघितलं जात होतं. मी अगदी ज्यू पद्धतींची सौभाग्यचिन्हंही बघितली. अनेक दिवस अशी शोधाशोध केल्यावर माझ्या डोक्यात एक कल्पक विचार आला. पारंपरिक मंगळसूत्राचं डिझाईन घेऊन नवीनच डिझाईन तयार करावं असं मला वाटलं.

दोन घटक एकत्र येऊन नवीन घटक तयार होण्याचं ते एक प्रतीक होतं. आपण लग्न करण्याचं ठरवतो आणि लग्न करतो, तेव्हा असं अस्वस्थ व्हायला होतंच, हो ना!

आता, माझ्या मनात जरी ही कल्पना स्पष्ट होती, तरी ती प्रत्यक्षात आणायला मला वाटलं होतं, त्यापेक्षा जास्त कष्ट पडले. तोपर्यंत ज्वेलरी डिझाईन हा माझ्यासाठी करिअरचा एक पर्याय असू शकतो, याचा विचार मी केला नव्हता. जाहिरातींसाठी आराखडा, ले-आऊट्स करणाऱ्या माझ्या एका मैत्रिणीला मी बोलावलं आणि मला हवं तसं मंगळसूत्राचं डिझाईन कागदावर उतरवलं. ती इतकी भन्नाट होती, की तिने डिझाईन सोनेरी रंगाने रंगवलं. त्यानंतर सोनाराचा मोठा व दीर्घ शोध सुरू झाला. तुमचा विश्वास बसणार नाही इतके हे सोनार उद्धट असतात.

मी भेटलेल्या प्रत्येक सोनाराने मला स्वतःची अशी मूर्खपणाची सूचना दिली. ''हे डिझाईन बनवताच येणार नाही, ते नक्की तुटेल,'' ''तुमच्या डिझाईनमधून देवाचं कोणतंच प्रतिनिधित्व होत नाहीये,'' ''मी तुम्हाला दोन मंगळसूत्रं बनवून देतो, प्रत्येकात तुम्हाला हवं तसं पारंपरिक डिझाईन असेल,'' ''अहो, लग्न ही गंभीर बाब आहे, त्याची अशी चेष्टा का करताय?'', ''या डिझाईनचं मंगळसूत्र करणारा कोणी सोनार तुम्हाला भेटलाच, तर माझं दुकान मी त्याच्या नावावर करायला तयार आहे!''

वैताग नुसता!

या सगळ्यामुळे मला खूपच वाईट वाटत होतं. माझी ती चिडचिड बघून एक्सने मला कार्डबोर्डचं एक मॉडेल बनवण्याची सूचना केली. अरेच्चा! हे मला आधी का नाही सुचलं? पण शेवटी, दोन मोठ्या बोजड साखळ्या आणि त्यांना अडकलेली पेंडंट्स असं काहीसं कुरूप मंगळसूत्र तयार झालं!...

मी अर्थातच लग्नानंतर ते परत कधीच घातलं नाही. पण ते मला बराच काळ उपयोगी मात्र पडलं! त्या वेळी मला कळलं की लोक सोनं भेट म्हणून का देतात. दरवर्षी वाढणाऱ्या रकमेचा जणू काही चेकच असतो तो. या मंगळसूत्राने मला दोनदा वाचवलं.

मी आमच्या घरातून बाहेर पडल्यावर नवीन घरासाठी पैसे उभे करताना प्रथम हे मंगळसूत्र बँकेकडे गहाण टाकलं. केवढा दैवदुर्विलास हा! दुसऱ्या वेळी माझ्या अत्यंत जवळच्या मैत्रिणीची पैशाची तातडीची गरज भागवण्यासाठी, मी पुन्हा एकदा मंगळसूत्र गहाण ठेवलं. मला संकटातून सोडवणारा जणू सुपरमॅनच ठरलं,

ते मंगळसूत्र! त्यानंतर मी जेव्हा कर्ज फेडून मंगळसूत्र परत आणलं, त्या वेळी मात्र आता त्याला कायमचं 'अच्छा' करायचं ठरवलं. या मंगळसूत्रानं माझ्या आयुष्यात अनेक भूमिका बजावल्या होत्या. मला जाणवलं, की मी ते आणखी काही दिवस माझ्याकडे ठेवलं असतं, तर ते कायमचं माझ्याकडे राहिलं असतं. पण मी एकटी राहण्याचा प्रयत्न करत असताना लग्नाच्या त्या प्रतीकानं माझी वारंवार संकटातून सुटका करावी, हा विचार मला पटत नव्हता.

कोणताही पश्चात्ताप मनात न येता, मी ते मंगळसूत्र विकून टाकलं. हे सगळं इतक्या सहजपणे झालं की, मलाच आश्चर्य वाटलं. पुढच्या वीस मिनिटांत माझ्या हातात भलीथोरली रोख रक्कम होती. अत्यंत अव्यवहार्य वाटेल, पण त्या पैशांतून मी समुद्रकाठी एका सुट्टीसाठी गेले. तिथे गेल्यावर मी तासन्‌तास समुद्र न्याहाळला आणि त्याच्या लाटांसमवेत माझ्या मनातील ओझीही वाहून जाऊ दिली.

एक्सने माझ्या गळ्यात हे मंगळसूत्र बांधलं, तेव्हा, त्या मंगळसूत्राच्या निमित्ताने घडलेल्या नाटकावर आम्ही विनोदही केले. एक्सने अगदी मालिकेतले एक दोन संवादही ऐकवले. त्या वेळी आम्ही खूप आनंदात होतो. आमचं केवळ एकमेकांवरच प्रेम होतं असं नाही, तर आम्ही एकत्र बघितलेल्या भविष्यातील स्वप्नांवरही आमचं प्रेम होतं, विश्वास होता.

आज मात्र, त्या दिवसाचा विचार करताना मनात फक्त उदासी दाटून आली आहे, एक रिकामपण आहे. पण तरीही मला खात्री आहे, की त्या मंगळसूत्राप्रमाणेच, एक्सने माझ्या मनावर केलेले आघात, भावनिक चिखल, सगळं काही नक्कीच निघून जाईल. मी माझ्या लग्नाच्या वाढदिवशी सकाळी उठल्यावर एखाद्या सामान्य दिवसासारखंच वागेन आणि तो दिवस फार सुंदर असेल, नक्कीच!

❑

लग्नापेक्षा लग्नाचा अल्बमच जास्त टिकला!

साडेसातशे चकचकीत, आयताकृती फोटो एका जाड कार्डबोर्डवर चिकटवलेले असतात आणि असे कार्डबोर्ड एका कुरूप, मखमली आणि अत्यंत महागड्या अल्बममध्ये रूपांतरित होतात. हा लग्नाचा अल्बम! लग्नाच्या दिवशी नवविवाहित जोडपं किती आनंदी होतं, याचा हा पुरावा! आता तो आनंदही राहिला नाही आणि ते जोडपंही 'जोडपं' राहिलं नाही.

लग्नाचे महागडे अल्बम्स आताशा 'अत्यावश्यक' गटात मोडतात. गोष्टी सगळ्या सुरळीत चालू असतील तर ठीक आहे. मग एखादी आई गुडघ्यावर बसून तिच्या नातवंडांना त्यांच्या आईबाबांची गोष्ट सांगत असेल, तर तेही ठीकच आहे. मग तो अल्बम 'तयार' करण्याचे कष्ट सार्थकी लागतात.

पण, तुमची गोष्ट माझ्यासारखीच असेल आणि नातवंडं या जगात यायच्या आधीच ती गोष्ट संपली असेल, तर सुदैव! अन्यथा ७ किलो वजनाची ती चूक (अल्बम!) तुम्हाला गोंधळात टाकू शकते व काही प्रसंगी तुम्ही त्याचा बसण्यासाठी स्टूलसारखा वापर करू शकता.

माझा घटस्फोट झाल्यानंतर मी जेव्हा माझ्या लग्नाचा अल्बम चाळत होते, (तुम्हाला कळलंच असेल की असं मी बऱ्याचदा करत होते!) तेव्हा काही आठवणी जाग्या झाल्या. त्या केरळी फोटोग्राफरशी माझं भांडण झालं होतं. तो मला फोटोसाठी अत्यंत चित्र-विचित्र पोझेस द्यायला सांगत होता. जणू काही इथे लग्न नाही, पोस्टरसाठी फोटोग्राफी चालली होती. उदा. त्यानं मला काय सांगावं? मी म्हणे थोड्या अंतरावर अत्यंत आतूर चेहरा करून उभं रहावं. कारण का? तर तो ही पोझ घेऊन फोटोशॉपमध्ये माझ्या डोळ्यांपुढे एक्सचा फोटो लावणार होता! मी एक्सची किती प्रेमातूर होऊन वाट बघते आहे, हा भाव

त्याला हवा होता. मी हे करायला ठाम नकार दिला. मग त्याने मला एका नारळाच्या झाडाखाली बसून चिखलात बदामाचं चित्र काढण्यासाठी सुचवलं. अर्थातच, मी यालाही 'नाही' म्हटलं. शेवटी साश्रुनयनांनी तो माझ्या आईला एवढंच म्हणाला, ''या वधूइतकी हट्टी वधू मी कुठेही बघितली नाही.'' मला खरं तर सुप्तपणे आनंद झाला. संपूर्ण लग्नात माझी नजर जितक्या वेळा त्याच्याकडे गेली तितक्यावेळा त्याच्या चेहऱ्यावरचे बिचारे भाव बघून मला अतिशय हसू येत होतं. जणू काही नववधूचं हास्य!

त्या अल्बममध्ये एक फोटो आहे. त्यात मी एक बोट हलवत एक्सकडे इशारा करते आहे. तो फोटो खूपच विसंगत होता. जणू काही मी एक्सला कशासाठी तरी दोषी ठरवत होते, असं तो फोटो बघून वाटतं. मला खात्री आहे की, त्या फोटोग्राफरने माझ्यावर सूड उगवण्यासाठी तो फोटो काढला असणार. अर्थात् मुळातच तसं काही नसल्यामुळे मी ते फार मनावर घेतलं नाही. मी एक्सला सांगत होते, की समारंभाच्या मध्ये भेंड्या खेळताना फसवाफसवी करू नकोस. हो! आम्हाला सगळ्या वातावरणाचा खूपच कंटाळा आला होता. म्हणून आम्ही विरंगुळा म्हणून हा खेळ सुरू केला होता. तासनूतास चाललेले विधी संपतच नव्हते. त्या वेळी बहुधा हा फोटो काढला असावा. त्या वेळी बहुधा एक्स 'aardvark' या शब्दाचं स्पेलिंग शोधत होता.

या अल्बममध्ये किमान २५० फोटोज् असे आहेत ज्यात आम्ही लोकांच्या पायाच पडतोय! आमचे हितचिंतक, नातेवाईक, मित्रमंडळी या सगळ्यांनी त्या वेळी दिलेले आशीर्वाद आमच्या कधीच उपयोगी का पडले नाहीत, याचं आजही मला नवल वाटतं. त्या आशीर्वादात खरंच तेवढी ताकद नव्हती का? मग त्यांच्या शुभेच्छा, आशीर्वाद आमच्या तुटणाऱ्या नात्याला, भविष्याला का वाचवू शकले नाहीत?

माझे सगळे जवळचे मित्रमैत्रिणी एका फोटोत घोळक्यानं उभे आहेत आणि सगळ्यांच्याच चेहेऱ्यावर रुंद हसू आहे. ''मला लग्नच करायचं नाही,'' असं म्हणणारी त्यांची एक मैत्रीण शेवटी लग्न करत होती! त्यांच्या डोळ्यांत मला चिडवण्याचा मिश्कील भाव अगदी स्पष्टच दिसत होता. आत्ता या फोटोमध्ये त्यांचे चेहरे बघितले की मला काय आठवतं? माझ्या घटस्फोटाची बातमी

त्यांना दिल्यावर त्यांच्या आलेल्या प्रतिक्रिया.

अल्बमची पानं चाळता चाळता ओरांगउटानसारखे दिसणारे पुजारीही आठवले. माझ्या डोळ्यांतून मूकपणे वाहणाऱ्या अश्रूंची पर्वाही न करता ते मला हसवायचा प्रयत्न करत होते. ती व्यक्ती तिथे सर्वांत विसंगत होती. त्यांच्याकडे बॅटरीवर चालणारा एक पंखा होता. त्या पंख्याने होमातला धूर सतत ते आमच्या चेहऱ्यावर सोडत होते आणि एका हातात माईक घेऊन विधींचे मंत्र मोठमोठ्यानं म्हणत होते. प्रत्येक वेळी, दोन श्लोकांच्या मध्ये ते थांबले की आम्ही ती शांतता अनुभवत होतो. आता मला त्यांच्याकडे जाऊन त्यांच्या कानात लाऊडस्पीकरमधून सांगावंसं वाटतं, ''हे लग्न मोडलं! आम्ही आता वेगळे आहोत!''

आमच्या कुटुंबात लग्नासारख्या प्रसंगी बायकांना आहेरात साडी देण्याची पद्धत आहे. लग्नाच्या वेळी बहुतेक स्त्रिया साड्याच नेसतात. आज फोटो बघताना आठवतं, की माझ्या आप्तेष्टांनी त्या दिवशी काय पोषाख केला होता आणि माझ्या लग्नाच्या साडीचा किस्साही आठवतो. आता आमच्या लग्नात अहेरात दिलेल्या साड्या बघून त्या बायकांना काय वाटत असेल? 'हा हिच्या लग्नाचा अहेर आहे,' की ''एका घटस्फोटित मुलीची ही साडी आहे,''? आत्ता जी वस्तुस्थिती आहे, त्याच्याशी या आठवणींची सांगड त्यांनी कशी घातली असेल?

मी एक्सकडे रागाने बघते आहे, असाही एक फोटो फोटोग्राफरने काढला आहे. एक्सही तितकाच वेडसर दिसतोय. लग्नाच्या नोंदणीसाठी आमच्यापैकी कोणीच ओळखपत्र आणलं नव्हतं, म्हणून आम्ही एकमेकांना दोष देत भांडत होतो! (त्या वेळी माझी आई देवदूतासारखी अवतरली. तिने आम्हा दोघांच्याही पासपोर्टच्या प्रती तिच्या पर्समध्ये आधीच ठेवल्या होत्या.) हा फोटो म्हणजे येणाऱ्या भविष्याची नांदी होती का?

अल्बमच्या शेवटी रनिंग लिपीमध्ये एक भावनाप्रधान वाक्य होतं, 'खरं प्रेम अजरामर असतं.' त्याभोवती दोन गुलाबी रंगाचे बदाम काढलेले होते आणि त्याशेजारी आमचा समुद्रकिनाऱ्यावरचा हातात हात गुंफलेला एक फोटो होता. त्याच वेळी मला लख्खपणे उमगलं. आमचं प्रेम खरं नव्हतंच. काही गोष्टी काही काळापुरत्या खऱ्या असू शकतात का?

अश्रूंचा बांध आटल्यावर मला लक्षात आलं की, या अल्बमची काहीतरी 'सोय' लावायला हवी. कारण माझ्या आयुष्यातील कदाचित मोठ्या चुकीचा तो पुरावा होता. तीन तास एका जागी बसून मी कात्रीने त्या अल्बममधील सर्व फोटोंचे शक्य तेवढे बारके कपटे केले...

दुसऱ्या दिवशी अल्बम अस्तित्वात नव्हता, परंतु लग्नाच्या त्या आठवणी माझ्या मनाच्या पृष्ठभागावर अधूनमधून तरंगत राहणारच. कोणा मुलाच्या वाढदिवसाच्या पार्टीत एखादी गुलाबी कँडी बघून माझ्या लग्नातल्या साडीची आठवण येईल. लग्नात एक्सने घातलेला रेशमी कुडता मॉर्निंग वॉक करताना माझ्या डोळ्यांसमोर तरळेल. कुठेतरी धुमसत असलेल्या शेकोटीच्या वासाने, जळक्या लाकडाच्या गंधाने लग्नातल्या होमाची आठवण होईल. हे सारं अधूनमधून नजरेला पडणारच.

अल्बममधल्या फोटोंना मी कात्री लावली, पण माझ्या मनावर उमटलेल्या, खोलवर घाव करून गेलेल्या त्या आठवणींचा पिच्छा कसा सोडवू?...

❑

अमुक पुस्तकावर मालकी कोणाची?

आमची पुस्तकं हीच आमची संपत्ती होती. हा विचार कानांना आणि बुद्धीला कितीही रम्य वाटला, तरी मूव्हर्स आणि पॅकर्सच्या लोकांना ती पुस्तकं म्हणजे एखाद्या राजाने हात–पाय तोडून खंडणी मागण्यासारखी वाटत होती.

आम्हा दोघांच्या मालकीची जवळजवळ दोन हजार पुस्तकं होती आणि त्यातल्या प्रत्येक पुस्तकाला स्वतःचा इतिहास होता. ते पुस्तक कोणी, कुठे, कसं विकत घेतलं या प्रत्येक प्रसंगाची आठवण होती. मी एक्सला भेटण्याआधी भरपूर पुस्तकं विकत घेत होतेच पण ती इतरांनाही वाचायला देत होते.

जेव्हा एखादं खूपच सुंदर पुस्तक माझ्या वाचनात येई, तेव्हा ते पुस्तक वाचायला देण्यासाठी मी माझ्यासारखाच कोणी वाचक मित्र किंवा मैत्रीण शोधत असे. एक्सने मात्र मला कंजूसपणा शिकवला. त्यामुळे मी माझी पुस्तकं त्यानंतर नाखुशीनेच लोकांना वाचायला देत असे. काही लोक खरोखरीच गेंड्याच्या कातडीचे असतात. त्यांना आम्ही कधी पुस्तकं नेण्यास प्रोत्साहन दिलं नाही. तरीही अशा लोकांनी पुस्तकं नेलीच, तर एक्स त्यांची नावे एका चिठ्ठीवर चिकटवून खिडकीवर लावून ठेवत असे. तीन आठवड्यांनी त्यांना पुस्तक परत करण्याची आठवण करण्यासाठी फोनही करत असे. आमची पुस्तकं फार क्वचितच हरवली असतील. अपवाद फक्त एका प्रसंगाचा. माझ्या लहानपणीच्या एका मैत्रिणीने माझ्याकडून बरीच पुस्तकं नेली होती. पण एका गावाहून दुसरीकडे जाताना ती सगळीच गहाळ झाली. त्या पुस्तकांबरोबर तिचे सोन्याचे दागिनेही गेले. अशा वेळी तिला पुस्तकांबद्दल विचारणं योग्य नव्हतं. माझ्या सुदैवानं एक्सला या सगळ्याची कल्पना नव्हती.

थोडक्यात काय, तीस वर्षं मी सतत पुस्तकं खरेदी करत होते. पण एकही पुस्तक

माझ्याकडे नव्हतं. आज पस्तिसाव्या वर्षी चार कपाटं भरून पुस्तकं होती. त्यामुळे आम्ही हवं तेव्हा कोणत्याही जगात प्रवेश करू शकत होतो. आता या डोंगराएवढ्या पुस्तकांची वाटणी करणं, खरोखरच संकटाचं काम होतं. पण काही पुस्तकं मात्र मी नक्कीच घेऊन जाणार होते. त्यांना तिथे सोडण्याचा प्रश्नच नव्हता कारण ती पुस्तकं म्हणजे माझा आधार होती आणि आत्ताच्या काळात मला त्यांच्या आधाराची खूपच गरज होती.

मी एक्सला पुस्तकांची वाटणी कशी करायची ते विचारलं, तेव्हा वैतागलेल्या स्वरात तो म्हणाला, ''हवं तर सगळंच घेऊन जा. मी वाचनच सोडलंय आता.'' अर्थात् मी काही त्याच्या औदार्याचा गैरफायदा घेतला नाही. माझ्या आवडीची पुस्तकं मी घेऊन गेले आणि ज्या पुस्तकांची त्याला काळजी होती, ती तिथेच ठेवून आले. दोघांमध्ये समान अशी काहीच पुस्तकं होती आणि त्याबद्दलचे निर्णय आम्ही वैयक्तिकरीत्या घेऊ शकत होतो.

पण एक्सने पुस्तकं वाचणं बंद केलं, हे मात्र खरं होतं. पण ही 'मोठी समस्या' घरी आल्यावर तो इतका सैरभैर झाला होता, की तो त्याच्या आवडीच्या कोणत्याही कामात स्वतःला गुंतवून घेई. पण एखाद्या दिवशी त्याच्यातला उत्तम वाचक जागा झाला, तर त्याच्याकडे वाचायला काहीच नाही, असं होऊ नये असं मला वाटत होतं. कोणत्याही वाचकाशी मी इतकी दुष्टपणे वागू शकत नाही. मग अगदी तो एक्स असला तरीही!

पुस्तकांची मूलभूत विभागणी सोपी होती कारण मुळात आमच्या वाचण्याचे विषयच भिन्न होते. मला नागरी साहित्य, स्त्री लेखिकांचं साहित्य किंवा नवोदित लेखकांचं साहित्य वाचायला आवडे. याउलट त्याला इतिहास, संशोधन, भविष्यातील कथा किंवा गुप्तहेरांच्या कथा वाचायला आवडत. काही अज्ञात कारणानं आम्हाला दोघांनाही ज्यू लेखकांचं साहित्य आवडत असे. मी घर सोडतेवेळी चार मोठी खोकी भरून पुस्तकं भरली आणि माझ्याकडे इतकी पुस्तके आहेत, याचं मलाच आश्चर्य वाटलं. तीस वर्षं मी असंख्य पुस्तकं विकत घेतली, त्यापैकी फारच थोडी माझ्याकडे उरली होती. (यातली बहुतेक पुस्तके मी कोणालाच देत नसे आणि ती सतत माझ्याबरोबरच असत, प्रवासातदेखील!) अशा स्त्रीला इतकी पुस्तकं स्वतःकडे असणं याचं अप्रूपच वाटणार, नाही का ? किंबहुना, एक्सबरोबरच्या पाच वर्षांच्या माझ्या संसारातलं हे एकच घवघवीत यश होतं.

माझी पुस्तकं काढून नेल्यावर पुस्तकांचं कपाट फारच ओकंबोकं दिसत होतं. ते मला बघवेना. मग मी चार कपाटातली उरलेली पुस्तकं (जी मी नेणार नव्हते) पुन्हा दोन कपाटांत नीट मांडली. त्या दोन्ही कपाटांना दारं होती. मला माहीत होतं, की एक्स जेव्हा ही कपाटं उघडेल, तेव्हा वेदनेचा तीव्र झटका त्याला सहन करावा लागणार होता. पण मी त्याच्यासाठी इतकंच करू शकत होते. पुस्तकांची वाटणी हे फार थकवणारं काम होतं आणि एक्सने त्यातून सोयीस्कररीत्या अंग काढून घेतलं होतं. त्याच्याविषयी सहानुभूतीने विचार करणं मला थांबवायलाच हवं होतं. पण ही सगळी प्रतिक्रिया, उमाळा इतका आतून आला होता, की त्याला थांबवणं माझ्यासाठी अशक्य होतं.

'प्रेमाचा ढीग' असं मी ज्याला म्हणत होते, तिकडे मी वळले. या 'ढिगा'ची वाटणी करणं अवघड होतं. कारण नैतिकता ताळ्यावर ठेवून आणि लोभावर विजय मिळवून या पुस्तकांची वाटणी करायची होती. आम्हाला दोघांनाही सारखंच आवडणारं पुस्तक म्हणजे सेम्पे! अत्यंत प्रगल्भ व्यंगचित्रकार. याची पुस्तकं वाचण्यात आम्ही कित्येक दुपार आरामात घालवल्या होत्या. ही पुस्तकं खरंतर खूप महागडी होती, आणि आमच्याकडे पैसेही नव्हते, तेव्हा ती पुस्तकं आम्ही विकत घेतली होती. पैसे साठवून ती घेतली होती. त्यातली सगळीच काही मी घेऊन जाऊ शकत नव्हते आणि म्हणूनच मी त्यांची समसमान वाटणी केली. दोन त्याच्यासाठी, दोन माझ्यासाठी ठेवली.

त्या ढिगातल्या सगळ्याच पुस्तकांची काही समान वाटणी होणं शक्य नव्हतं. माझ्या सदसद्विवेकबुद्धीला स्मरून मी जेवढी जादाची पुस्तकं त्या ढिगातून घेतली, तेवढीच एक-एक करून एक्ससाठी ठेवली. त्यामुळे मला जरा कमी त्रास झाला. शेवटी एकच पुस्तक उरलं, "The Good Soldier Svejk'. उदार होण्याच्या धुंदीमध्ये मी ते पुस्तक त्याच्यासाठी ठेवलं. शेवटी त्यानेच ते पुस्तक प्रथम बघितलं होतं.

अशीही काही पुस्तकं होती, जी खरं तर त्याची होती, पण नैतिकदृष्ट्या त्यावर माझा हक्क होता. ती पुस्तकं मी त्याच्यापेक्षा जास्त वेळा वाचली होती. जरी तो त्या पुस्तकांचा अधिकृत मालक होता, तरीही माझा भावनिक ओढा त्या पुस्तकांकडे अधिक होता. उपडाईकची 'रॅबिट'ची पुस्तकमाला आणि गॉरमेंघास्टची पुस्तकत्रयी याच गटात मोडणारी होती.

एक्सला भेटेपर्यंत आन्द्रे गाईड हा कोण लेखक होता, हे मला ठाऊक नव्हतं. त्याच्या पुस्तकांनी मला कित्येक झोपविरहित रात्रींच्या वेळी सोबत केली आहे. ही पुस्तकं एक्सने त्याच्या किशोरवयात वाचली होती, पण माझ्या मात्र वर्तमानाचा ती भाग होती. या तर्कावर आन्द्रेची पुस्तकं मी माझ्याकडे ठेवली. मला थोडा अपराधीपणा वाटत असूनही ती पुस्तकं माझ्याकडेच आहेत.

पॉल ऑस्टर आम्हाला दोघांनाही प्रचंड आवडे, पण एक्स त्याचा जास्त मोठा फॅन होता. मला खात्री होती की, तो जेव्हा पुन्हा वाचायला लागेल, तेव्हा तो पॉलच्या पुस्तकापासूनच सुरुवात करेल. त्यामुळे अतिशय जड अंतःकरणाने मी ती पुस्तकं एक्ससाठी ठेवून दिली. त्यानंतर आजतागायत मी पॉलचं एकही पुस्तक विकत घेतलेलं नाही.

दोन पुस्तकांची मात्र सरळसरळ चोरी केली. एक म्हणजे पीटर सस्कींडचं 'पिजन' आणि दुसरं म्हणजे जोसेफ रॉथचं 'हॉटेल सॅव्हॉय.' ही पुस्तकं माझ्याइतकीच एक्सलाही प्रचंड आवडत होती. त्याहीपेक्षा वाईट गोष्ट म्हणजे, त्यापैकी एक पुस्तक कोणीतरी खास व्यक्तीनं भेट दिलं होतं. त्या पुस्तकांवर मी फारसा विचार केला नाही. मी ती पुस्तकं चोरते आहे, हे कळत असूनही मी ती चोरी केली. केवळ टाळता न येणारा मोह होता तो!

'मार्किस दे सॅड' हे पुस्तकही मी ठेवून घेतलं. कोणी उत्सुक असाल, तर माझ्याकडे येऊन बघू शकता. एक्सला हे पुस्तक नको होतं. त्याच्या मते निराशावादी विचार शिकण्यासाठी त्याला पुस्तकाची गरज नव्हती.

संध्याकाळ झाली, माझं काम संपलं आणि संकोची दिवस लयाला गेला. खोकी बंद झाली आणि माझ्या नव्या घरी नेण्यात आली. त्या एक हजार आठवणी उलगडणं हा फार सुंदर अनुभव होता. मला वाटलं की फार वाईट वाटेल, पण तसं नाही. प्रत्येक पुस्तकाला स्वतःचं असं एक आयुष्य असतं. त्यांना त्यांच्या नव्या शेल्फवर ठेवल्यावर, मी त्यांना इथे कोणत्या कारणामुळे आणलं हेच विसरून गेले. त्या पुस्तकांनी मला दिलेला ठेवा, कहाण्या, भाषेची श्रीमंती आणि विचारांचं ऐश्वर्य यांच्याच फक्त आठवणी होत्या. या पुस्तकांनी माझ्या घराला 'माझं घर' बनवलं, माझ्या घरात असण्याची मला जाणीव करून दिली, ते घर जणू काही माझी वाट बघत होतं. ही सगळी पुस्तकं म्हणजे माझे जुने स्नेही होते आणि आता ते माझ्या आवतीभवती सतत असतातच. मागे ठेवलेल्या एक

हजारांचा विचारही मनाला कधी शिवला नाही. किंबहुना, माझ्या डोक्यातही कधी त्यांचा विचार आला नाही!

एका जोडप्यानं त्यांच्या संपत्तीची अशी वाटणी केली होती! हे सगळंच तऱ्हेवाईक, स्वार्थी आणि अत्यंत अतार्किक होतं. सगळंच हवंसं वाटणारी अशी आम्ही जणू लहान मुलंच बनलो होतो.

❐

भांडी कोणाची?...आणि काही तात्त्विक प्रश्न

मला काळी भांडी आवडतात. नॉनस्टिक, क्रोम प्रकारातली चकचकीत भांडी फारच सुंदर वाटतात मला. त्या भांड्यामध्ये तयार झालेल्या स्वयंपाकाबद्दल आणि त्या भांड्याबद्दलचे गौरवोद्गार माझ्या तोंडून ऐकल्यावर एक्सच्या आईने बाजारातून सगळी रेंजच घरी आणली. मला स्वयंपाक करता येत नाही, हे त्यांना ठाऊकच नव्हतं.

काही काळाने मला काळ्या रंगाचा सॉसपॅन आवडू लागला. त्यात माझा चहा न चुकता छान व्हायचा. कितीतरी वेळा वापरूनही त्या सॉसपॅनचं सौंदर्य कमी झालं नाही. त्यात केलेलं ऑमलेटही छान व्हायचं. ही भांडी मला फार आज्ञाधारक वाटायची. त्यांचा कितीही छळ करा, आपटा, वाजवा, त्यांना काहीच व्हायचं नाही. एक मोठी काळ्या रंगाची कढई होती. त्यात मी पहिली आणि शेवटची बिर्याणी केली होती. मी त्यात बसू शकेन एवढं हे भांडं मोठं होतं. प्रत्येक वेळी त्या अजस्त्र भांड्यांची चकाकी बघितली, की मला माझ्या स्वयंपाकाच्या प्रयोगाचं यश आठवे आणि माझे डोळे चमकत. शेवटी 'बिर्याणी' करणं खायचं काम नव्हे!

मी एक्सचं घर सोडल्यावर मला त्या काळ्या भांड्यांची आठवण यायला लागली. मला ती हवीच होती. स्टीलच्या भांड्यात केलेला चहा मला पटेनासा झाला. बाजारात जाऊन तशाच काळ्या भांड्यांची मी चौकशीही करून आले, पण मी सोडून आलेल्या भांड्यांची सर त्यांना नव्हती. मी बाजारात बघितलेली भांडी वजनानं हलकी होती, काहींचं हँडल चांगलं नव्हतं. मला आवडेल असं एकही भांडं मला सापडलं नाही. त्या दिवसात माझ्या त्या भांड्यांची, विशेषतः सॉसपॅनची फारच आठवण येत असे. एखादा दिवस खराब गेला, तर त्याचं

खापर मी स्टीलच्या सॉसपॅनवर फोडून मोकळी होई. त्यानंतर रडणं ओघानं आलंच!

एक दिवस मी काहीही मागितलेलं नसताना एक्सने सॉसपॅन मला घरी आणून दिलं. ''मी चहा पीत नाही,'' असं तो म्हणाला. त्या सॉसपॅनवर माझा किती जीव होता, ते त्याला माहीत होतं. ते छोटं भांडं आणि मोठी कढई मात्र तिथेच होती. ते मी नंतर विकत घेतलं. एकदा माझं सॉसपॅन घरी आल्यावर बाकीच्या बद्दल मला विशेष काही वाटलं नाही.

आमच्या वाटणीमध्ये आणखीही बऱ्याच गोष्टी होत्या. त्यांची विल्हेवाट लावणं गरजेचं होतं. कोणीतरी दिलेल्या साड्या, स्वयंपाकघरातली उपकरणं, तीन भगवद्गीता, घड्याळं, टी-सेट्स, अगणित आत्या, मामी, मावश्यांनी दिलेल्या अगम्य भेटी असं असंख्य प्रकारचं सामान घरात होतं आणि आम्ही एखाद्या वाईट स्वप्नांसारख्या त्या भेटी विसरूनही गेलो होतो. मी त्या सगळ्या वस्तू भंगारवाल्याला विकून टाकल्या.

काही भेटवस्तू मात्र मला वाटणीच्या वेळीच सापडल्या आणि त्या म्हणजे खरोखरच सुखद धक्का देऊन गेल्या. चांदीच्या पैंजणाचा एक जोड त्याच्या चुलतभावानं मला दिला होता, तो बॅगेच्या तळाशी तसाच पडून होता. चांदीचा भाव किती वाढलाय, हा विचार करून खरं तर मी ते परत केलेही असते. प्रश्न असा होता की परत देणार कोणाला? एक्सला? की त्याच्या भावाला? त्यापैकी मी काहीच केलं नाही. मी ते पैंजण पायात घातले आणि पावसात मनसोक्त नाचले.

एक्सला शब्दांची आवड आहे, म्हणून माझ्या एका काकांनी त्याला ब्रिटिशांच्या काळी प्रकाशित झालेला संस्कृत-इंग्रजी शब्दकोश भेट म्हणून दिला होता. खरं तर ते दोघं एकदाच भेटले होते. पण ती संपूर्ण दुपार त्यांनी घरातल्या इतर नातेवाईकांकडे दुर्लक्ष करून गप्पांमध्ये मोठी मजेत घालवली.

खरं तर माझे हे काका खूप तर्कट आणि एकलकोंडे म्हणून नातेवाईकांमध्ये प्रसिद्ध होते. ते फारसे कोणाशी बोलतही नसत. पण एक्सने त्यांना असं काही प्रभावित केलं होतं की आमच्या लग्नानंतरच्या सुरुवातीच्या काळात ते फारच गप्पा मारत असत. त्यामुळेच कदाचित एक्सला हा अमूल्य शब्दकोश त्यांनी भेट म्हणून दिला होता. वाटणीच्या वेळी पेच असा उभा राहिला, की तो शब्दकोश

काकांना परत करायचा की एक्सने तो मिळवला होता म्हणून तिथेच ठेवायचा. ज्या माणसाशी अख्खं कुटुंब संवाद साधू शकत नव्हतं, तिथं एक्सने त्या काकांशी दोस्ती केली होती, हे कौतुकास्पदच होतं. मी दुसरा पर्याय निवडला आणि शब्दकोश एक्सकडेच ठेवला. आता तो दुर्मीळ शब्दकोश एक्सची कायदेशीर मालमत्ता आहे. तो त्याने कोणाला द्यावा, तो त्याचा प्रश्न आहे. त्या काकांनी या सगळ्याचा काय विचार केला कोणास ठाऊक. बऱ्याच कालावधीनंतर मी त्यांना भेटले, तेव्हा त्यांच्या चेहऱ्यावर पुन्हा तोच तुसडेपणा दिसला आणि माझ्यावर तसेच गुरगुरले. त्यांनी बोलण्यात एक्सचाही उल्लेख केला नाही आणि शब्दकोशाचाही नाही.

आमच्या एका कुटुंबस्नेह्यांनी लग्नात वेगळीच भेट दिली होती. दहा वर्षांनी मॅच्युअर होणारी एक मनीबाँड पॉलिसी होती. ती खरोखरच उत्तम गुंतवणूक होती. आमच्या लग्नापेक्षाही तिचं आयुष्य मोठं होतं. ती आमच्या दोघांच्याही नावावर होती. त्यामुळे तिच्या मॅच्युरिटीच्या वेळी आम्हाला पैसे मिळण्यासाठी दोघांनी त्यावर सह्या करणं भाग होतं आणि ते कसं होणार, त्याचा मी विचारच केला नव्हता.

आम्हाला मिळालेल्या प्रत्येक भेटीला त्याच्या किंवा माझ्या घरात निश्चित जागा होती. एकच गोष्ट फार वेगळी होती. ऑस्ट्रेलियाहून आणलेलं एक वाद्य होतं. एका झाडाच्या खोडाचा भाग होता ज्याच्यावर त्याच्या लांबीनुसार स्वरपट्ट्या होत्या. त्याचं लाकडी चकचकीत खोड खूपच आकर्षक होतं. त्या लाकडी भागावर विविध भडक रंगाच्या तारा लावल्या होत्या. दिसायला सुंदर आणि वाजवायलाही उत्तम होतं. कधीतरी आमच्या संभाषणाची सुरुवात त्याच्यापासून होत असे. ते आमच्या दिवाणखान्यात विराजमान होतं आणि घरी येणाऱ्या संगीत कळणाऱ्या प्रत्येक व्यक्तीला त्या वाद्यामुळे आमचा हेवा वाटत असे.

त्याच्यावर शब्द कोरले होते, 'तुमचे सूर एकत्र जुळुन संगीत तयार होवो.' त्या जुन्या वळणाच्या शब्दांवर आम्ही विनोदही केले होते. ज्या मित्राने आम्हाला ते वाद्य भेट दिलं होतं, त्याने ते शब्द वाद्यावर कोरण्यासाठी खूप परिश्रम घेतले होते.

आम्हा दोघांपैकी कोणालाच ते नको होतं. मला वाद्य वाजवता येत नसल्यामुळे त्यात रस नव्हता. त्यावर कोरलेल्या शब्दांचा त्रास होतो, म्हणून एक्सलाही ते वाद्य नको होतं. मी ते त्या मित्राला परतच करणार होते, पण आमच्या आवडीच्या पबमध्ये त्या वाद्यासाठी योग्य जागा मला सापडली.

आम्ही त्या पबमध्ये काही कामासाठी भेटलो होतो. तेव्हा शेजारच्या टेबलावर हिप्पींसारखी दिसणारी काही मुलंमुली येऊन बसली. त्यांनी त्यांची वाद्यं वाजवून इतरांची करमणूक करायला सुरुवात केली. त्यांच्याकडची वाद्यंही थोडी वेगळी वाटली. थोडी बिअर पोटात गेल्यावर सगळेच निःस्वार्थी आणि आनंदी वाटले.

त्यातला एक फारच कमाल गुणवान होता. त्याचे दात थोडेसे पुढे होते. चेहऱ्यावर निरागस हसू होतं. त्याचा आवाज आणि वाद्य वाजवण्याची क्षमता मात्र खरंच अफलातून होती. माझ्या आणि एक्सच्या डोक्यात एकाच वेळी एकच विचार चमकून गेला आणि आम्ही एकमेकांकडे बघितलं. त्याला खरंच दैवी देणगी लाभली होती.

एक्स धावतच घरी गेला आणि ते वाद्य घेऊन आला. शेवटी आम्ही बिल भरलं आणि एका संगीतकाराला एक वाद्य भेट म्हणून दिलं. तो फारच थरारून गेला. त्याला त्या वाद्याचं नावही माहीत होतं, 'डिडगॅरीडू'. त्याने मोठ्या आवाजात त्याच्यावर लिहिलेले शब्द वाचले. त्याच्या उच्चारावरून तो कुठला आहे समजलं नाही, तरी ते शब्द मात्र खरे झाले होते. आमच्या सन्मानार्थ त्याने त्या वाद्यावर एक उत्तम धून वाजवली. त्यानंतर ते वाद्य आम्ही कधी ऐकलं नाही.

आम्ही एकमेकांवर प्रेम करत होतो, त्या काळात एक्सने मला दिलेल्या भेटवस्तूंचा निर्णय घेणं सर्वांत अवघड होतं. पुस्तकं, दागिने, कानातली, फेंगशुईची एक मूर्ती. त्या वस्तू मात्र मला टाकून देता आल्या नाहीत. त्या अजूनही माझ्याबरोबर माझ्या घरात आहेत. त्यांना बघून अजूनही त्या निखळ दिवसांच्या आठवणी येतातच.

फेंगशुईच्या बेडकाच्या जोडीतल्या एका बेडकाचं पोट पिवळं झालं आहे कारण माझ्या हातून त्यावर आमटी सांडली होती. स्वच्छ धुवूनही टेराकोटावरचा तो हळदीचा डाग गेला नाही. एका अर्थी त्यामुळे त्या मूर्तीच्या सौंदर्यात भरच पडली होती. एका मातकट रंगाच्या बेडकाशेजारी पिवळ्या पोटाचा बेडूक बसला होता!

उन्हात खूप हसतखिदळत असल्यासारखं त्यांच्या चेहऱ्यावर हसू होतं. मी त्या घरातून बाहेर पडण्याच्या दोन दिवस आधी पिवळ्या पोटाचा बेडूक फुटला व त्याचे तुकडे आम्ही एकत्रितपणे गोळा केले. मागे काहीच शिल्लक ठेवलं नाही. घरातून बाहेर पडताना मी तो एकच बेडूक घेऊन बाहेर पडले. आता तो माझ्या दिवाणखान्याच्या एका कोपऱ्यात बसला आहे. माझ्या हृदयाचा एक छोटा अंश जणू त्याच्या हातात आहे!...

◻

७

राग आणि इतर भुकेल्या राक्षसांना मी पोसलं...

मी आक्रसलेपण टाळलं!

चार्लस डिकन्स यांची माफी मागून मी म्हणते की, घटस्फोटाचा कालावधी हा सर्वांत वाईट काळ होता. जगभरातल्या सर्व लोकांनी नाकारलेल्या, हाकलून लावलेल्या सर्व नकारात्मक भावना माझ्याठिकाणी येऊन राहिल्या होत्या. आनंद माझ्यापासून पळून गेला होताच. राग, नैराश्य, द्वेष (इतरांना आनंदी बघून मला त्यांचा द्वेष, मत्सर वाटत असे!), असहाय्यपण, बधीरपणा, दुःख, थिजलेपण, घुमेपणा, तुटलेपणा, स्वतःबद्दलची कीव आणि अशा कितीतरी नकारत्मक घटना माझ्या मित्रच बनून गेल्या होत्या आणि रात्री तर त्यांचे आवेग जास्तच तीव्र बनत. या आगंतुक राक्षसांनी माझ्याभोवती इतकं दाट धुकं निर्माण केलं होतं, की मी स्वतःलाच दिसत नव्हते. पोटतिडकीनं माझी काळजी घेणारी मायेची माणसं अवतीभवती होती. त्यांच्या अस्तित्वाची मला दखलही घेता येत नव्हती, इतकं ते धुकं दाट होतं.

या दुःखाला काहीच दिलासा नव्हता. जणू काही हे सगळं अनंत काळासाठी असंच राहणार होतं. या दुःखाचा शेवट कुठेच दृष्टिपथात येत नव्हता आणि ही वेदना कधीतरी उणावेल, हा विचार त्या वेळी तरी अशक्यच वाटत होता. माझ्या शरीराचा अविभाज्य भाग असल्यासारखी ही मंडळी जिथं-तिथं मला सोबत करत होती.

याच काळात परदेशातून माझ्या एका चुलतबहिणीचा फोन आला. घटस्फोटाबाबत तिच्या कानावर आलंय, असं चाचरतच ती बोलली. नंतर तिने त्या विषयावर पाल्हाळच सुरू केलं. या गोष्टी कशा होतात वगैरे विषयांवर माझं बराच वेळ डोकं खाल्लं. तिच्या एका मैत्रिणीच्या घटस्फोटाच्या केसमध्ये मुलांच्या कस्टडीबद्दल वाद चालू होता. आम्हाला मुलं नाहीत, हे किती बरं आहे, असं तिचं म्हणणं होतं. तिच्या त्या लांबलचक ऊर्फ थोडक्यात

बोलण्याचा मथितार्थ एवढाच होता की, जे काही घडलं त्यात चुकीचं काहीच नाही. हा आधुनिक काळ आहे. मला बरं वाटावं म्हणून तिनं पुढे आणखी काही गोष्टीही सांगितल्या. अशा मूर्ख लोकांच्या वागण्याचा त्रास कसा टाळायचा, कामाचा प्रचंड ताण असताना या विषयीच्या बोलण्यानं कसा त्रास होतो आणि तिने स्वतःला या सगळ्यातून कसं समतोल साधून बाहेर काढलंय, असं काहीबाही ती बरंच बोलत होती.

मी ऐकून घेतलं, तिला 'हो, हो'ही म्हटलं. पण त्याच वेळी एक प्रकारचा उत्साह माझ्यात संचारला. माझ्या त्या बहिणीचं कुटुंब मोठं होतं आणि तिच्या आयुष्यात या वादळाला तोंड देताना ते तिच्या पाठीशी ठाम उभं होतं. तरीही, या वेळी मी काय करायचंय हे मला माहीत होतं. आयुष्यात इतकी काळी रात्र, खोल नैराश्यानं भरलेले दिवस माझ्या वाट्याला येतील असं मला कधीच वाटलं नव्हतं. पण ते घडलं आणि त्या वेळीसुद्धा मी कोशात जाणार नाही आणि किंवा कशाचीही घृणा, लाज वाटून घेणार नाही असं ठरवलं होतं. विशेषतः ज्या काळात माझं एक मन निराशेनं फार बधीर झालेलं असतानाही, मी माझी ही भूमिका सोडली नाही. त्या वेळी माझ्या डोक्यात असलेली एक चिप मला जगण्याचं बळ देत होती. 'घटस्फोट' हा इतका मोठा प्रश्न नाही, हे ती चिप मला बजावून सांगत होती. मग चार बिथरलेल्या डोक्यांमधून काहीही विचार बाहेर पडोत!

एका क्षणी मी पूर्ण निराश, हतबल झाले होते, हे मला माहीत होतं. प्रत्येक वेळी निराशेच्या वादळात मी दुप्पट ताकदीनं उभी राहिले. प्रत्येक प्रश्नपत्रिकेत १०० गुण मिळवले. फक्त एका प्रश्नाबाबत मी ठाम नव्हते, तो होता आत्महत्येच्या विचाराचा. जगात कितीही अडचणी आल्या, तरी आपण जिवंत आहोत, हा सर्वांत मोठा दिलासा होता आणि जेव्हा आयुष्य असतं, तेव्हा चांगल्या बदलाची शक्यताही असते. किंबहुना, ती शक्यता असलीच पाहिजे.

मला अशी भीती होती की जर याचा मी धसका घेतला असता तर मला नैराश्य घालवणाऱ्या गोळ्या दिल्या गेल्या असत्या. माझा पटकन् आहारी जाण्याचा स्वभाव बघता अशा तऱ्हेचं कोणतंही पाऊल उचलणं चुकीचंच ठरलं असतं. पण मला स्वतःबद्दल आत्मविश्वास होता. या वादळामध्ये नुकसान करण्याची कितीही राक्षसी क्षमता असली, तरी माझ्या इच्छाशक्तीच्या, माझ्या मनाच्या ताकदीवर मी यातून नक्कीच बाहेर पडले असते.

स्वतःला इतरांपासून तोडून घेतल्यानंतर मी इतरांचे शहाणपणाचे (?) सल्ले ऐकणंही बंद करून टाकलं. शिवाय मला इतके सल्ले दिले गेले की, ते ऐकण्यापेक्षा स्वतःच्या मनाचं ऐकणं जास्त सोपं होतं. घटस्फोटाने मला शिकवलेला हा सर्वांत मोठा धडा – मला नक्की काय हवंय आणि नक्की काय म्हणायचय तेच मी आधी लक्षात घ्यायला हवं!

आम्ही एकत्र असतानाचे दिवस मला आठवतात. मी आमच्या समस्येवर उपाय शोधण्यासाठी संमोहन उपचारापासून काहीही गोष्टी करण्यास तयार होते. कामाच्या ठिकाणी माझी एका विवाह समुपदेशकाशी गाठ पडली. अशा एखाद्या व्यावसायिकाला भेटण्यासाठी आपण जाऊ, असं मी एक्सला सुचवलंही होतं. आम्ही नक्की काय करायला हवं, यासाठी त्या समुपदेशकांना प्रशिक्षण दिलेलं असतं. आम्ही आमचा प्रश्न आमच्या परीनं सोडवायचा प्रयत्न करत होतो, पण यश मिळत नव्हतं. त्यामुळे व्यावसायिक समुपदेशकाची मदत घेण्याची कल्पना खरं तर चांगली होती, पण त्याने नकार दिला. त्याला त्याच्या खासगी आयुष्यात इतरांनी नाक खुपसणं मान्य नव्हतं. आता त्या घटनेचा विचार करताना असं वाटतं की, त्या वेळी त्याला समुपदेशकाकडे जाण्याची लाज वाटली असणार. त्याला त्याचं तर्कशुद्ध उत्तर माहीत होतं कारण एका अर्थी, त्याला हे लग्न मोडायलाच हवं होतं.

या सगळ्या निराशेनं भरलेल्या काळात, केवळ माझं अस्तित्व, माझं आयुष्य हाच मला एकमेव आधार होता. श्वासोच्छ्वास. कोणीच फार काळ दुःखी राहू शकत नाही. तसं दुःखात राहण्याची आवडच असली तर गोष्ट वेगळी. पण सहसा दुःखी व्हावं असं कोणाला वाटत नाही. मी तर खूपच आनंदी, प्रसन्न मूल होते. मला आनंद लुटायला, इंद्रधनुष्यासारखं रंगीबेरंगी आयुष्य जगायला खूप आवडत होतं. पण माझं इंद्रधनुष्य काळ्या छायेनं झाकोळून गेलं होतं. अर्थात् मला पक्कं ठाऊक होतं, की मला माझ्या इंद्रधनुष्याचे रंग परत मिळतील आणि तसं झालंही. पण तरीही त्या काळ्या सावलीचा एक लहानसा तुकडा मी जपून ठेवला आहे, माझ्या संरक्षणासाठी!

या सगळ्या काळात माझ्या ताकदीचा मला प्रत्यय आला. एक वर्ष त्या प्रश्नाचं ओझं वाहत जगत असताना माझी प्रतिकारशक्तीही जणू वाढली होती. एक्स जे काही वागला, त्यामुळे झालेल्या दुःखाचं लोणचं झालं होतं. आपला संसार वाचवण्यासाठी एक स्त्री किती आटापिटा करू शकते तेही कळलं होतं. या

सगळ्या छोट्या छोट्या समस्या, दुःखांनीच अंतिम परिणामासाठी माझ्या मनाची तयारी केली होती. जितकं वाईट व्हायचं होतं, तितकं होऊन गेलं होतं. आत्ता जे काही घडलं होतं, ते एका अर्थी बोनससारखं होतं. अगदी कधी काळी माझं असलेल्या घरात वाहिलेले माझे अश्रूही याला अपवाद नव्हते. मला दुःख देणाऱ्या व्यक्तीबरोबर मी त्या घरात नव्हते, ते घर माझं होतं.

अर्थातच, जखम अशा तऱ्हेनं भरून आली की त्याचे काही परिणाम अटळ असतात. कोशात जाणं किंवा स्वतःला अपराधी समजण्यामुळे काही बरं झालं असतं का, याबद्दल मला शंका आहे. पण आत्ता माझ्याकडे जे ओझं होतं, ते नक्कीच हलकं होतं. खुद्द त्या ओझ्यानं माझ्यात ते वजन सहजपणे वाहून नेण्याची क्षमता निर्माण केली होती, हे मात्र नक्की!

त्या दिवसांत, कोणत्याही नकारात्मक भावनेचा अतिरेक झाला की मी गप्प होत असे. मी त्याला सामोरं जात नव्हते. मी आतून अशी बंद होत होते, जणू स्वतःसाठी संरक्षणात्मक कोश तयार करत होते. यामुळे माझ्याशी लढणं मग कठीण होत असे कारण तुमच्याकडे दुर्लक्ष करणाऱ्या शत्रूशी तुम्ही युद्ध कसं करणार?

माझ्याकडे अनुकंपा आहे, दया आहे. पण सहानुभूती म्हणाल तर फारच थोडी आहे. होती ती सर्व सहानुभूती मी स्वतःसाठी राखून ठेवली होती. कारण मला त्याची त्या वेळी गरज होती. स्वतःवर किती प्रेम करायचं आणि स्वतःलाच किती गोंजारायचं याचा वाटा ठरलेला असतो आणि माझ्याकडचा तो साठा संपला होता. आता यापेक्षा मोठं गंभीर भावनिक संकट जर माझ्यावर आलं, तर कदाचित तटस्थपणे, बधीरपणे त्याचा सामना करेन.

या सगळ्या प्रक्रियेत मी आज नक्की कोण आहे, ते मला कळलं. काहीही झालं तरी आता एक्सच्या प्रेमात पडताना मी जशी होते, तशी बनू शकत नाही. माझ्या नैराश्यानं दिलेली ही सर्वांत मोठी देणगी!

मी एक ॲनिमेशन फिल्म बघत होते. त्यामध्ये बंदुकीची गोळी एका प्राण्याच्या शरीरातून आरपार जाते आणि तिथे अक्षरशः एक भोक पडतं. ते बघितल्यावर मला जाणवलं, की घटस्फोटानं अशाच एका गोळीची अदृश्य खूण माझ्या शरीरावर केली आहे. असं एक छिद्र तयार झालंय जिथे आता काहीच नाही

आणि त्या छिद्रातून अनावश्यक गोष्टी बाहेर पडत आहेत. पण आता त्यामुळे मी आततायी होत नाही. आयुष्यात पुढे नेण्यासाठी पुरेसं संचित आता माझ्याकडे आहे.

हे कसं आहे माहीत आहे? त्या कार्टूनसारखं. त्यात एक व्यक्तिरेखा एक रुमाल एका भोकात अडकवते आणि त्या भोकावर बोट ठेवल्यावर त्याला पाठ खाजवण्यासाठी जवळचा रस्ता सापडतो! त्या कार्टूनला त्या भोकाबरोबर जगण्याची सवय होते. ते भोक म्हणजे जणू काही त्याची त्वचाच बनतं. मलाही आता सवय झालीय. आज या भल्या मोठ्या पोकळीखेरीज स्वतःची कल्पनाच करू शकत नाही...

माझा दुष्टपणा तितकासा वाईटही नव्हता

जेव्हा कोणीतरी तुम्हाला दुखावतं, तेव्हा त्याही व्यक्तीला दुखवावं अशी तुमची सुप्त इच्छा असते. पण तरीही ; तुम्ही जर एका मध्यमवर्गीय मल्याळी कुटुंबाच्या संस्कारात वाढलेली मुलगी असाल, तर तुम्ही तुरुंगात जाल असं कोणतंही कृत्य तुमच्याकडून घडणं शक्य नाही. खून, मारामारी, एक्सच्या कपाटात साप लपवणं, विषप्रयोग, मारेकरी घालणं, सोळाव्या शतकातील एखादं हत्यार इ. इ. छळाचे प्रकार आताच्या काळात निरुपयोगी आहेत. दुसरीकडे, संतांसारखं एका गालावर मारल्यावर दुसरा गाल पुढे करणं, हेही ना मनाला पटत होतं ना माझ्या स्वाभिमानाला !

सुरुवातीला मी जेव्हा एक्सला दुखवत होते, तेव्हा ते हेतु पुरस्सर नव्हतं. प्रेमातलं अपयश मला एक्सच्या बाबतीत कनवाळू होऊ देत नव्हतं. तो जे काही वागला किंवा बोलला, त्यामुळे मी अधिक आक्रमक झाले होते. एकदा असंच तो काहीतरी चुकीचं बडबडला. माझ्या रक्तातली टोमणे मारण्याची सवय सहजी सुटली नव्हती. मीही खूप टोमणे मारत असे, बोचरेपणानं लागेल असं बोलत असे. माझ्या कुटुंबात सगळ्यांच्या जिभा म्हणजे तलवारी आहेत जणू! त्यांनी अनेक युद्धं जिंकली आहेत !

हळूहळू दुखवण्याचं, जखमी होण्याचं एक दुष्टचक्रच तयार झालं. पण एका दीड तासाच्या टॅक्सीच्या प्रवासानं माझी ही शब्दांचं हत्यार वापरण्याची खोड मोडली. संपूर्ण प्रवासात आम्ही मोठ्या आवाजात एकमेकांना दोष देत होतो, बोचऱ्या आठवणींची उजळणी करत होतो, एकमेकांचा वाटेल तसा अपमान करत होतो. ट्रॅफिकजॅमच्या त्या कंटाळवाण्या वेळात आमच्या नात्याचा तमाशा सगळ्या जगानं बघितला.

जेव्हा आम्ही पोहोचलो, टॅक्सीचे पैसे दिले आणि झाल्या प्रकाराने अतिशय थकून अडखळत चालत होतो तेव्हा 'तो' क्षण आला. ताबडतोब, आमच्या दोघांच्याही डोक्यात लख्खकन् एकाच वेळी विचार चमकला आणि आम्ही एकमेकांकडे बघितलं. आमच्या लक्षात आलं आम्ही किती खालच्या पातळीवर उतरलो होतो! त्या दिवसानंतर, आम्ही एकमेकांना कधीच दोष दिला नाही. पण त्याला दुखावण्याची माझी इच्छा त्यानंतरही बराच काळ माझ्या मनात होती. या इच्छेचं कधी मी शब्दांत रूपांतर नाही केलं, पण इतर काही गोष्टी केल्या.

आता मला सांगायला खरोखर लाज वाटते. त्या काळात जेव्हा जेव्हा मी आणि एक्स गोष्टी सुरळीत व्हाव्यात म्हणून भेटलो, तेव्हा तेव्हा मी त्याला आमच्या घटस्फोटाबद्दलच्या इतरांच्या प्रतिक्रिया तिखटमीठ लावून ऐकवल्या. अनेक लोकांना तर तो पसंतच नव्हता, हेही मी त्याला सांगितलं. जेव्हा इतरांच्या नावाखाली मी त्याला डागण्या देत होते, तेव्हा खरंतर माझ्या मनातली इच्छाच जणू मी पूर्ण करत होते. मी इतकी खालच्या पातळीवर उतरले होते.

आमच्या लग्नाविषयीच्या काही खासगी गोष्टीही मी इतरांना लांबलचक मेल्समधून सांगत असे. खरं तर या गोष्टी चव्हाट्यावर आणण्याची काहीच गरज नव्हती. खूप दिवसांनी मी या प्रकाराची कबुली माझ्या एका जवळच्या मैत्रिणीला दिली. एक्सच्या विश्वासाला मी असं बोलून कसा तडा दिला, याची एक अपराधी भावना माझ्या मनात होती. तो मात्र असं काहीच, कोणापाशी बोलला नसणार याबद्दल मला खात्री आहे. माझी मैत्रीण मला म्हणाली की, नवऱ्याचा सूड घेऊ इच्छिणाऱ्या इतर घटस्फोटित बायकांसारखी मी वागत नव्हते. मी मुळात तशी नव्हते, पण सध्या जे काही घडत होतं, त्यामुळे मी तशी बनले होते. बऱ्याचदा असंच घडतं, अनेकांच्या बाबतीत. माझ्याकडे काही कारणं नव्हती आणि मी कशाचीही लाज बाळगली नव्हती. त्यामुळेच मी खांदे आणि चेहेरा न पाडता, सगळी ओझी दूर सारून पुढे चालत राहिले.

डोक्याच्या एका कोपऱ्याला आरोप करण्यानेच शांतता मिळते. त्या कोपऱ्यालाच मी जबाबदार धरलं होतं. दुर्दैवानं त्यानेही तसंच केलं. खरं तर त्याचा अपराधीपणाचा भाव काढून टाकून त्याला शांत करण्याची माझ्यात

क्षमता होती. पण त्याची वेदना कमी करून बरं वाटावं, असं मी काहीही केलं नाही!

माझ्या चुकांची कबुली देतेच आहे तर एक्सच्या कपड्यांशी मी छेडछाड केली त्याबद्दलही सांगायला हवं. त्याच्याकडे दोन अत्यंत महागडे असे स्पोर्ट्ससाठी वापरायचे शर्ट्स होते. घाम शोषणे, घामाची दुर्गंधी घालवणे इ.इ. कामे करणारा बहुगुणी शर्ट होता. मी कात्रीने त्या दोन्ही शर्टांना दिसणार नाहीत अशी भोके पाडून ठेवली. मला सांगायला अतिशय लाज वाटते की त्या शर्टांच्या आधुनिक तंत्रज्ञानाच्या कपड्यामुळे ती भोके एक्सला दिसली नाहीत आणि तो ते शर्ट अजूनही वापरतो.

आजही लोक जेव्हा माझ्या घटस्फोटाबद्दल बोलतात, तेव्हा मी एक्सलाच दोषी मानते. (पुस्तकावरूनही याचा अंदाज करता येईल.) एक्सला मी अत्यंत गुप्तपणे दोषी धरत होते, पण त्या वेळी ती माझी गरज होती. घटस्फोट हा कधीच एका व्यक्तीमुळे होत नसतो. त्यात अनेक घटक गुंतलेले असतात. अनेक विचित्र गोष्टी एकत्र येतात आणि त्यामुळे तुटलेपणा येतो. अशा वेळी कोणा एकाला दोषी धरणं हे अत्यंत चुकीचं आहे आणि अनैतिकसुद्धा! पण तरीही मी त्याला एकट्याला दोषी धरणं काही कमी केलं नाही.

त्यातला एक प्रसंग मी कधीच विसरू शकत नाही. एका अत्यंत चिडलेल्या दुपारी मी त्याच्या एका हळव्या स्वप्नाची टर उडवली होती. आम्ही एकत्र फिरायच्या सुरुवातीच्या काळात ते स्वप्न मला त्यानं सांगितलं होतं. त्याने त्या नाजूक, हळव्या स्वप्नाविषयी इतर कोणालाही सांगितलं नव्हतं. त्याच्या मते भविष्यामध्ये अस्थिर असलेली आशाच या जगात शांतता आणू शकते. त्यामुळे या अवघड जगात जे चुकीचं घडतं त्यातून प्रत्येक गोष्टीची मुक्तता होते.

त्या दुपारी जाणीवपूर्वक, निर्दयपणे मी त्याच्या हळव्या स्वप्नांच्या चिंध्या केल्या. अत्यंत तार्किक व बोचऱ्या शब्दांनी त्याची सर्वांत आवडती गोष्ट मी छिन्नविछिन्न करून टाकली. तो वेदनेनं तळमळत असतानाही माझे शब्दांचे घायाळ करणारे तीर थांबले नाहीत. खूप वेळानं मी शांत झाले. त्यानंतर तो आतल्या खोलीत गेला आणि गादीवर आडवा पडला. त्याने डोळ्यांतून ओघळणारे अश्रू दिसू नयेत म्हणून डोळ्यांवर हात आडवा धरला होता. इतका दुष्टपणा मी माझ्या आयुष्यात कधीच केला नव्हता.

एक वर्षानंतर, जरा दबकतच मी त्याला त्याच्या त्या स्वप्नांविषयी विचारलं. माझ्या डोळ्यांत, घायाळ वेदनेच्या डोळ्याने बघत म्हणाला, ''तू बरोबरंच म्हणत होतीस. ती काही फार चांगली कल्पना नव्हती आणि व्यवहार्यही नव्हती.'' मला अजूनही अशी आशा आहे, की मी त्याला जे बोलले ते सारं विसरून त्याला हवी ती गोष्ट तो साध्य करेल.

पण तरीही मला असं वाटतं की मी तितकीशी वाईट वागले नाही. माझ्या ऐकिवात इतरांच्या भयंकर कथा होत्या. त्याने मला काही अंशी दिलासा मिळाला खरा; पण आज जेव्हा मी स्वतःला आरशात पाहते, तेव्हा मला कायमच एक सल छळतो. इतकं वाईट वागण्याचे संस्कार माझ्यावर झाले नव्हते. प्रत्येक वळणावर, नैतिकतेची मर्यादा मी कदाचित प्रथमच ओलांडली होती. 'मीही माणूस आहे,' या विधानाखाली मला माझी सगळी दुष्कृत्य टाकता आलीच असती. पण स्वतःची चूक स्वतःइतकी कोणालाच कळत नसते, स्वतःपासून लपून राहत नसते.

◻

काही अनुत्तरित दुःखदायक प्रश्न

घटस्फोटाच्या संपूर्ण प्रवासात तुमच्या डोक्यात एकच शब्द सतत आदळत असतो, तो म्हणजे 'का?'…तो एकटा असतो किंवा त्याच्या साथीदारांना घेऊन येतो. 'मीच का?', 'हेच का?', 'हाच का?', 'आत्ताच का?', 'असं का नाही?', 'का झालं?' का? का? का?…

त्यातल्या काही मूर्खपणाच्या प्रश्नांची उत्तरं होती. काहींना कसलंही स्पष्टीकरण नव्हतं (एक्सलासुद्धा त्या प्रश्नांचा तर्क कळला नव्हता.) काही प्रश्न मात्र या समाजाच्या जीवनशैलीमुळे माझ्यावर लादले गेले होते, त्यांचं स्वरूप तात्त्विक होतं. ते प्रश्न अगदी सनातन काळापासून प्रत्येक मानवाला पडले असतील. जर तुम्हाला या काही प्रश्नांची उत्तरं मिळाली, तर मला जरूर कळवा.

प्रेम का हरवलं? ते नक्की गेलं कुठे? 'हरवले ते गवसले,' असं प्रेमाच्या बाबतीत होऊ शकतं?

෴

आपले पालकच फक्त आपल्यावर कायम प्रेम करतात आणि फक्त त्यांचंच प्रेम आपण गृहीत धरू शकतो, असं का? आपल्या आईवडिलांचं प्रेम कायम आपल्याबरोबर सोबतीला असावं, म्हणून आपली मुलं जन्माला येतात का?

෴

तुम्ही तुमच्या पालकांकडून प्रेम करायला शिकला नाहीत, तर तुम्ही प्रेम करायला शिकणार कसे?

෴

अम्मा आणि अच्चन यांनी मला फक्त पैसे वाचवायला का शिकवलं? प्रेम वाचवायला का शिकवलं नाही?

☙

लग्नाच्या आणाभाका कोणी कशा विसरू शकतं? स्मृतिभ्रंश होतो का? की ज्या गोष्टीसाठी तुम्ही आयुष्य पणाला लावलंय, त्याकडे आपण जाणूनबुजून दुर्लक्ष करतो?

☙

'हे घडून गेलं,'' या शब्दांचा अर्थ काय? म्हणजे अशा काही गोष्टी तुमच्या परवानगीशिवाय घडू शकतात?

☙

प्रेमाची खोली इतकी कमी का होते, की शेवटी हाती काहीच उरत नाही? ते प्रेम उडून जातं, लपून बसतं, हरवतं की नष्टच होतं?

☙

शेवटी प्रेम म्हणजे केवळ स्मृती आहे का?

☙

मला अजूनही परिपूर्ण जोडपं का सापडलं नाही? कोणीच एकमेकांबरोबर शंभर टक्के आनंदी नसतो. नोकरी, घर, सुट्टी, जवळचे मित्र यापैकी कोणत्यातरी मुद्यांवरून मला द्वेषाची भावना जाणवतेच. मला हवी असलेली नोकरी कोणीतरी करत असतं. किंवा मला ज्या प्रकारचे कपडे घालायचे असतात, ते इतर कोणीतरी घालत असतं. किंवा मला हवी असलेली जीवनशैली इतर कोणालातरी मिळालेली असते. किंवा माझ्या स्वप्नातलं घर कोणीतरी दुसराच बांधतो. पण आजवर मला असं कोणतंही जोडपं भेटलेलं नाही, ज्याच्याकडे बघून मला असं वाटेल, की मला त्यांच्यासारखं व्हायचं आहे!

☙

प्रेमाच्या नादात मला झटके का येतात? माझी बुद्धी काही काळाकरिता कुठेतरी गायब का होते?

☙

अत्यंत कठोर नियतीमुळे मी प्रेमाचा असहायपणे स्वीकार केला आहे का?

☙

माझ्या प्रेमासाठी, ते वाचावं म्हणून मी काहीच करू शकणार नाही का?

☙

'नवऱ्याला/बायकोला वश करण्याचे उपाय' किंवा 'लग्नातील प्रेम कसं टिकवाल?' अशा विषयांवर इतके लेख का लिहिले जातात?

☙

खरं प्रेम टिकवून ठेवण्यासाठी इतके परिश्रम आवश्यकच आहेत का?

☙

जी गोष्ट नकोच आहे, ती धरून ठेवण्याचा अट्टाहास कशासाठी करायचा?

☙

कोणाच्यातरी प्रेमासाठी तुम्हाला इतकं झगडावं का लागतं? प्रेम नैसर्गिकरीत्या, उत्फुल्ल मनानं का करता येत नाही?

☙

एकाच जोडीदाराबरोबर संसार करण्याची रीतच मुळात चुकीची आहे का? की माणूस जन्मतः ह्या गोष्टीत असफल होण्याचा शाप घेऊन जन्माला येतो?

☙

ज्यांच्यावर आपलं प्रेम असतं, ज्यांच्याबरोबर आपण आयुष्य जगत असतो, त्यांच्याशी सर्वात जास्त आयुष्यभर दुष्टाव्याने का वागतो?

☙

एखाद्या विमा पॉलिसीसारखी लग्न ही अत्यावश्यक पण कंटाळवाणी सामाजिक संस्था कधी बनते?

ॐ

स्वतःपेक्षा तुम्ही एखाद्या आगंतुकाशी प्रेमानं व आपुलकीनं कसं काय वागू शकता?

ॐ

प्रेमात इतकी जोरदार आपटी खाल्ल्यावरही मला प्रियकराची गरज का भासते?

ॐ

एका विनोदवीराने म्हटलं आहे की, ''मी लग्न करण्याऐवजी मला न आवडणारी एखादी स्त्री शोधेन आणि तिला घर देईन.'' लग्न, नवरा-बायकोच्या नात्यावर आजवर असंख्य विनोद तयार झाले आहेत आणि दुर्दैवानं ते खरेच होताना दिसतात. इतकं असूनही आपल्यापैकी अनेक जण आनंदानं आणि आशेनं या नात्यात बांधले जातात. आपण आपल्याला मिळालेल्या धोक्याच्या इशाऱ्याकडे साफ दुर्लक्ष करतो का?

ॐ

आपण मोठे होत असताना वेगळ्या पद्धतीनं आयुष्य जगायला आपल्याला का शिकवलं जात नाही? लिव्ह-इन किंवा मूल होऊ न देण्याच्या निर्णयाला पालक समर्थन का करत नाहीत? (खरंतर तेही काही आदर्श आईबाप किंवा नवरा-बायको नसतात!)

ॐ

माझी एक मैत्रीण मागे एकदा म्हणाली होती की, आपण ऐकतो किंवा बघतो त्यापैकी नव्वद टक्के गाणी ही प्रेमावर आधारित असतात. त्यानंतर अत्यंत खेळकरपणे तिने प्रतिक्रिया दिली, ''म्हणजे आपल्याकडे जे नाही, त्याचीच चर्चा आपण सर्वांत जास्त करतो!''

ॐ

आपल्यावर कोणीतरी प्रेम करावं असं आपल्याला वाटणं, ही स्वतःचीच मोठी फसवणूक नाही का ?

൦൭

आपल्या समाजात एकटं (अविवाहित किंवा घटस्फोटित) राहणाऱ्या व्यक्तींबद्दल कणव का आहे ? उलट ते तर आपलं आयुष्य अधिक स्वतंत्रपणे, स्वच्छंदी मनाने, आनंदाने जगत आहेत. त्यांच्या धाडसाला सलाम केला पाहिजे. एकटं राहण्यात इतका स्वच्छंदी आनंद असताना त्याला 'स्वार्थी', 'असामान्य', 'विकृत', 'वेडसर' अशी विशेषणं का लावली जातात ?

൦൭

कोणत्याही प्रकारच्या नाट्याशिवाय किंवा वेदनेशिवाय स्वच्छ, पारदर्शक प्रेम करण्याचा काही मार्ग नाही का ?

൦൭

आपल्या प्रेमाच्या व्यक्तीबरोबर आपण दुःखी का असतो ? इतरजण आपलं कौतुक करतात. भावनिक वादळाला आपण घाबरतो. त्या वेळी आपण आपल्या आयुष्यातली सर्वात मोठी बांधीलकी स्वीकारलेली असते आणि त्या व्यक्तीला आपल्या प्रेमाला पात्र म्हणून आपण गृहीत धरलेलं असतं, म्हणून का ?

൦൭

सगळं काही व्यवस्थित होण्यासाठी मला किती वेळा प्रेम करावं लागेल ?

൦൭

घरी येण्यासाठी एका पुरुषाची सोबत मला का लागते ? मी अविरतपणे नक्की कशाचा आणि कोणासाठी शोध घेते आहे ?

൦൭

पुढच्या वेळी माझं प्रेम शेवटपर्यंत टिकेल याची काय खात्री आहे ?

൦൭

वेगळं राहण्यापेक्षा एकत्र राहणं सोयीचं किंवा सोपं आहे, म्हणून लोक संसार करतात का? लग्न म्हणजे काय प्रेम, अंतरीचा सखा, आनंद या विशेषणांनी सजवलेला एक सोयीचा पदार्थ आहे का? तसं असेल, तर ते लग्न अयशस्वी का ठरतं?

⚬

आयुष्याच्या प्रत्येक वळणावर मी स्त्री म्हणून वेगळी व्यक्ती आहे, असते. मग प्रत्येक वेळी तेच प्रेम तसंच कसं राहील? किंवा प्रियकरही वेगळा असू शकतो ना? प्रेम हे बदल, आवड किंवा सोय यानुसार वेगवेगळं रूप धारण करतं का? जर प्रत्येक टप्प्यावर माणूस बदलतो, तर मग प्रेम तसंच कसं काय राहील?

⚬

वेड्यासारखा जीव ओवाळून टाकावा असा योग्य जोडीदार मला कधी भेटणार? उत्कटतेनं तीच बांधीलकी मला स्वीकारता येईल, अशी व्यक्ती मला कधी भेटेल, हा प्रश्न मी सतत का विचारत राहते?

मी कितीही वेळा असे प्रश्न विचारले, तरी माझ्या मनात अजूनही आशा आहे आणि त्या 'योग्य' साथीदाराची मी वाट बघते आहे. मला वाटतं, सगळेच जण बघतात. भूतकाळातील दुःख, वेदना आणि सोसलेल्या गोष्टी एखाद्या वाफेसारख्या उडून नाहीशा होतील, अशी आपल्याला आशा असतेच. कारण आपण स्मृतिभ्रंश झालेले, वेडगळ, संवेदनाहीन आणि उत्कट इच्छेनं भारलेले प्राणी आहोत! आणि याच सगळ्या गोष्टी आपण अशाच दुसऱ्या व्यक्तीला विश्वासानं, स्वेच्छेनं आणि आंधळेपणानं भेट म्हणून देतो. हाच खेळ पुनः पुन्हा तसाच खेळत राहतो!

❑

प्रेमाच्या सवयी मोडल्याच पाहिजेत!

काळजी घेणं माणसाच्या स्वभावातच असतं. एकदा का त्याला काळजी करायची पद्धत ठरवता आली की, तो एकत्र राहण्याच्या काळात संपूर्णपणे तशीच काळजी घेत राहतो. अगदी आजही, माझे बाबा फोन करतात, तेव्हा सर्वप्रथम मी व्हिटॅमिनच्या गोळ्या नीट घेते ना, याबद्दल चौकशी करतात आणि संभाषणाच्या शेवटी उकळलेलं पाणीच पिण्याची आठवण करतात, अगदी आजही! कदाचित आजवरच्या त्यांच्या आयुष्यात त्यांनी चुकीच्या खाण्या-पिण्यानं मृत्यू पावलेल्या व्यक्ती अधिक बघितल्या असतील आणि त्यामुळे त्यांना ही काळजी वाटत असेल.

याउलट, माझी आई अगदी एक टोकाचा प्रश्न विचारते, ''तू अंघोळ केलीस का?'' हाच तो प्रश्न! मी आता मोठी झाले आहे, माझं घर तर मी चालवतेच पण त्याचबरोबर माझ्या हाताखालच्या कर्मचाऱ्यांच्या भविष्यावर परिणाम करणारे महत्त्वाचे निर्णयही मी घेऊ शकते, असं मी माझ्या आईला वारंवार सांगूनही माझ्या टीशर्टला इस्त्री आहे की नाही, हे जाणून घेण्यात तिला अधिक रस असतो.

माझ्याशेजारी एक जोडपं राहतं. त्यातली बायको अति काळजी करणारी आहे. काही कारणानं तिला बाहेरगावी जावं लागलं, तर तिच्या नवऱ्यावर असंख्य सूचनांचा भडिमार करते. उदा. 'चिकन फ्रिझरमध्ये आहे. बाहेरून मागवू नका. तुमचं पोट बिघडतं.' किंवा 'कुत्र्याला रविवारी नक्की अंघोळ घाला.' किंवा 'कामवाली बाईकडून बेडशीट्स बदलून घ्या.' इ.इ.इ. इतक्या सूचना ऐकणारी व्यक्ती साहजिकच गुरगुरणारच.

असे सल्ले देताना कोणाच्याही हे लक्षात कसं येत नाही, आपण एका मोठ्या,

प्रौढ, जबाबदार माणसाला सल्ला देत आहोत! ती व्यक्ती ऑफिसमध्ये महत्त्वाच्या, जबाबदारीच्या पदावर काम करते, तिचे कर्मचारी तिच्यावर विश्वास ठेवतात, कदाचित तिच्यामुळेच काम चालतं. असं असलं, तरी उगाचच आपण अशा व्यक्तीला 'असहाय' वगैरे समजतो. जणू काही आपण प्रेमानं केलं नाही, तर त्या व्यक्तीचं आयुष्य म्हणजे वैराण वाळवंट होऊन जाईल!

आपण हे खरंतर स्वतःशीच सर्वांत मोठं खोटं विधान करत असतो. बहुतेक वेळा असे लोक स्वतःची जबाबदारी, काळजी घेण्यास समर्थ असतात. उदा. 'चिकन फ्रिझरमध्ये आहे,' ही सूचना. जर घरातल्या व्यक्तीला बाहेरचं खाऊन कंटाळा आला, तर तो फ्रिज उघडून त्याचं लाडकं चिकन खाईलच की. किंवा इंटरनेटवर बघितलेला एखादा पदार्थ स्वतःच करून खाईल. त्याला स्वयंपाक येत नसेल, तर तो बाहेरचंच जेवेल आणि तरीही बायको घरी आल्यावर, तिनं करून ठेवलेल्या चिकनची तारीफ करेल. तिचंही कौतुक करेल.

मला असं वाटतं की, आपलं ज्यांच्यावर प्रेम आहे अशा व्यक्तींना आपण असे काळजीवाहू, निरर्थक सल्ले दिले नाहीत, तर आपली किंमत कमी होईल अशी भीती बऱ्याच जणांना वाटत असते. त्यांनी बिनधास्त रहावं असं नव्हे, पण काळजीचं प्रमाण (आणि सूचनांचंही) किती असावं, याचं भान असावं.

बेडशीट वेळेवर बदललं नाही, अंडी फ्रिजच्या रॅकमध्ये नीट ठेवली नाहीत किंवा जमिनीवर पडलेला टॉवेल उचलला नाही, तर फार काही गहजब होत नाही, हेच या लोकांना समजत नसावं, असं मला वाटतं. माझी पद्धत सोपी आहे – मला जर कोणी काही केलेलं पटत नसेल, तर त्या व्यक्तीच्या मागे भुणभुण करण्यापेक्षा, माझ्या पद्धतीनं काम करून मी मोकळी होते. ही काही हुकुमशहा होत नाही. मला पक्की खात्री आहे की, भूतलावरच्या कोणत्याही जोडप्याला एकत्र मिळालेला वेळ हा अंडी फ्रिजमध्ये कुठे ठेवावीत, या प्रश्नावर वाया घालवायला आवडणार नाही! पण गंमत म्हणजे, बहुसंख्य लोक तसंच करतात, तेही पुनःपुन्हा. बिनमहत्त्वाच्या मुद्यांना महत्त्व दिलं जातं आणि मग नको असलेल्या गोष्टीच कराव्या लागतात. अगदी मीही हेच केलं आहे.

आम्ही प्रेमाच्या बाबतीत आमच्या पालकांची गादी चालवली. बाहेर जाण्याआधी केस नीट विंचरले आहेत की नाहीत, हे जोडीदाराच्या बाबतीत

तपासावं, असं अप्रत्यक्षपणे शिकवण्यात आलं आहे. पण कोणीही तुमच्या मेंदूत डोकावून त्यात काही चिंता, काळजीची मुळी उगवली असेल, तर ती फेकून देण्याचे कष्ट काही कोणी घेत नाही.

माझा एक बाप झालेला मित्र माझ्याकडे तक्रार करत होता की, त्याची बायको फक्त बाळाच्या शी-शूविषयी त्याच्याशी गप्पा मारते. बाळाला खरंच काही होत असेल, तर त्याविषयी चर्चा करणं मी नक्कीच समजू शकते. पण सगळं ठीकठाक असताना, या आजूबाजूच्या सुंदर गोष्टींविषयी आपण का बोलू शकत नाही? किंवा संगीत, कलांविषयी का गप्पा मारत नाही? त्यावर माझे काही विवाहित मित्रमैत्रिणी माझी टर उडवतील. ''असं काही खरोखरच्या संसारात होत नाही,'' असंही चेहरा पाडून म्हणतील. पण असं का होऊ शकत नाही? आशयपूर्ण, अर्थगर्भ आयुष्य जगायला तुम्हाला कोणी थांबवलंय का? कोणीच नाही! तुम्हाला-मला उत्तर माहीत असूनही आपण कृती मात्र करत नाही!

माझ्या अजून एका मैत्रिणीच्या मते तिचं तिच्या नवऱ्यावर प्रेम आहे कारण प्रत्येक विचार ती त्याच्याशी बोलू शकते. मला तर तिच्या बिचाऱ्या नवऱ्याची कीवच येते. आपल्या मनात असंख्य प्रकारचे निरर्थक, असंबद्ध विचार येत असतात. आपल्या मनात सदैव असणाऱ्या अस्थिर विचारांना तुम्ही शब्दात उतरवलं तर काय होईल, याची कल्पना करा. त्या बिचाऱ्या नवऱ्यांच्या डोक्यात काय विचार असतील? आपल्या मनात येणारा प्रत्येक विचार तो बायकोला सांगत असेल का?

माझी एक ऑफिसमधील सहकारी रोज तिच्या नवऱ्याला फोन करून त्याने काय खाल्लं आणि त्याला जेवण आवडलं का, असा प्रश्न विचारते. त्यांचं संभाषण वीस सेकंदांपेक्षा जास्त वेळ चालत नाही. माझ्या लक्षात आलं आहे की, तो हा प्रश्न तिला कधीच विचारत नाही. तिने त्याला हा प्रश्न विचारणं ही प्रेमाची सरधोपट खूण बनून गेली आहे. रोज ती नियमानं त्याला फोन करून हा प्रश्न विचारते. तिच्या हे लक्षातही येत नाही, की त्या प्रश्नाच्या मागची भावना लोप पावली आहे आणि आता ती फक्त एक सवय म्हणून उरली आहे. आपण कसं फोनवर बोलताना हाताने पेनाशी खेळतो वगैरे, तसं!

यातील एका युक्तीचा माझी सर्वांत जास्त मदत करणाऱ्या एका मैत्रिणीवर मी एक सामाजिक प्रयोग करून बघितला. गेली दहा वर्षं त्या मैत्रिणीचा नवरा

घराबाहेर पडायच्या आधी ही मैत्रीण विचारते, ''छत्री घेतली ना?'' एक दिवस काहीच विचारू नकोस, असं मी तिला सुचवलं. बंड करण्याच्या सुखावलेल्या मनाने ती पण गप्प बसली. तो त्याच्या सवयीनं छत्रीशिवाय बाहेर पडला. ती ऑफिसमध्ये माझ्यावर कडाडली, पावसात तो भिजला तर त्याला सर्दी होईल. मी तिला वाट बघायला सांगितलं. तो अतिशय आनंदानं घरी परत आला, त्याला आमच्या योजनेची कल्पनाच नव्हती.

उद्याही आठवण करू नकोस, असं मी त्या मैत्रिणीला बजावलं. तिचा नवराही तसाच बाहेर पडला पण पुढच्याच मिनिटाला घरी परत आला. ढगाळ वातावरण असल्यामुळे छत्री बरोबर असावी, म्हणून तो छत्री आणायला आला होता. माझ्या मैत्रिणीला आश्चर्याचा धक्काच बसला. ज्या नवऱ्याने आपल्या मुलीला एका मोठ्या शहरात एकटीनं राहण्याएवढं खंबीर बनवलं होतं, ज्या नवऱ्याने त्यांच्या म्हातारपणाची तरतूद करू ठेवली होती, त्या नवऱ्यावर विश्वास टाकायचा सोडून 'त्याने छत्री घेतली का?' एवढीच काळजी तिला वाटत होती! असा दूरदर्शी नवरा स्वतःच्या या छोट्या-छोट्या गोष्टींची काळजी घेऊ शकतो, हे तिला समजायला हवं होतं. त्यासाठी तिने दखल द्यायची काहीच गरज नव्हती!

प्रेमाच्या अशा सवयी मोडणं कर्मकठीण काम असतं. हे समजण्यासाठी घटस्फोटाची मोठी किंमत मोजावी लागते. मी ती मोजलीच पण त्यामुळे बरंच काही शिकलेदेखील. आमच्या विभक्त होण्यामुळे माझा प्रेमाबद्दलचा दृष्टिकोन आणि एक जोडीदार म्हणून मी कशी आहे, यावर विचार करायला मला भाग पडलं. वरवर जरी सगळ्या गोष्टी सुरळीत छान वाटत असल्या, तरी माझ्या लग्नात बेचवपणा आणणाऱ्या कितीतरी गोष्टी मी करत होते, याची मला जाणीव झाली व धक्का बसला.

उदा. जरा थंडी पडली की मी त्याला त्याच्या होमिओपॅथीच्या गोळ्या घेण्याची आठवण करत असे. तो जर वारंवार असा आजारी पडत असता, तर त्याने त्या गोळ्या स्वतःहूनच घेतल्या असत्या. घटस्फोटानंतर जवळजवळ वर्षभरानंतरही मी त्याला देत असलेल्या सूचना आठवून हसू येई. काही तारखांच्या आठवणी विद्ध करत असत आणि मी त्याला फोन करून त्या त्या दिवसांची आठवण करायचा मोह टाळत असे.

माझ्या आयुष्यात अशा असंख्य नको असलेल्या, निरर्थक सल्ल्यांना जागा होती आणि त्याला 'प्रेम' असं गोंडस, फसवं नाव देत असे. त्या सूचना किती निरर्थक होत्या ते बघा!

आज पंधरा तारीख आहे. डेंटिस्टकडे जायचंय. (त्याला जर स्वतःच्या वैयक्तिक स्वच्छतेची इतकीच काळजी असती, तर ते त्याने आधीच स्वतःहून केलं असतं.)

ॐ

आज चोवीस तारीख आहे. तुझ्या सिडनीतल्या बहिणीला फोन करून लग्नाच्या वाढदिवसाच्या शुभेच्छा दे. (ती बहीण खरोखरच जवळची असती, तर त्याला आठवण करावी लागली नसती.)

ॐ

दाराला नीट कुलूप घातलंस ना? (मी ते तपासायची काय गरज आहे? लग्न होऊन मी घरात येण्याआधी तो नीट कुलूप लावत होताच की!)

ॐ

कॉलऱ्याची साथ आहे. उघड्यावरची पाणीपुरी खाऊ नकोस. (तो रोज पेपर वाचण्याएवढा मोठा आहे.)

ॐ

काय झालं? (एका जागी त्याची तंद्री लागली, की हा प्रश्न आलाच पाहिजे. तसं काही असेल तर तो नक्की सांगलेच ना!)

ॐ

त्या 'क्ष' मित्राची सीडी परत कर. आणून दोन महिने झाले आहेत. (ती दोन मित्रांमधली बाब आहे, मी त्यात नाक खुपसायची काहीच गरज नव्हती, पण मी विचारलंच!)

ॐ

तुझ्या बँक अकाऊंटचा बॅलन्स तपासून बघ. तू बरेच चेक्स देऊन ठेवले आहेस. (जरी मी त्याला आठवण केली नाही आणि एखादा चेक बाऊन्स झालाच, तर तो पुढच्या वेळी काळजी घेईलच.)

૪

केस ओले आहेत, नीट कोरडे कर. (आतापर्यंत तो नीट अंघोळ करायला शिकला आहे.)

दुर्दैवाने लग्नामध्ये प्रेमाच्या याच सवयी संसार टिकवून धरतात. माझंही तसंच होतं. फक्त ते मला आता आठवलं की जाणवतं की, ते सल्ले सवयीचे जास्त आणि महत्त्वाचे कमी होते.

मी त्याला सोडून आले, तो बरा आहे.
तो मला सोडून गेला, मी बरी आहे.

आम्ही दोघंही आपापलं आयुष्य त्या रोजच्या सल्ल्यांखेरीज, आठवणींखेरीज उत्तमप्रकारे जगतोच आहोत!

८

एक नवीन सर्वसामान्य आयुष्य

जुना पिसारा झडणार...सुंदर मी होणार!

सुदैवाने माझं लग्न होईपर्यंत माझ्या बाबतीत काहीच वाईट प्रकार घडला नव्हता. त्यामुळे मला माझं बालपण दीर्घकाळ अनुभवता आलं. मी विक्षिप्त होते, रागीट होते, हळवी होते, अगदी मोठी झाल्यावरही मी स्वच्छंदपणे वावरू शकले. आमच्या घटस्फोटाच्या प्रमाणपत्राबरोबरच माझा तो हरवलेला स्वच्छंदीपणा काही अंशी परत मिळाला. घटस्फोट तुमचं आयुष्य बदलवून टाकतो, लग्नाइतकंच! फक्त अगदी विरुद्ध अर्थानं. दुर्दैवानं हे खरं आहे. मूल सांभाळण्यात जितका वेळ जातो, तितकाच यातही जातो, पण त्यात आनंद नसतो. तुम्हाला पुरस्कार देण्यासाठी मंचावर बोलावलं जातं आणि सर्वांच्या देखत तुमच्याकडून ते पदक हिसकावून घेतलं जातं. तसाच अपमान घटस्फोटातही होतो. अनेक वर्षांनी भेटलेली माझी मैत्रीण मला म्हणाली, ''तू अजिबात बदलली नाहीस.'' त्या वेळी माझ्या मनात भावनांचा कल्लोळ उठत असे, अश्रू बाहेर पडतील अशी भीती वाटे. तुम्हाला तसं कधी जाणवणार नाही, पण माझी मनःस्थिती खरंच तशी होत असे आणि त्याखेरीज दुसरं काय घडणार? मी अशा परिस्थितीतून बाहेर पडले होते जी भयंकर तर होतीच, तितकीच बिकटही होती. तो प्रवास संपल्यावर माझी चांगलं राहण्याची इच्छाच जणू संपून गेली.

माझ्या बालपणीची एक अत्यंत चांगली गोष्ट अशी होती की, माझ्यासाठी काय चांगलं आहे, ते मला माहीत होतं. माझ्यातली निरागसता टिकून होती. उसळता आनंद, आश्चर्य, खळाळणारं हसू, स्वच्छंदपणा, खेळ या सगळ्याच गोष्टींचं मोल मला प्रौढपणात जाणवलं होतं. म्हणूनच की काय, माझ्या अतिशय दुःखद काळातही मला खात्री होती की, यातून मी बाहेर पडेन तेव्हा आणखीनच सुंदर, चांगली बनून जाईन.

खरं तर हे बदल खूपच आगंतुक आणि गोंधळात टाकणारे होते, पण तरीही त्या प्रत्येक बदलाशी मी स्वतःसाठी लढले. उदा. घटस्फोटाच्या प्रक्रियेत एक टप्पा असा होता की, त्या वेळी सर्व गोष्टी निरर्थकच वाटायच्या. तुम्ही अशा प्रकारच्या अनुभवातून गेला असाल, तर तुमच्या लक्षात येईल की ते किती भयानक असतं. ही निराशेची भावना टाकून देण्यासाठी मला आतून माझं सगळं व्यक्तिमत्त्वच बदलून टाकावं लागलं. त्यासाठी मला माझ्याशीच संघर्ष करावा लागला. तद्दन टाकाऊ, बाजारू पुस्तकातील छोट्या छोट्या युक्त्याही मी करून पाहिल्या. (ही वस्तुस्थिती आहे की, मी तितकीशी दुःखी नाही बघून अनेकांचा आनंद नाहीसा झाला होता.) त्या वेळी मी हे सगळे दुःखद विचार थांबवून माझ्या मनाला आनंद, मजा आणि स्वप्नांच्या दिशेकडे स्वतःला वळवलं.

भावनाविवशता कमी झाली, व्याकुळता कमी झाली. मी छान सुट्टीचा बेत आखला, नवीन दुकानांमधले, बेकरीमधले पदार्थ चाखले, सर्पोद्यानात जाऊन सापांच्या थंड, शांत कातडीचा स्पर्श अनुभवला. मी माझ्यातल्या वाऱ्याच्या वेगाशी स्पर्धा करणाऱ्या स्वतःकडेच जणू परतू लागले. माझ्यासाठी आयुष्यातली उत्कटता सर्वांत महत्त्वाची होती आणि त्यासाठी हवं ते करायलाच हवं होतं.

स्वतःला स्वत्वाची जाणीव करून देण्यासाठी मी फ्रेंचचा क्लास लावला. माझ्या प्रवेशामुळे सगळ्या क्लासचंच वय सरासरी पाच वर्षांनी वाढलं होतं. आठवड्यातले पाच दिवस मी एका बाकावर बसून आजूबाजूच्या नवथर तरुणाईबरोबर शिकत होते. सोळा वर्षांचे, नुकतेच तारुण्यात पदार्पण करणारे सगळे विद्यार्थी. तारुण्याचा जोष, त्या वयातलं स्वाभाविक शारीरिक आकर्षण जवळपास प्रत्येकात होतं. त्या सगळ्यांकडे बघताना कोण लक्षवेधी आहे, कोण शिष्य आहे, कोण एकटं, कोण आत्मविश्वासानं भरलेलं, कोण मुलींना फिरवणारं, असं सगळं लक्षात यायचं आणि मजा वाटायची. आपली आयुष्यं म्हणजे छापाचे कारखाने असतात आणि बऱ्याचदा त्याच त्याच ठशांची पुनरावृत्ती होते. दोन तास मी डोक्यात शुद्ध ज्ञान साठवत असे आणि आजूबाजूचं निरीक्षण करत असे. मग घरी जाऊन माझा घरचा अभ्यासही करत असे.

नैराश्य हे मतलबी असतं. जेव्हा नैराश्य माझ्या मनात ठाण मांडून बसलं होतं, तेव्हा त्यानं मला इतकं विकलांग बनवलं की, मी माझ्या कार्यशक्तीच हरवून

बसले आणि त्याची ताकद मात्र वाढत होती. त्यातून बाहेर पडण्यासाठी काहीतरी ठोस पाऊल उचलणं गरजेचं होतं. वेदना विसरून कृतिशील होणं भाग होतं. ज्या जगात मी राहते, ते जग माझ्या भावनिक लहरींवर चालत नाही, हे समजून घेणं माझ्यासाठी गरजेचं होतं. जर मला दुःखी होऊन एका कोपऱ्यात पडणं हवं होतं, तर तसं करणं सहज शक्य होतं. पण मी जर अंधाराची, दुःखाची कोठडी सोडून आनंदाच्या उजेडात पुढे चालायचं ठरवलं, तर सगळं जग माझं आनंदानं स्वागत करायला तयार होतं. माझा भूतकाळ विसरून सुखद, धक्कादायक दिवसांसाठी माझा स्वीकार करायला तयार होतं.

माझ्या मार्गात असंख्य अडथळे होते पण तरीही माझ्या परीने परिस्थिती सुधारण्याचा मी सतत प्रयत्न करत होते. 'सगळे पुरुष नालायक असतात,' 'मी पुन्हा विश्वास ठेवू शकेन का कोणावर?', 'माझा प्रेमावर विश्वास नाही,' 'चिरकाल टिकणारं असं काही नसतं', 'मी आकर्षक आहे का?', 'हा माझा दोष आहे का?', 'मी कोणाशी नातं जोडायचंच नाही का?' असे असंख्य नकारात्मक विचार मला अक्षरशः मनातून फेकून द्यावे लागले. एक एक करून, असे सगळे विचार बाजूला सारले. असे असंख्य विचार तुम्हाला जणू जिवंतपणे मरण देतात. 'मी आता कोणावर विश्वास ठेवू शकत नाही' आणि 'मी खूप वाईटातून बाहेर पडले आहे. आता मी कशाला घाबरू,' यापैकी योग्य विधान कोणतं? केवळ योग्यच नव्हे तर सत्यही!

तरीही, माझ्या आयुष्याची पाच वर्षं वाया गेली आणि आता ती कधीच परत मिळू शकत नाहीत, ह्या सत्याने मात्र मला अस्वस्थ केलं होतं. त्या पाच वर्षांत मी सतत दुःखीच होते असं नव्हे. पण जर मी लग्न केलं नसतं, तर ती पाच वर्षं अधिक चांगली गेली असती, हे मात्र खरं. चांगल्या पद्धतीनं आयुष्य जगणं हा माझ्यासाठी एक प्रकारचा चांगला सूड होता.

या भावनिक झंझावातातून कात टाकल्यावर मात्र दुःख गळून पडलं आणि जणू नवीन जन्मच मला मिळाला. त्या नवीन माझ्यामध्ये काही भाग माझ्या जुन्या व्यक्तिमत्त्वाचाच होता, पण बराचसा भाग मात्र माझ्या आयुष्यातील अनमोल क्षणांची किंमत देऊन तयार झाला होता आणि तो नक्कीच अमूल्य होता. रागावर नियंत्रण ठेवणं, प्रेमाच्या माणसांना धरून ठेवणं, माझ्या माणसांना योग्य तऱ्हेनं वागवणं, प्रेमाला कधीच गृहीत न धरणं, रोज नव्याने छोट्या गोष्टींमध्ये आनंद शोधणं असे धडे मी शिकले होते!

घटस्फोटाने मला मनापासून जास्तच कनवाळू बनवलं होतं. आपण सारेच मनानं फार नाजूक, हळवे असतो. फार लवकर दुखावले जातो. आपण आपल्या अपरिपूर्णतेसह प्रेमाची अपेक्षा करतो, प्रेम मिळवण्यासाठी धडपडतो. आपल्या अपेक्षाही फार नसतात...तरीही आपण सतत स्वतःला जखमा करून घेत असतो!

◻

घटस्फोट हा काही संसर्गाने होत नाही!

किमान लाख वेळा नाकारूनही, माझ्या आईला मी चुलतबहिणीच्या लग्नाला जावं, असं वाटत होतं. घटस्फोटानंतर मी असे कौटुंबिक समारंभ, कार्यक्रम टाळत असे. त्याचं महत्त्वाचं कारण म्हणजे अशाच कार्यांत तथाकथित नैतिक लोक सामूहिकरीत्या लग्न, जन्म-मृत्यू अशा विषयांवर बाष्कळ चर्चा करतात!

मी जरी माझ्या मनाशी पक्कं ठरवलेलं असलं, तरीही माझ्या आशावादी आणि चिवट आईनं शेवट हुकुमाचं पान काढलं. माझ्या चुलतबहिणीच्या मरणासन्न पणजीनं मला लग्नाला बोलावलंय, असं माझ्या आईने मला सांगितलं.

आता या निमंत्रणाला कसा नकार देणार? त्या पणजीला कुटुंबात खूपच मान होता. मी लहान असताना तिने माझ्या प्रत्येक गोष्टीत पाठिंबा दिला होता. माझ्या शिक्षणाच्या, उशिरा लग्न करण्याच्या निर्णयात ती ठामपणे माझ्या पाठीशी उभी राहिली होती. मी अगदी कोणाचा शिरच्छेद जरी केला असता, तरी तिने आनंदानं घरी बोलावून मला तिच्या हातची जगप्रसिद्ध रेड फिशहेड करी खायला घातली असती. मी अजूनही तिची लाडकी होते आणि म्हणूनच तिने बोलावल्यावर मला जाणं भागंच होतं.

मी पारंपरिक सिल्कची साडी नेसले आणि दागिनेही घातले. मात्र गळ्यात आणखी एक सोन्याची साखळी घालण्याचा आईचा आग्रह मी मोडून काढला. असं तयार होऊन मी कांजीवरम साड्या आणि चुरचुरीत प्रावरणांच्या गदारोळाला सामोरी गेले.

आमच्याकडच्या लग्नात वधूला विवाहितांनी आणि कुमारिकांनी लग्नाच्या मांडवात घेऊन जाण्याची पद्धत आहे. त्या वेळी वधूच्या या सख्यांच्या हातात अनेक पवित्र, प्रतीकात्मक गोष्टी/वस्तू असतात. सामान्यपणे मला अशा वेळी

हमखास बोलावलं जायचं. पण या वेळी माझ्या काकूने माझ्याकडे चक्क दुर्लक्ष केलं आणि इतर तरुण मुलींना बोलावलं.

खरं तर तो लामणदिवा धरून बाहुलीसारखं वधूच्या मागे जाण्यात मलाही रस नव्हताच. पण त्यामुळे माझं मलाच वाईट वाटलं. मी इतकी दुखावली गेले की, माझ्या डोळ्यात पाणी तरारलं. त्या वेळी मला समजलं की, त्या सगळ्या करवल्यांच्या थव्यातून आणखी एका तरुण विधवेला वगळ्यात आलं होतं. ती तिच्या सासरी राहत होती. मी मात्र सुदैवी होते, मला बऱ्याच चांगल्या संधी मिळाल्या होत्या. तिच्या चेहेऱ्यावरच्या उदास भावांची तिला काळजीच नव्हती. मला खूपच शरमल्यासारखं झालं. तिची सगळ्या प्रसंगातली अनुपस्थिती मला प्रथमच जाणवली. किंबहुना, तिचं अस्तित्वच मला प्रथमच जाणवत होतं. एका कोपऱ्यात ती शांतपणे बसून राहिली होती. या सगळ्या विसंगत, कुरूप जगात तिला ओढण्याचा प्रयत्न चालू होता आणि हा शांतपणा म्हणजे जणू तिने स्वतःची करून घेतलेली सुटका होती.

त्या विधवा तरुणीला बघूनही माझा राग काही शांत होत नव्हता. अनुल्लेखानं करण्यात आलेला माझा हा अपमान कोणाच्या लक्षातही आला नाही. असे अपमान ज्याचे होतात, त्यालाच तो सल कळतो; जो अपमान करतो, त्याच्या ते गावीही नसतं. या जगात, सामाजिक व्यवस्थेमध्ये काही चुकीच्या गोष्टी घडत असतात, याची दखलही कोणी न घेता सगळे जण लग्नाच्या आनंदात मश्गूल होते.

माझी सत्त्याऐंशी वर्षांची हसरी खेळकर पणजी मला भेटली नसती, तर संपूर्ण लग्न पार पडेपर्यंत मी धुसफुसत राहिले असते. आता सुरकुतलेली असली, तरी माझी पणजी खूप छान होती. खिदळत, चेष्टा-मस्करीत तिने मला सांगितलं की, तिला जमलं असतं, तर तिने त्या काळी माझ्या पणजोबांना घटस्फोट दिला असता आणि ते गावही सोडलं असतं. माझ्या या पणजोबांच्या तऱ्हेवाईकपणाचे किस्से मी ऐकले होते आणि त्यांच्यासमोर माझी पणजी कशी वाघिणीसारखी उभी ठाकायची हेही मी ऐकून होते. आम्ही दोघीही मंडपातून दूर, थोड्या मोकळ्या जागी जाऊन बसलो आणि आयुष्याबद्दल थोड्या गप्पा मारल्या. ती बोलत होती, मी ऐकत होते. वधूच्या मागे करवली म्हणून मला उभं न केल्याची गोष्टच मी विसरून गेले!

आपल्याला प्रत्येक जण समजून घेणार नाही, याची मात्र या लग्नाच्या प्रसंगी मला जाणीव झाली. मी मोकळ्या, प्रगतिशील, मला स्वीकारणाऱ्या अशा जगात वावरते आणि त्या पार्श्वभूमीवर अशा स्वार्थी माणसांची गाठ पडणं, हे मला धक्कादायक होतं. आता मात्र कोणत्याही कौटुंबिक समारंभात जाताना मी खबरदारी घेते आणि आपण कोणाला भेटणार आहोत, याचा आधीच विचार करते.

''माझा घटस्फोट झाला आहे,'' असं सांगण्याची सवय लागायला मला थोडा वेळ लागला. त्या शब्दाभोवती एक नकारात्मक वलय आहे, त्यामुळे उगाचच अपयशाची किंवा नैतिक दूराचाराची भावना तयार होते. माझ्या एका मैत्रिणीचा घटस्फोट झाला, ती जगाच्या दुसऱ्या कोपऱ्यात राहते म्हणूनही असेल कदाचित, पण 'मी घटस्फोटिता आहे,' असं सांगण्यात तिला कधीच अडचण आली नाही. तिच्यासाठी ही घटना अगदी सामान्य होती. पण माझं मात्र तसं नव्हतं. मला वाटतं भारतीय समाजाचा या गोष्टीकडे बघण्याचा दृष्टिकोन याला कारणीभूत असावा.

जेव्हा तुम्ही अविवाहित असता, त्या वेळी त्याचा अर्थ असा की, तुम्ही अजून योग्य व्यक्तीच्या शोधात आहात. पण घटस्फोटाचा अर्थ तुमच्या हातून गंभीर चूक झाली आहे! हे खूप अपमानास्पद आहे. चालताना कोणीतरी तुमच्याबद्दल मूर्खासारखं बोलावं, इतकं ते अपमानास्पद असतं. यात दोष कोणाचा, हे महत्त्वाचं नाही. माझं लग्न मोडलं, तेव्हा मला दोष देण्यात आला (ह्याचा स्त्री- पुरुष असण्याशी काही संबंध नाही. मला खात्री आहे, आमच्या घटस्फोटाबाबत एक्सच्या कुटुंबाने एक्सलाच दोषी मानलं असणार!)

स्वतःला 'घटस्फोटिता' म्हणवून घ्यायच्या या लढ्यात मी आरशासमोर उभी राहून स्वतःला मोठ्याने 'घटस्फोटिता' असं दहा वेळा संबोधत असे- रोज सकाळी! कधीकधी हेच करायचा कंटाळा आला की मग मी लहान मुलगी होत असे आणि आरशातल्या 'मी'ला फॅशनेबल 'मिस-डी' (D-Divorcee) म्हणत असे! याने काम झालं. 'घटस्फोटिता' या शब्दाचा दरारा कमी झाला आणि मी तो शब्द सहजपणे वागवू लागले. तरीही कुठेतरी काहीतरी खुपायचं. शेवटी माझ्या एका मैत्रिणीने मला नीट समजावल्यावर 'घटस्फोटिता' या लेबलची

भीती कायमची गेली. ती म्हणाली –

''घटस्फोटित असणं म्हणजे एखादा सैनिक असण्यासारखं असतं. तुमच्या आनंदाच्या हक्कासाठी लढला आहात, असा त्याचा अर्थ होतो. तुम्ही नैराश्य पचवून, आत्मविश्वास आणि स्वाभिमानाच्या बळावर जास्तच खंबीर बनून ही लढाई जिंकता. भ्याडपणानं अन्याय सहन करत जगण्यापेक्षा तुम्ही स्वतःच्या हक्कांसाठी आवाज उठवता आणि तसं करताना तुम्ही स्वतःला जास्त आनंदी राहण्याची संधी देता. तुमच्या आयुष्यात इतकी कटुता तुम्ही पचवता की, तुमचा भविष्यकाळ हा भूतकाळापेक्षा नेहमी चांगलाच असतो!''

तिचं बोलणं संपल्यावर मला टाळ्या वाजवून दाद द्यावीशी वाटली. पण मी ते शब्द एका कागदावर उतरवले आणि तो कागद घरी आरशावर चिकटवला. आता मी जेव्हा 'घटस्फोटिता' हा शब्द उच्चारते, तेव्हा माझ्या डोक्यात त्यापुढे 'सैनिक' हे बिरूद लावून घेते! मग माझ्यात एक तऱ्हेचा जोश आणि उमेद संचारते आणि अचानक एक गाणं डोक्यात रुंजी घालू लागतं, 'I don't feel so bad!'...

काही प्रसंगी, मी माझी ओळख कुमारिका म्हणून करून देत असे. माझ्या शाळेतले शिक्षक, विशेषतः मी ज्यांची लाडकी होते, त्यांच्याशी बोलताना मला घटस्फोटाबद्दल बोलणं आवडत नसे. किंवा काही अतिवयोवृद्ध व्यक्ती, ज्यांचे फार दिवस शिल्लक राहिले नाहीत, अशांनाही उगाच या बोचऱ्या वस्तुस्थितीची कल्पना देत नसे.

प्लंबर्स, पेंटर्स, इस्टेट एजंट्स, गॅस वितरक, घरमालक, बँक कर्मचारी, विमा प्रतिनिधी, ट्रॅव्हल एजंट, कामवाल्या बायका, स्वयंपाकीण बायका इ.इ. अनेकांनाही मी एकटीच आहे, एवढंच सांगत असे. एकटं राहणाऱ्या बायकांबद्दल त्यांना काही विशेष वाटत नसे, त्यावर चर्चाही होत नसे.

पण खरं तर, 'विवाहित', 'कुमारिका' किंवा 'घटस्फोटिता' या शब्दांना काहीच अर्थ नाही. मला असं जाणवलं आहे, की या मोठ्या, गुंतागुंतीच्या आयुष्यात एकच शब्द महत्त्वाचा आहे, तो म्हणजे 'आनंद!'; 'आनंदी असणं' हे बिरुद सर्वांत महत्त्वाचं!

❑

घटस्फोट मिळवण्यासाठीचे शिष्टाचार...?

इंग्रजी भाषेतले शिष्टाचाराचे शब्द आम्हाला मिसेस कॅस्टेलिनो यांनी चार वर्षं शिकवले (उदा. प्लीज, मे आय?, थँक यू! इ.इ.). त्यांनी आमच्या मनावर ते इतकं बिंबवलं होतं की, आमच्या चाळीस विद्यार्थ्यांमधला प्रत्येक विद्यार्थी 'इमिली पोस्ट' टेस्ट पास करू शकला असता. मला खात्री आहे की, माझ्या आयुष्यात या शिष्टाचारांनी किती महत्त्वाची भूमिका पार पाडली, याची माझ्या शिक्षिकेला कल्पनाही नसेल. या शिष्टाचारांच्या आधारे अत्यंत अस्थिर असलेली ही घटस्फोटाची प्रक्रिया सुरळितपणे पार पडू शकली. काही शब्दप्रयोग तुम्हालाही इथं सांगते, तुमच्याही संवादाच्या प्रक्रियेत कदाचित सहजता येईल –

आता दुष्टपणा थांबवशील का प्लीज? आणि अर्ध्या रस्त्यावर मला भेटशील का?

ॐ

तुला काळजी वाटते याबद्दल धन्यवाद! पण माझं काय करायचं ते मी बघून घेईन.

ॐ

मला माहीत आहे, की तुला माझी आठवण येत असेल. त्याबद्दल सॉरी! पण आता आपण याबद्दल काहीच करू शकत नाही. हो ना?

ॐ

तुझी आई नाराज आहे, हे मला कळतंय. पण तरीही, मी त्यांच्याशी नाही बोलणार. त्यांच्या मुलाने सांगितलेलंच त्यांना नीट समजेल.

৪

हो, मलाही त्या चांगल्या दिवसांची आठवण येते. पण आत्ता मी कामात आहे. आपण या विषयावर नंतर बोलू.

৪

प्लीज, आत्मकेंद्री माणसासारखं वागणं बंद कर. स्वप्नांमधून बाहेर पडून जरा वस्तुस्थितीकडे डोळे उघडून बघ. त्यानं मला बरं वाटेल.

৪

तू जे काही म्हणतो आहेस, त्याचं मला खरंच कौतुक वाटतंय, पण मला तुझ्याबद्दल काय वाटतंय याची तुला कल्पनाही नाही. 'तिरस्कार' हा शब्द त्यासाठी पुरेसा नाही. तुझ्याशी चर्चा करण्याने मला काहीच मिळणार नाही. त्यामुळे प्लीज पुन्हा पुन्हा माझ्या खपल्या काढू नकोस.

৪

मी कशी आहे, हे मला नाही विचारलंस, तर माझ्यावर उपकार होतील. माझ्या बोलण्याचं तुला आश्चर्य का वाटतंय? तू माझ्या पोटात लाथ मारली होतीस आणि मी वेदनेनं तळमळत होते, ते आठवतंय ना? नसेल, तर आता यापुढे कायम लक्षात ठेव. तरीही मला विचारल्याबद्दल धन्यवाद!

৪

त्यांनी तुझ्यावर आरोप केला, त्याबद्दल सॉरी. पण मीही तेच करते आहे. आता या लग्नात मिळालेल्या 'डिडगेरीडू' या वाद्याचं काय करायचं, त्याबद्दल बोलू या का? तुला ते ठेवायचंय?

৪

दरवर्षी किती जोडप्यांचे घटस्फोट होतात मला माहीत नाही आणि मी त्यातल्या कुठल्या गटात मोडते, हे जाणून घेण्यात मला माझा वेळ वाया घालवायचा

नाही. आता प्लीज गोंधळ घालणं थांबवशील का? तरच या डिडगेरीडूबद्दल आपल्याला ठरवता येईल.

☙

मला माफ कर, पण तुझ्याबरोबर तुझ्या मित्राच्या लग्नाला मला येता येणार नाही. आपल्याला एकत्र बघून त्याला नक्कीच आनंद होईल, हे मान्य. पण त्याने मी उदास होईन, त्याचं काय? तुझी हरकत नसेल, तर मला माझ्या आनंदाची निवड करायला आवडेल.

☙

मला याक्षणी तुझा अतिशय राग आला आहे, पण मला आत्ता एकही शब्द बोलायचा नाही.

☙

माझ्याशी उगाच तात्त्विक शब्दांत बोलू नकोस. आत्ता आपण आपल्या एका अत्यंत वास्तव प्रश्नाबद्दल बोलत आहोत, ज्याला 'आयुष्य' म्हणतात.

☙

मला माफ कर, पण मला कोणाच्याही नावाने दोष द्यायचा नाही. जे घडलं, त्याला फक्त आपण दोघं जण जबाबदार आहोत. भूतकाळातल्या गोष्टी उकरून काढून आणि दुसऱ्याच कोणाला या प्रश्नात ओढून आजच्या आपल्या आयुष्याचं जे झालंय, त्याचं समर्थन केलं जाऊ शकत नाही.

☙

आपल्याला ज्यांनी महत्त्व दिलंय, अशा लोकांना ते किती चुकीचं होतं, हे जेव्हा मी सांगेन, तेव्हा तू माझ्याबरोबर असलास, तर ते मला आवडेल. मी ते एकटी करू शकते, पण मला तसं करायचं नाही.

☙

माझ्या आईचा फोन आला आणि तो जर तू घेतलास, तर प्लीज, न चिडता

तिच्याशी बोलं. तिचं वय झालंय. तिच्या मनातलं तिने सांगितलं, तर तिला जरा बरं वाटेल.

☙

तुझ्या मित्राच्या मृत्यूचं खरंच मला दुःख आहे. माझी काही मदत लागली तर सांग.

रागाच्या, संतापाच्या तडाख्यात मी आतून उद्ध्वस्त होत होते, हे मला नीट कळत होतं. त्यातून तग धरण्यासाठी मला माझ्या शिष्टाचारांनीच खूप मदत केली. स्वतःवरचा ताबा न सुटू देता, धारदार शब्दांचा वापर न करता वागणं हे खूप जास्त अवघड होतं. पण मी तसं केलं नसतं, तर त्याचा मलाच त्रास झाला असता. म्हणून मी मला राग आला की तिथून निघूनच जात असे. मला फारच काही हास्यास्पद किंवा स्वार्थीपणाचं विधान सुचलं, तरी मी बोलत नसे. त्याऐवजी मी बाथरूममध्ये जाई आणि फ्लश करून टाके. त्या बाथरूमने माझी किती गाऱ्हाणी ऐकून घेतली, कोण जाणे! त्याच्या डोक्यात काहीतरी घालावं, असा विचार माझ्या मनात आला की, मी चालायला निघून जाई. माझ्या काही युक्त्यांमुळे माझ्या कॅलरीज जळाल्या, एक्स नाही.

एक्सबद्दल खूपच आकसानं वाईट बोलणाऱ्या लोकांपासून मी आता सावध व्हायला लागले होते. माझी नकारात्मकता त्यांच्या नकारात्मकतेमुळे वाढायला नको होती. तो 'नालायक' आहे, हा विचारच मी डोक्यातून काढून टाकला. असंही म्हणता येईल की, त्याच्या नावाचा विचार करणंच मला आवडत नव्हतं. ते खूपच खासगी होतं म्हणून मी त्याला 'तो माणूस' असं संबोधायला सुरुवात केली.

त्यामुळे झालं काय की, मी मुळातच स्वार्थी, खुनशी किंवा तत्सम वाईट प्रवृत्तीची नसल्यामुळे मी या सगळ्यातून लवकरच बाहेर पडू लागले. मी माझ्या वेदनेवर लक्ष केंद्रित केलं; वेदनेसाठी कारणीभूत ठरणाऱ्या घटकांवर नाही. माझ्या मनात नैराश्य उत्पन्न करण्याचं काम तो नाही, तर मी स्वतःच करत होते. माझ्या आनंदाची मी एकटीच रखवालदार असल्यासारखं भासवताना, माझ्या आयुष्याचं जे काही भरीत झालं होतं त्याचं खापर त्याच्या डोक्यावर फोडताना, मी स्वतःच्याच विक्षिप्त स्वभावाला कारणीभूत ठरवत होते. त्यामुळे आता

माझ्यावर दडपण जास्त होतं, म्हणूनच माझ्या आनंदाचं कारण शोधण्यासाठी मला आता अधिकच मेहनत घ्यावी लागणार होती.

मी जाणीवपूर्वक जोपासलेल्या शिष्टाचार व सभ्यतेच्या सवयींमुळे घटस्फोटाच्या या गुंतागुंतीच्या प्रक्रियेत थोडा खानदानीपणा राहिला. या सवयींमुळे मला खरोखरच इतरांपेक्षा श्रेष्ठ वाटत होतं, हे मला कबूल करावंच लागेल. कधीतरी तर या सभ्यतेचा इतका अतिरेक झाला की, एक्सलाही कदाचित उबग आला असेल. खरं तर हे खूपच महत्त्वाचं होतं असं नव्हे, पण त्यामुळे सगळं चांगल्या पद्धतीनं पार पडलं, हे मात्र नक्की! कधीतरी तो भावनातिरेकाने बोलताना अडखळे, घसा दाटून आल्यावर त्याला बोलता येत नसे, त्या वेळी मी त्याला शांतपणे 'चहा घेशील का?' असंही विचारत असे. किंवा कधीकधी उद्वेगानं तो म्हणे की, 'मी आपल्या आयुष्याचं हे काय करून ठेवलं?' त्या वेळी त्याच्या या खंतीची मी दखलही घेत नसे. अर्थात हे मला खूप नंतर साध्य झालं. मी स्वतःच्या बोचऱ्या दुःखातून हळूहळू संवेदनांकडे तटस्थपणे बघू लागले. कारण माझ्या असं लक्षात आलं की, एखाद्या गोष्टीबद्दल काही मर्यादेपर्यंतच तुम्ही ऐकून घेऊ शकता.

या सगळ्याचा परिणाम असा झाला की, एक्स आणि माझ्यातला संवाद कायमच सभ्यपणे होऊ शकला. कधीतरी तो फोन करून माझ्या तब्येतीची, आनंदाची चौकशी करतो. ज्या पद्धतीनं आम्ही ही सगळी प्रक्रिया हाताळली, ते जास्त प्रगल्भतेचं आणि प्रौढपणाचं होतं, असं मला वाटतं.

आमच्यात कडवटपणा आला नाही याचं माझ्या मित्रमंडळींना आणि नातेवाईकांना फार आश्चर्य वाटतं. जे व्हायचं ते घडून गेलं आणि आता त्या गोष्टी उगाळण्यात मला काहीच अर्थ वाटत नाही. झालेल्या जखमांचे ओरखडे आम्हाला आमच्या मनात कायम बाळगावेच लागणार आहेत. पण तरीही आम्हा दोघांनाही हे माहीत आहे की आम्ही सभ्यपणे वागलो नसतो, तर गोष्टी खूपच खालच्या, वाईट पातळीवर गेल्या असत्या. खूपच दर्जाहीन आणि असभ्य तऱ्हेनं घडल्या असत्या, पण तसं झालं नाही!

मातृत्वाची इच्छा शांत करताना...

मी नवऱ्याला सोडून जाईपर्यंत मला मुलं असावीत, असं मला कधीच वाटलं नव्हतं. पण त्यानंतर मला मुलं हवीशी वाटत होती. अगदी त्यांच्यासाठी मी व्याकूळ झाले होते. जेव्हा तुम्हाला एखादी गोष्ट हवीच असते, तेव्हा तुम्हाला जळी, स्थळी, काष्ठी, पाषाणी तीच वस्तू दिसते. माझ्या मातृत्वाच्या इच्छेमुळे मलाही एकदम आजूबाजूला मुलंच दिसू लागली होती. रस्त्यावर दगड पायाने उडवत जाणारी, हॉटेलमध्ये दंगा करणारी, आकाशाकडे टक लावून बघणारी, शॉपिंग मॉलमध्ये धुमाकूळ घालणारी, ग्रोसरी शॉपमध्ये ट्रॉलीजवर चढणारी, भाजीबाजारात कांद्यांची 'जादू' करणारी, स्वतःच्या तोंडापेक्षा मोठी पाणीपुरी मटकावणारी, बसमध्ये रडणारी अशी असंख्य मुलं मला दिसू लागली. मी जिथे जाई, तिथे ही 'दत्त' म्हणून हजर होत. हे फार आश्चर्याचं होतं. त्यांचे छान छान कपडे, निरागस हास्य आणि आकर्षक केशरचना यांमुळे मला स्वतःला एक तरी मूल हवंच, असं वाटू लागलं.

कदाचित मला सोडून न जाणाऱ्या शाश्वत प्रेमाच्या शोधात मी होते, जे चिरकाल टिकेल. त्यामुळे कदाचित माझी ही मुलांबाबतची गरज उफाळून आली होती. एकविसाव्या वर्षापर्यंत मुलं तुमच्या इच्छेच्या बाहेर नसतात आणि त्यानंतर तुम्ही त्यांना अपराधीपणाच्या भावनेनं जगायला भाग पाडता. मला माझे पालक होते. मला याचीही जाणीव होती की, काहीही झालं तरी, मी त्यांच्याकडे कितीही दुर्लक्ष केलं, तरीही थोडासा वेळ का होईना, पण मी त्यांच्यासाठी जगातली सर्वांत महत्त्वाची होते!

मुलं असण्याची इच्छा अशी एकाएकी का बळावली असेल? माझ्या मनात, माझ्या आयुष्यात जे एकदम रिकामपण आलं होतं, ते भरून निघावं ही तर

भावना त्यामागे नसेल ना? मला खात्रीनं सांगता नाही येणार. कदाचित ती माझी शारीरिक किंवा जीवशास्त्रीय गरज असू शकेल. ती गरज, ती इच्छा मला वारंवार आतून साद घालत होती, पण मी आत्ता त्याची दखल घेतली होती. कदाचित माझ्या नैराश्याच्या भकास शांततेत त्या इच्छेला कंठ फुटला असेल. काय कारण होतं, त्याला फारसा काही अर्थ नाही. मला एक मूल हवं होतं आणि जो पुरुष ते देऊ शकत होता, त्याला मी माझ्या आयुष्यातून हद्दपार केला होता. मला आणखीनच व्याकूळ वाटत होतं.

मी आणि एक्सने मूल होऊ देण्याबद्दल कधीच चर्चा केली नव्हती. आम्ही आमच्या दिनचर्येत खूप जास्त व्यग्र होतो आणि आयुष्य मजेत चाललं होतं. पार्टीला जात होतो, अतिशय कष्ट करत होतो आणि तेही कोणतीही जबाबदारी न घेता. मूल असणं म्हणजे तुम्ही स्वतःचं आयुष्य जगणं सोडून देणं आणि आम्हाला तसं करायचं नव्हतं. निदान त्या वेळी तरी आम्ही तयार नव्हतो. किंबहुना, ज्यांना मुलं आहेत, अशा मित्रमैत्रिणींबरोबर बाहेर जाणंही आम्ही टाळायचो. आम्हाला मुलं आवडत नव्हती असं नव्हे. थोडा वेळ एखाद्या मुलाची करमणूक करायला फार अवघड वाटत नसे. मूल असतं तर आमचं लग्न टिकलं असतं का? कोणास ठाऊक आणि तसंही या गोष्टींना आता खूपच उशीर झाला होता.

घटस्फोटानंतर मी एक गोष्ट मनाशी पक्की ठरवली की, काहीही झालं तरी आता मी माझ्या आनंदाशी पुन्हा तडजोड करणार नाही. माझ्या इच्छा मी काहीही झालं तरी पूर्ण करणारं आणि त्यासाठी भरपूर कष्ट करायची माझी तयारी होती. पण आता माझी ही इच्छा मात्र अतार्किक होती.

पुनरुत्पादन प्रक्रियेच्या शेवटच्या चक्रात मी होते, या वस्तुस्थितीची जाणीव माझ्या मनात वेदना उत्पन्न करत असे. ज्या वेळी आई होणं सहज शक्य होतं, त्या वेळी मी ते टाळलं. त्याऐवजी पार्ट्या करत नाचले. त्या वेळी माझ्या हातातून वेळ निसटून गेल्याचं मला कळलंच नाही.

हे भीतिदायक होतं. घटस्फोटामुळे माझ्यातली सकारात्मकता बरीच कमी झाली होती आणि जी काही उरली होती, तीही या एकाच विचारानं झिजत चालली होती. मी झपाटल्यासारखी झाले होते आणि पुन्हा एकदा नैराश्याच्या धोकादायक दरीमध्ये ढकलली जात होते. मी नैराश्याच्या गर्तेत खोल

बुडण्याच्या बेतात असताना, बीबीसीवरचा एक लघुपट बघितला. त्यात एका वैज्ञानिकाने सांगितलं होतं की त्याला स्वतःचं मूल नको होतं.

माझ्यासाठी हा आशेचा किरण होता. जर मला स्वतःचं मूल नाहीये आणि तरीही मला मातृत्वाची इच्छा असेल, तर मी मूल दत्तक घेऊ शकते. स्वतःचंच मूल हवं ही इच्छाही लग्नासारखीच माझ्यावर लादण्यात आली होती. जर मी लग्नाचं बंधन भिरकावून देऊ शकते, तर ही गोष्टही नाकारू शकते.

त्या इच्छेच्या धुंदीत मी दत्तक घेण्याबद्दलची माहिती वाचायला सुरुवात केली. 'सिंगल मदर्स' अर्थात एकेकट्या आयांबद्दलही माहिती वाचू लागले. पण आणखी काही पाऊल उचलण्यापूर्वी माझी विवेकबुद्धी जागी झाली आणि मी स्वतःला शांत केलं. मूल असणं हे मला कोणत्याच तऱ्हेनं परवडण्यासारखं नव्हतं, निदान आत्ता तरी. शिवाय, माझ्या हेतूविषयीही मला शहानिशा करायची होती. पूर्ण होताक्षणी त्यातला रस संपून जाईल अशी ती इच्छा किंवा सणक असू नये असं मला वाटत होतं.

मी जर मूल घरात आणलं, तर ती वीस वर्षांची बांधिलकी आहे. कदाचित आयुष्यभराचीही. बरेच लोक कसलाही विचार न करता मुलं जन्माला घालतात. कदाचित त्यांच्या नात्याचा तो पुढचा टप्पा असतो, कधीतरी 'चुकून' ते मूल झालेलं असतं, किंवा सतत पार्टी करण्याचा त्यांना कंटाळा आलेला असतो. किंवा त्यांच्या इतर मित्रांनी केलं, म्हणून ते मूल जन्माला घालण्याचं धाडस करतात. सर्वांत महत्त्वाचं काम असणाऱ्या या कायमस्वरूपी नोकरीला कोणत्याही पात्रतेची आवश्यकता नसते, हे थोडंसं विचित्र नाही का वाटत? ज्यांना ज्यांना शारीरिक मिलनाचा आनंद उपभोगता येऊ शकतो, त्यांना अख्खा एक माणूस या जगात आणणं आणि त्याला वाढवणं हे अत्यंत अवघड काम करण्याचा अधिकार आहे. पुनरुत्पादनाची, निर्मितीची ही जादू आहे. काही सुदैवी शुक्रजंतू आणि बीजांडं यांच्यावर हे सगळं जग विस्तारलं आहे.

खूप दिवस सखोल संशोधन केल्यावर मी शांत झाले. भारतीय कायद्याप्रमाणे मी वयाच्या ४५ वर्षापर्यंत दत्तक घेऊ शकत होते. म्हणजे माझ्याकडे बराच वेळ होता. आणखी दोन-तीन वर्षांनी माझी हीच इच्छा टिकली, तर मी मूल घरात आणू शकत होते.

फक्त माझ्या हृदयातील पोकळी भरून काढण्यासाठी मला मुलगी नको होती, तर माझ्या घरी तिला प्रेमानं बोलावून, तिच्यावर प्रामाणिक प्रेमाचा वर्षाव मला करायचा होता. (हो, मी फक्त मुलगीच दत्तक घेणार होते, हे नक्की होतं!) त्या निरागसतेवर केवळ मला माझ्या प्रेमाची गरज लादायची नव्हती. माझ्या सुदैवानं, मूल दत्तक घेण्याविषयीची माझी भूमिका मलाच स्वच्छपणे उमगण्याचा कालावधी मला मिळाला. आता भविष्यात मूल दत्तक घेण्याचा पर्याय माझ्याकडे आहे, या विचाराने मी शांत आहे. मला पश्चात्तापात जगण्याची गरज नाहीच पण यासाठी एक्स किंवा अन्य कुणाचीही गरज मला नाही. हुश्श!

स्वतःबरोबरची मादक संध्याकाळ

एकाकीपणा हा भयानक आणि दुःखदायक असतो, पण एकटेपणा मात्र उत्फुल्ल आणि प्रसन्न करणारा असतो. मी मागे एकदा वाचलं होतं की, संपूर्ण जगात एकट्यानं राहण्याकडे लोकांचा कल वाढतोय आणि का असू नये? जेव्हा तुम्हाला एखाद्या सामान्य माणसामध्ये असंख्य तऱ्हेच्या चुका आणि दोष आढळतात, तेव्हा एकट राहणं हेच अधिक श्रेयस्कर असतं. एकटं राहिल्यावर प्रत्येक गोष्ट, कोणत्याही गोष्टीचं असमाधान फक्त तुमच्यामुळेच असतं. जबाबदारी फक्त तुमची असते.

मी घर सोडून नव्या घरात रहायला गेल्यावर दोन आठवड्यांनी मला एका चुलत बहिणीनं फोन केला. मी काय करते आहे, हे तिला जाणून घ्यायचं होतं. मी वेफर्स खात पुस्तक वाचते आहे, तेच माझं रात्रीचं जेवण आहे, असं मी तिला सांगितलं. मत्सरानं तिने पुन्हा विचारलं,

''घरात कोणीच नाही ना?''

''नाही!'' मला मनातून आनंदाच्या उकळ्या फुटत होत्या.

तिने निःश्वास टाकला. माझ्यासारखं जगायला तिने काहीही केलं असतं. मी तिला म्हटलं की, नवऱ्याला घटस्फोट दे आणि दोन्ही मुलांची जबाबदारी त्याच्यावरच टाकून बाहेर पड. ''तसं करता आलं असतं तर!'' ती उत्तरली. फोन ठेवल्यावर मात्र मला माझं हसणं-खिदळणं आवरता आलं नाही. माझ्या इमारतीतल्या काही वयस्कर बायका माझ्याकडे सहानुभूतीने पाहत आणि विचारत, ''तुला लोकांची आठवण नाही येत? आणि तुझ्याकडे टी.व्ही.सुद्धा नाही असं मी ऐकलंय.'' मग मी आनंदानं सांगे, ''नाही. मला असंच रहायला

आवडतं.'' त्यांचे सतत मागण्या करणारे नवरे आणि उर्मट मुली त्यांच्याचबरोबर आहेत, त्याबद्दल त्या मनातल्या मनात देवाचे आभार मानत. त्यांच्या चेहऱ्यावर तसं स्पष्ट दिसे.

मी एकटं रहायला लागल्यावर सुरुवातीला सवयीनं बेडच्या एका कोपऱ्यात जाऊन झोपत असे. एक्स माझ्याबरोबर नसला, तरी बेडचा मोठा भाग जणू त्याच्यासाठी सोडत असे. एकदा झोपेत मी लोळले आणि माझ्या एकदम लक्षात आलं की माझ्या लोळण्याला अटकाव करणारं आता कोणीच नाही. एखाद्या मांजराच्या स्टाईलनं मीही मस्तपैकी आळस दिला आणि माझ्या पाच फूट दोन इंचाच्या देहानं जितकी अधिकाधिक जागा व्यापता येईल, तितकी वापरून पसरले. आता हा बेड सर्वस्वी माझा एकटीचा होता. त्यामुळे उंदरासारखं एका कोपऱ्यात झोपण्याची काहीच गरज नव्हती. एकटं राहण्यानं माझ्या आळसाची जणू परीक्षाच घेतली आणि अधिकाधिक किती आळशीपणा मी करू शकते तेही तपासलं. अनेक वर्षं प्रौढत्वाचं आयुष्य जगल्यावर किशोरवयातल्या या काही गमती अनुभवणं हे विश्रांती देणारं आणि सोपं होतं. दिवसभर लोळत पडणं, बाहेरून जेवण मागवणं, त्या खाण्याचे बॉक्सेस बेडच्या आवतीभवती पसरलेले असणं, चॉकलेट खाणं, दिवसभरात खोलीतल्या उजेडाची बदलती रूपं न्याहाळणं, आणि हो, 'काहीच न करणं!' हे सगळं मी फार मज्जेनं केलं.

जेव्हा मी माझ्या प्रिय माणसाबरोबर राहत होते, तेव्हा 'काहीच न करणं' जमत नसे. जेव्हा दुसरं कोणीतरी खोलीत असतं, तेव्हा तुम्ही त्याची दखल घेणं अभिप्रेत असतं. त्याला काही बोलायचं असायचं किंवा आम्ही एकमेकांच्या मिठीत झोपत असू किंवा एकत्र मिळून साफसफाई करत असू. ही मात्र एक प्रकारची विश्रांतीच होती. काहीही न करता पलंगावर लोळत पडणं, हे फक्त एकटं असतानाच करता येतं, कारण त्यामध्ये अपराधीपणाचा भाव नसे. अर्थात, प्रत्येक शनिवार-रविवार मी हे करत नसे. कारण आमच्यासारखे एकटं राहणारे लोक विविध कार्यक्रम, एखादी मैफल, मैत्रिणी इ.इ. अशा अनेक रंजक गोष्टींत व्यग्रही असतात.

जेव्हा तुम्ही स्वतंत्र राहता, तेव्हा एक नियम मात्र तुम्हाला पाळावाच लागतो. तो म्हणजे तुमच्याकडे मित्रमंडळी कोणत्याही वेळी टपकू शकतात. कारण कोणाच्याही नवऱ्याच्या मूडचा किंवा विश्रांतीचा विचार करण्याचं काही

कारणच नसतं. जेव्हा मला कोणालाही भेटायची इच्छा नसते, तेव्हा मी कामवाल्या बाईलाही सुट्टी देते आणि मग दिवसभर पुस्तकं वाचत पडून राहते, लोळते. असंच एकदा मी 'लॉर्ड ऑफ द रिंग्ज' हे पुस्तक सलग आठ तास बसून, नखं चावत संपवलं होतं!

चार भिंतींच्या या माझ्या विश्वात माझी गुपितं किंवा माझ्या स्वतःच्या विचारांनी रोज जगण्याचं मला स्वातंत्र्य आहे. मी अतिशय रटाळ व्यक्ती आहे, हे मला मान्य केलंच पाहिजे. सर्वांत भयंकर गोष्ट मी कुठली केली असेन? मी एक अख्खी वाईनची बाटली संपवली होती आणि घरभर माझ्या कविता लिहून, त्याचे कागद पसरून ठेवले होते...दुसऱ्या दिवशी जागी झाले, तेव्हा ते सगळे कागद वाऱ्याने इकडेतिकडे उडत होते. मी चक्क सुट्टी घेतली आणि मी काय लिहिलं होतं, ते वाचून काढलं. काही गोष्टी खरंच चांगल्या होत्या. काही गोष्टी दारूच्या नशेत बरळल्यासारख्या लिहिल्या होत्या आणि काही तर दारूच्या अंमलाखाली बेकायदेशीर लिखाण होतं.

हो! मला एक्सची आठवण येत होती आणि त्याच्याशिवाय मला एकटं वाटत होतं. पण जसजसं मला माझं अवकाश व माझा आनंद मला सापडू लागला, तसतशा या नकारात्मक गोष्टी मागे पडल्या.

मला सुट्टीच्या दिवशी, विशेषतः महिन्याच्या पहिल्या रविवारी जुन्या पुस्तकांच्या बाजारात जायला आवडे. किमान पंधरा पुस्तकं विकत घेऊन येई मी. प्रत्येक पुस्तक वाचनीय असेच असं नाही, पण तो फक्त आनंदाचा भाग होता. माझी सर्वांत जवळची मैत्रीण मला म्हणाली, ''तू वास्तवापासून पळते आहेस आणि वस्तुस्थिती नाकारते आहेस.'' मला त्याची पर्वा नाही. तो आनंद मिळवण्याचा सर्वांत चांगला मार्ग होता आणि त्यामुळे माझी शब्दसंपत्ती वाढत होती. तुम्ही त्याच्या सत्यतेबद्दल वाद घालू शकत नाही.

'वाचनाचा किडा' असण्याचा एक फायदा म्हणजे कोणीही तुम्हाला अडवत नाही. वाचण्याचं व्यसन तब्येतीला हानीकारक नाही, त्यामुळे वजन वाढत नाही, माझ्या सभ्यतेला व शिष्टाचाराला बाधा येत नाही. दुसऱ्या दिवशी माझं डोकं जड होत नाही आणि खोट्या आत्मविश्वासापायी माझ्या हातून काही मूर्खासारखं वागलं-बोललंही जात नाही. माझ्या आईचा फोन आला आणि मी तिला 'वाचते आहे' असं सांगितलं की, तिला किती बरं वाटत असेल!

त्याऐवजी, 'मी व्हिस्कीची बाटली संपवते आहे,' हे उत्तर तिच्यासाठी किती क्लेशकारक ठरेल. त्यापेक्षा तिची छोटीशी मुलगी काहीतरी चांगलंच वाचत असेल, असा तिला आत्मविश्वास मिळत असेल. व्हिस्कीचं उत्तर मी दिलं असतं, तर दुसरं विमान पकडून ती माझ्या दारात हजर झाली असती.

एका संध्याकाळी, 'आता काय करू या' असा विचार चालू असतानाच माझं लक्ष एकदम कॅलेंडरकडे गेलं. आमच्या घटस्फोटाला एक वर्ष पूर्ण होत होतं. मी मनातच एक सुस्कारा टाकला. त्या काळ्या, अंधाऱ्या दिवसांतून बाहेर पडल्याचा आनंद होताच. मी माझ्या पुस्तकांच्या कपाटाकडे बघितलं. त्यांनी माझं घर सजवलं होतं. माझ्याकडे चांगली स्वयंपाकीण बाई होती. माझी नोकरी चांगली होती आणि माझ्याकडे आता एक आनंदी आयुष्य होतं! मला अक्षरशः देवाला लोटांगण घालून देवाचे आभार मानावेसे वाटत होते.

इतकं नाटकी काही केलं नाही. पण तरीही हा आनंद मला साजरा करायचा होता. मग मी एक खास राखून ठेवलेली वाईनची बाटली उघडली आणि खास वाईनच्या ग्लासात (जे मी हौसेने आणले होते!) ओतली. लाल रंगाच्या द्रव्यानं आयुष्यात आनंद भरून टाकला. मग मी फ्रिजवर धाड टाकली. त्यात मला उत्तम चॉकलेटचा अर्धा बार, एक ब्राऊनी, तीन उत्तम चीझचे तुकडे आणि फ्रेंच फ्राईजच्या चार काड्या सापडल्या. त्यात आणखी गंमत आणण्यासाठी मी एक एक ऑलिव्ह एक एक फ्रेंच फ्राईजवर लावले.

मी माझ्याभोवती चौकोन आकारात मेणबत्त्या लावल्या आणि मी त्याच्या मध्यभागी बसले. माझ्या एकटीच्या राज्याची मी राणी होते. मी खाद्यपदार्थ माझ्याभोवती मांडले आणि बाटलीही ठेवली. म्हणजे पुन्हा ग्लास भरण्यासाठी उठायला लागू नये. घरातले दिवे बंद केले आणि मेणबत्तीच्या उजेडात माझ्याच सावल्या भिंतीवर नाचू लागल्या. त्या स्वातंत्र्याच्या राज्यात मी स्वतःलाच न्याहाळत होते. एखाद्या मादक अंतर्वस्त्रात असलेल्या मोहक स्त्रीसारखी मी दिसत होते. त्यानंतर मी आनंदानं वाईनचा ग्लास उचलून स्वतःचंच अभीष्टचिंतन केलं. त्या दिवशी आयुष्यातलं सर्वोत्कृष्ट जेवण मी केलं – स्वतःबरोबर!

◻

९

हाय हील्स घालून चांगलीच ठेचकाळले!

इतका आखूड ड्रेस डोक्यातून कसा जाईल?

एक्सबरोबर मी पाच वर्षं राहिले आणि त्या काळात सुंदर दिसण्याची आवश्यकताच मी जणू विसरून गेले होते. मी विशीत असताना सुंदर दिसण्याचा मला किती सोस होता! एखादा गंभीर आजारच जणू होता तो. अगदी रात्री झोपताना देखील मला मॅचिंग टी-शर्ट आणि पँट लागत असे. मी त्यासाठी खूप अट्टाहासी होते. पण असे सुंदर काळे आकर्षक कपडे घालण्याचा काळ हातातून निसटला. नंतर 'तयार होणं' म्हणजे कपाटात इस्त्री असलेला कोणताही टॉप कोणत्याही जीन्सवर घालणं आणि चालू लागणं, असं आयुष्य बनलं. रात्रीच्या वेळी एक्सचे ढगळ टी-शर्ट बरे वाटायचे. मेकअपच्या बाबतीत बोलायचं, तर बाहेर पडताना मी आरशात बघे आणि दातात काही अडकलं नाही ना, याची खात्री करून घेई. बस्स इतकंच! एखाद्या माणसाचं प्रेम तुमच्याकडून तुमची अस्मिता हिरावून घेऊ शकतं; आणि तोच माणूस निघून गेल्यावर तीच अस्मिता पुन्हा तुमच्या आयुष्यात नव्या जोशानं येते, याचं मला नवल वाटतं जणू मध्ये काही घडलंच नाही!

घटस्फोटानंतर मला सवयच जडली. कुठेही आरसा दिसला, की त्यात स्वतःला न्याहाळत चेहेऱ्यावर सुरकुती नाही ना पडली, याची खात्री करून घेई. त्या जाहिरातीत दाखवतात तसं सारखा माझा चेहेरा न्याहाळत बसे. मला काळजी पडली होती की, जर मी म्हातारी दिसायला लागले, तर कोणी मला डेटिंगसाठी विचारणार नाही!

काही घटस्फोटितांसारखी मी काही पुरुषांचा द्वेष करू लागले नव्हते. एक्सला निवडताना मी चूक केली होती खरी, पण आता काही मी तीच चूक करेनच असं मात्र नक्की नव्हतं. माझे अनेक पुरुषमित्र चांगले होते आणि त्यामुळेच 'सगळे

पुरुष नालायक असतात,' असं माझं मत मुळीच नव्हतं!

म्हणूनच मी डेटिंगला घाबरत नव्हते, पण माझा गोंधळ मात्र नक्की उडाला होता. मी आकर्षक आहे की नाही, हे मलाच माहीत नव्हतं. जणू काही तिशीच्या वयात कॉलेजमध्ये गेल्यासारखं होतं. मी काय घालू? मी काय घातल्यावर चांगली दिसेन, असे प्रश्न मला पडले होते.

याआधी, मी स्वतःकडे एक्सच्या नजरेतूनच बघत होते आणि त्याला मी आकर्षक वाटत होते. (अर्थात, असं सांगणं त्यानं बऱ्याच आधीपासून थांबवलं होतं. कदाचित तसं मी गृहीत धरलं होतं. कदाचित ते खरंही नसेल...कदाचित...पण आता काय त्याचं!) नंतर माझ्या कुवतीनुसार जगाच्या नजरेतून मी माझं निरीक्षण करू लागले. खरंतर स्वतःची समीक्षा करू लागले. स्वतःच्या फोनवर स्वतःचेच फोटो काढायला लागले आणि ते काही फार विनोदी नव्हतं. त्यानंतर माझे डोळे मी मिटून घेई आणि पुन्हा डोळे उघडून त्या फोटोंकडे त्रयस्थासारखं पाहत राही. काही वेळा मी असाही विचार करे की, 'ही स्त्री (म्हणजे मी!) छान दिसते. हिच्याबरोबर मला बाहेर फिरायला जायला आवडेल. ती आकर्षक आहे.' काही वेळा मला अगदी खचल्यासारखं झाल्यावर वाटे की, मी किती भयंकर प्राण्यासारखी दिसते आहे! मी म्हणजे दुःखाने व्याकूळ झालेली आहे. त्यामुळे भलतेच विचार मनात येत. उदा. 'मी इथे सर्वांत कुरूप आणि वयाने मोठी आहे', 'मी कावीळ झाल्यासारखी पिवळी पडले आहे', 'मला स्वतःलाच भेटायची इच्छा होत नाही', 'मी चांगली दिसते ना?' माझ्यातला एक अंश मात्र या सगळ्यापेक्षा वेगळा विचार करे. चांगलं दिसण्याची इच्छा ही एक्सला विसरण्याच्या गरजेपोटी होती. इतके दिवस एक्सच्या पाठीमागे मी लपू शकत असे आणि एक्स माझ्यासाठी पहाडासारखा होता. पण आता भर सूर्यप्रकाशात आल्यावर मला सरड्यासारखा पिवळा, केशरी रंग धारण करायचा होता. मला दगडाचा दगडी रंग नको होता. कमीतकमी माझ्या मते मी त्यामुळे तरी सुंदर दिसले असते.

याची सर्वांत पहिली पायरी म्हणजे मी माझ्या कपड्यांकडे लक्ष द्यायला सुरुवात केली. माझ्या कपड्यांच्या निवडीच्या कौशल्यावर विश्वास ठेवून मी जांभळ्या रंगाच्या दोन पँट्स विकत आणल्या. दुसऱ्या दिवशी मी ती पँट ऑफिसमध्ये घालून गेले. माझ्या बॉसनं अतिशय दुःखानं मला सांगितलं की, मी कितीही

प्रतिभावंत कलाकार असले, तरी कॉर्पोरेट ऑफिसमध्ये जांभळ्या रंगाची पँट म्हणजे अतीच होतं जरा! मी त्याची माफी मागितली आणि दुसऱ्या दिवशी लाल रंगाची पँट घालून गेले.

माझ्या आईच्या घरी गेल्यावर माझ्या आई–वडिलांच्या बॅगांवर अक्षरशः धाड घातली. त्यात माझ्या जुन्या कपड्यांचा शब्दशः खजिना होता. माझ्या कॉलेजच्या दिवसातले ते कपडे मी लगेच घालून बघितले आणि त्यातले काही मला बसलेसुद्धा! (यूऽऽहूऽऽ!) काही कपडे मलाच भयानक वाटत होते आणि काही कपडे तर माझ्या मनगटातही बसणं शक्य नव्हतं. (मग मी काय चायनीच किमोनो घालायला हवा होता?)

हा इतका छोटा दिसणारा (हातरुमालाइतका!) काळा ड्रेस घालण्याइतपत मी बारीक होते? मग हे सगळं मांस कुठून चढलं हाडांवर? मी काही बकासुरासारखी दिवसाला एक बैल खात नव्हते. मी वर्षभर उपाशी राहिले असते, तरीही त्या सुंदर काळ्या ड्रेसमध्ये आणि इतरही अनेक आकर्षक कपड्यांत पुन्हा शिरू शकलेच नसते. तरीही माझ्या आईनं ते कपडे किती प्रेमाने जपून ठेवले होते. ते कपडे मी खरंच घालत होते का, असंही मी माझ्या आईला विचारलं. तिने माझ्याकडे रागाने बघितलं. 'मग हे सगळं मी कशाला ठेवलं असतं?' असा भाव तिच्या नजरेत होता. अरे वा! चला, माझ्या मुलांना असलं काहीतरी करावं लागणार नाही!

कपड्यांचा आता माझ्या मूडवर परिणाम व्हायला लागला होता. मी जेव्हा लांब, छानसा स्कर्ट घालत असे, तेव्हा मला खूप छान वाटत असे. मग मी खोलीभर चकरा घेत फिरत असे आणि स्वतःवरच खूष होत असे. मी जर पूर्वीचे तपकिरी रंगांचे पायजमे घातले असते, तर मी गादीतच पडून राहिले असते आणि आढ्याकडे बघत एखाद्या शेवाळ्यासारखी झाली असते. मला छान वाटणारे कपडे घालायला मी सुरूवात केली. मी जीन्स घालणं बंद केलं आणि अल्लादीनसारख्या हॅरेम पँट्स घालायला सुरूवात केली. त्यावर हिप्पी फुलांच्या नक्षीचे टॉप घालायला सुरूवात केली आणि 'हे मला चांगलं दिसतं' असं स्वतःलाच सांगायला सुरूवात केली.

माझ्या कपड्यांबरोबर माझ्यातही बदल झाल्याचं मला जाणवत होतं. अगदी घरात एकटी असतानासुद्धा मी नीटनेटकी रहात असे. सगळ्या घटस्फोटित

स्त्रिया अशा नीटनेटक्या राहतात का? तसंच काही नाही. काही अगदी गबाळ्या राहणाऱ्या स्त्रियाही मला माहीत आहेत आणि त्याचा त्यांच्यावर काही वाईट परिणाम झाल्यासारखं वाटत नव्हतं. ही प्रत्येकाची वैयक्तिक आवडनिवड आहे आणि त्या आवडीनिवडी तशाच रहाव्यात.

माझ्यापुरतं बोलायचं तर आत्मविश्वासाने, खंबीरपणे वावरण्याकरता आणि आयुष्य नियंत्रणात ठेवण्याकरता माझ्या कपड्यांची मला नक्कीच मदत झाली. माझ्यासाठी मला सुरक्षित, आनंदी वाटणं जास्त महत्त्वाचं होतं. आयुष्य ही तुम्हाला मिळालेली सुंदर भेट आहे, असं मला स्वतःला वाटणं गरजेचं होतं आणि हेच भाव माझ्या कपड्यांमधून, राहण्यावरून दिसावेत असं मला वाटे.

हे बरोबर आहे, ही युक्ती कामाला येतेय असं माझ्या लक्षातही आलं. माझ्या एका मैत्रिणीनं शेरा मारला, "घटस्फोटानंतर निदान तुझी कपड्यांची समज तरी चांगली झाली." होय! नक्कीच! हेच तर हवं होतं मला...

एका हेअरकटपायी...

तुम्हाला जर आयुष्य बदलता येत नसेल, तर तुमच्या केसांची स्टाईल बदला, हा जगाने मान्य केलेला नियम आहे. माझं तत्त्वज्ञान कुठून उत्पन्न होतं ठाऊक नाही, पण माझा त्यावर ठाम विश्वास आहे. एकटं राहण्याची झिंग, स्वतंत्र घर घेणं व ते सजवणं आणि नवंकोरं आयुष्य जगणं, या सगळ्या गोष्टीतला थरार हळूहळू कमी होऊ लागला. मग मला माझं लक्ष विचलित करण्यासाठी काहीतरी नवीन करण्याची आवश्यकता भासू लागली. मी असं काहीतरी शोधत होते, जे मिळालं नाही व त्याने मला आनंद झाला नाही, तर मला नैराश्य येईल. एक्सबद्दल चिडून विचार करण्याचाही मला आता कंटाळा आला होता.

स्वतःला त्रास देण्याचे सर्व जुने उपाय संपले आणि माझ्या डोक्यात सर्वांत वाईट कल्पना आली. जिथे मी कधीच गेले नव्हते, तिथे जाऊन केस कापण्याचं मी ठरवलं. तुम्हाला जर यातल्या धोक्याची कल्पना आली नसेल, तर तुम्ही म्हणाल, ''त्यात काय एवढं? वाढतील की परत!'' किंवा तुम्ही शाळेपासून एकच केशरचना ठेवलेली असली पाहिजे किंवा तुम्हाला टक्कल असण्याची शक्यता आहे. माझं काय? मला माझा मेकओव्हर करायचा होता. कुठेतरी टोचून घेतलंय किंवा केसाला गुलाबी रंग लावलाय, असं काहीतरी वेगळंच माझ्या केसांवर मला करायचं होतं. या विचारानं मला एकदाही शिरशिरी वाटली नाही. मी घटस्फोटित सैनिक होते. एक हेअरकट किस झाड की पत्ती?

सर्वांत पहिली गोष्ट म्हणजे मला मोठे केस कापणं भाग होतं. (माझे केस गळत होते.) त्यासाठी संशोधन सुरू झालं. मी माझ्या मैत्रिणींशी बोलले, गूगलवर शोधाशोध केली आणि मासिकातही वेगवेगळ्या हेअरकट्सबद्दल माहिती मिळवली. मला स्वतःलाच धक्का देईल अशी एक इमेज शोधण्यासाठी मी

असंख्य फोटोग्राफ बघितले. एका आठवड्याच्या संशोधनानंतर मला चार चित्रं सापडली. त्या प्रत्येकामध्ये मला हव्या त्या गोष्टी होत्या. प्रत्येक हेअरकटचे बाजूने, मागून असे फोटो काढलेले होते. या प्रक्रियेत मला बरंच काही शिकायला मिळालं. आता मला कपाळ किती झाकायचं आणि माझ्या नाकाच्या आकारानुसार कसे ठेवायचे, हे कळायला लागलं होतं. आयुष्यात प्रथमच मला असं वाटलं की, माझं वजन आता कमी होता कामा नये. कारण माझ्या गालावरच्या फुगवट्यांवरून केसांचाही फुगवटा ठरवण्यात आला होता आणि हा हेअरकट केल्यानंतर जर मी हनुवटी नीट वाकवली नसती, तर सगळं मुसळ केरात गेलं असतं.

आता दुसरा अडथळा म्हणजे योग्य न्हावी किंवा न्हावीण शोधणे. आता मात्र मी नेहमीचा मार्ग निवडला. मी मॉलमध्ये हिंडू लागले आणि मला आवडणारा हेअरकट केलेली मुलगी दिसली, की तिला थांबवून, तिनं केस कुठून कापले, ते विचारत असे. या नादात मी गरज नसलेल्या अनेक वस्तूंची उगाचच खरेदीही केली. (कारण हेअरकट बघत नुसतंच मॉलमध्ये हिंडताना दुकानदारांना माझ्याबद्दल संशय येईल.) परंतु तिथे फिरत असताना मी अनोळखी व्यक्तींशी बोलत असे, जेणेकरून सेल्समनला माझ्या 'हेतू'बद्दल शंका येऊ नये.

एका बाईचा हेअरकट मला फारच आवडला. तो तिच्या आईने केला होता, असं तिने सांगितलं. पण ती दुसऱ्या देशात राहत होती. माझ्या केसांच्या अधांतरी भविष्याबद्दल मी अशा वारंवार फेऱ्या मारत राहिले होते, पण त्यासाठी परदेशी जाणं म्हणजे जरा जास्तच होतं. दुसऱ्या एका बाईनं मला मुद्दाम चुकीची माहिती दिली. तिने सांगितलेल्या पत्त्यावर गेले, तर मी मासळीबाजारात पोहोचले होते आणि तिथे फक्त एक कोळीण कापण्याचं काम करत होती, तेही मासे!...झटकन् तिथून निघाले आणि मला चुकीचा पत्ता सांगणाऱ्या त्या मुलीला 'आजचा दिवस वाईट जावो,' असा शाप दिला.

शेवटी एक फारच सुंदर, टी.व्ही.वर दिसणाऱ्या बायकांसारखी एक जण मला भेटली. तिला तिच्या केशरचनेचं रहस्य विचारल्यावर तिला केवळ आनंदच नाही झाला, तर तिने तिच्या हेअरस्टायलिस्ट 'डॅनी'ची फोनवरून भेटही मला ठरवून दिली. तिला अशी पक्की खात्री होती की, तिचा हेअरस्टायलिस्ट मलाही नक्कीच पसंत पडेल. मला अच्छा करून आपल्या भल्यामोठ्या खरेदीच्या

पिशव्या जोरजोरात हलवत ती निघून गेली. ती तोल जाऊन पडते की काय, अशी भीती मला वाटली.

ही अपॉईंटमेंट दोन तासांनंतरची होती. माझे पाय मात्र आता थरथरू लागले. मी बघितलेल्या प्रत्येक आरशातल्या स्वतःच्या प्रतिबिंबाकडे बघून मला खात्री वाटत होती की, आताचे लांब केसच मला छान दिसत आहेत. पण मी आता मूर्खपणा करणार नव्हते. आतापर्यंतच्या केसांना मी खरंच खूप वैतागले होते का? नाही. दोन बिअर पोटात गेल्यावर तो न पाहिलेला डॅनीही मला 'वंडरफुल' वाटायला लागला. डॅनी माझ्या केसांवरून कात्री फिरवतोय असं मला वाटू लागलं. कदाचित आतापर्यंतच्या माझ्या आयुष्यातला सर्वांत चांगला हेअरकट तो देणार होता. मी आता पूर्वीसारखी दिसणार नव्हते.

मी त्या युनिसेक्स सलूनमध्ये गेले. मला खूप छान वाटत होतं. डॅनीने सफाईदारपणे मला खुर्चीत बसवलं. माझ्याभोवती फिरत, त्याने माझ्या केसांची टोकं हातात घेतली आणि त्यांना घासत, कुरवाळत, दुमडत म्हटलं, ''ठीक आहे!''

मी माझे डोळे बंद करून घेतले आणि म्हटलं, ''तुला काय हवं तसं कर केसांचं.'' सगळं संशोधन पाण्यात गेलं. शेवटी उत्स्फूर्तता कामी आली आणि त्याने हेअरकट केला. त्याने काहीतरी गोष्टी माझ्या डोक्यावर ओतल्या आणि नंतर मी एका गॅस चेंबरमध्ये आहे, असं मला वाटू लागलं. त्याला जर त्वचेवरची मृत त्वचा काढायचीच होती, तर इतकं दुखावण्याचं काय कारण होतं? कित्येक तास मी बसून होते. जणू काही सभ्यपणे होणाऱ्या मध्ययुगीन काळातील अत्याचाराला सामोरी जात होते, जी पद्धत फक्त आधुनिक पुरुषाला, खास करून डॅनीलाच माहीत होती. शेवटी हा आता मेंदूही ओढून काढतो की काय अशी शंका आली तोवर त्याने मला डोळे उघडायला सांगितले. मी अतिशय अशक्तपणानं डोळे उघडले. त्याने माझी खुर्ची जोरात फिरवली. आरशात मी स्वतःला दिसलेच नाही, प्रतिबिंब धूसर होतं. मला भोवळ आली.

आणि अचानकच, सत्याच्या प्रकाशात मला ज्ञात झालं, तो सरळ केसांचा प्राणी म्हणजे मी होते!!! अरे देवा, कुरळे केस कुठे गेले? तो नवीन कट मला आवडला की नाही हे सांगता येणार नाही, पण तो वेगळा मात्र होता. डॅनीने विचारलं, ''कसं वाटलं?'' ''हं, हे छान आहे,'' मी चाचरत उत्तरले. तो हसला

आणि माझी खुशामत करत म्हणाला, ''एखाद्या हिरॉईनसारखी दिसते आहेस.'' हो, खरं आहे! मी करण जोहरचा चित्रपट साईन करायलाच चालले आहे!...

धक्का इथेच थांबला नव्हता. त्यानंतर त्याने मला बिल दिलं. माझ्या संपूर्ण उंचीच्या अर्ध्या उंचीचं (लांबीचं) आणि माझ्या अर्ध्या घरभाड्याएवढं ते बिल होतं. माझ्या पाठीतून भीतीची एक थंड लहर गेली. माझ्याकडे तेवढे पैसे नव्हते. इतकं बिल असेल, याची मला कल्पनाच नव्हती. लोक खरंच केसांवर एवढाऽऽ पैसा खर्च करतात? मी फिल्म साईन करून येईपर्यंत थांब, असं डॅनीला मी म्हणू शकले असते का? मग मी माझ्या रिकाम्या खिशातून फोन बाहेर काढला आणि एका मित्राला फोन करून बोलावलं. त्यानं तिथे येऊन माझं बिल चुकतं केलं.

अख्ख्या घटस्फोटाच्या प्रक्रियेत मी कधीच कोणाकडे पैसे मागितले नाहीत, आणि आता? एका क्षुल्लक हेअरकटसाठी मला पैसे मागावे लागले. मला खूपच शरमल्यासारखं झालं. पण माझ्या मित्राला त्याचंच आश्चर्य वाटलं. आणखी हवे असतील, तरी तो पैसे द्यायला तयार होता. बिलाकडे बघत तो न राहवून अविश्वासाने म्हणाला, ''माझ्या आत्तापर्यंतच्या आयुष्यात मी जितक्या वेळा केस कापले, त्या सगळ्याचं मिळूनही एवढं बिल होणार नाही.'' आणि तो अक्षरशः हसत सुटला.

मी माझे चकाकणारे नवीन केस झोकात फिरवले आणि विचार केला, 'मी जेव्हा मोठी प्रसिद्ध हिरॉईन होईन, तेव्हा तुला मात्र 'फर्स्ट डे, फर्स्ट शो'ची तिकिटं नक्कीच देणार नाही...'

❐

ऐन तिशीत 'सोळावं वरीस'– अर्थात् फुकाचा प्रयत्न!

घटस्फोट घेण्यात माझा पुढाकार जरी असला, तरी ती काही फारशी स्वागतार्ह गोष्ट नव्हती. मला नाकारण्यात आलं होतं. त्यामुळे मला कोणीतरी कचऱ्याच्या पिशवीत बंद करून घराबाहेर फेकून दिल्यासारखं वाटत होतं. त्या नाकारलेपणातून बाहेर पडून, अशा विचारांचं ओझं फेकून देऊन, स्वतःला अजूनही लायक व चांगलं समजणं हा खरोखरच भगीरथ प्रयत्न होता. विशेषतः अंगातला जोम व उत्साह आता कमी होऊ लागला असताना असं स्वतःचं उन्नयन करण्यासाठी फार झगडावं लागलं!

घटस्फोटाने माझ्या आयुष्यातील शक्य तेवढ्या विदीर्ण आणि अतिशय घाणेरड्या भावना माझ्या मनात भरून टाकल्या. मी इतकी बहकले होते की, आदिमानवाच्या काळासारखा 'आपल्या माणसाला आपण बांधून ठेवू शकलो नाही!' हा विचारही मनात येऊन गेला. मी काही पुरुषाला स्वतःच्या इशाऱ्यांवर नाचवणारी चवचाल स्त्री नव्हते. माझ्या तारुण्यापासून केवळ एका प्रेमभंगानं माझं हृदय विदीर्ण झालं होतं. माझ्या बरोबरीचे झटपट प्रेमात पडत होते आणि त्यांचा सारखा प्रेमभंगही होत असे. पण त्यातून सावरून ते पुढेही जात असत. आता, घटस्फोटाच्या तुलनेत तो प्रेमभंग किरकोळच होता. दोष कोणाचा, हे महत्त्वाचं नाही. लग्न मोडणं म्हणजे प्रलय येण्याइतपत ते भयंकर होतं. (किमान काही काळापुरतं तरी) माझ्यासारख्या 'टॉमबॉय' प्रकारच्या मुलीला काजळ घालणंसुद्धा मादकपणाचं लक्षण वाटे. त्यामुळे माझ्यासाठी घटस्फोट म्हणजे आयुष्य संपण्यासारखंच होतं.

मी सकाळी उठून स्वतःला आरशात न्याहाळत असे. पापणीही न लवता मी माझं निरीक्षण करी. तपकिरी ठिपके, डोळ्यांखालच्या सुरकुत्या, फारसे गुलाबी

ऐन तिशीत 'सोळावं वरीस'– अर्थात् फुकाचा प्रयत्न!

घटस्फोट घेण्यात माझा पुढाकार जरी असला, तरी ती काही फारशी स्वागतार्ह गोष्ट नव्हती. मला नाकारण्यात आलं होतं. त्यामुळे मला कोणीतरी कचऱ्याच्या पिशवीत बंद करून घराबाहेर फेकून दिल्यासारखं वाटत होतं. त्या नाकारलेपणातून बाहेर पडून, अशा विचारांचं ओझं फेकून देऊन, स्वतःला अजूनही लायक व चांगलं समजणं हा खरोखरच भगीरथ प्रयत्न होता. विशेषतः अंगातला जोम व उत्साह आता कमी होऊ लागला असताना असं स्वतःचं उन्नयन करण्यासाठी फार झगडावं लागलं!

घटस्फोटाने माझ्या आयुष्यातील शक्य तेवढ्या विदीर्ण आणि अतिशय घाणेरड्या भावना माझ्या मनात भरून टाकल्या. मी इतकी बहकले होते की, आदिमानवाच्या काळासारखा 'आपल्या माणसाला आपण बांधून ठेवू शकलो नाही!' हा विचारही मनात येऊन गेला. मी काही पुरुषाला स्वतःच्या इशाऱ्यांवर नाचवणारी चवचाल स्त्री नव्हते. माझ्या तारुण्यापासून केवळ एका प्रेमभंगानं माझं हृदय विदीर्ण झालं होतं. माझ्या बरोबरीचे झटपट प्रेमात पडत होते आणि त्यांचा सारखा प्रेमभंगही होत असे. पण त्यातून सावरून ते पुढेही जात असत. आता, घटस्फोटाच्या तुलनेत तो प्रेमभंग किरकोळच होता. दोष कोणाचा, हे महत्त्वाचं नाही. लग्न मोडणं म्हणजे प्रलय येण्याइतपत ते भयंकर होतं. (किमान काही काळापुरतं तरी) माझ्यासारख्या 'टॉमबॉय' प्रकारच्या मुलीला काजळ घालणंसुद्धा मादकपणाचं लक्षण वाटे. त्यामुळे माझ्यासाठी घटस्फोट म्हणजे आयुष्य संपण्यासारखंच होतं.

मी सकाळी उठून स्वतःला आरशात न्याहाळत असे. पापणीही न लवता मी माझं निरीक्षण करी. तपकिरी ठिपके, डोळ्यांखालच्या सुरकुत्या, फारसे गुलाबी नसलेले ओठ, मणामणाचा साचलेला थकवा हे सगळं माझ्या चेहऱ्यावर कायमच ढगासारखं पसरलेलं असे. अशा 'कुरूप वेड्या पिल्ला'च्या स्थितीतून जाणं म्हणजे पहिला सिनेमा प्रदर्शित होण्याआधीच आजारानं आडवं होणं!

शेवटी मी एक अँटी-रिंकल मलम आणलं! जिला आतापर्यंत सनस्क्रीनसुद्धा मेकअप वाटायचा, तिच्यासाठी हे असं क्रिम आणणं म्हणजे फारच मोठी गोष्ट होती. मी पूर्वी महिन्यातून एकदाच पार्लरमध्ये जाई, त्यामुळे तिथे वारंवार जाणं मला झेपणारं नव्हतं. तिथे जाणं म्हणजे अतिशय कंटाळवाणी गोष्ट होती. विशेषतः फेशिअल करणं. कोणाच्यातरी मते तुमच्या शरीराला मालिश केलं जात असताना झोपी जाणं ही फार सुखद गोष्ट असते. पण मला मात्र अत्यंत वेदना होत असत. त्याने छान निवांत वाटण्याऐवजी मी अधिकच दमत असे. पण फेशिअल करताना वाचता येत नाही, ही सर्वांत वाईट गोष्ट होती.

प्रत्येक सकाळी, माझी बुद्धी, सुंदर दिसण्यासाठी धडपडणाऱ्या माझ्या मेंदूतील एका भागाशी वाद घालत असे. कधीतरी मी यशस्वी होई आणि माझ्या बाह्य शरीराचा अजिबात विचार करत नसे. पण इतर दिवशी मात्र सगळं इतकं सोपं नसे. माझ्या या वेंधळेपणाला माझे वडील कायम नावं ठेवत असत. मी पहिल्यांदा साडी नेसले, तेव्हा मला वाटलं की मी किती सुंदर दिसते आहे, मोठी दिसते आहे. पण माझे वडील म्हणाले, ''माकडाला काहीही घालून नटवलं, तरी ते माकडच दिसतं. पण तेच माकड जर उत्तम पुस्तक वाचत असेल, तर त्याला माकड कसं म्हणणार?'' बिच्चारे माझे वडील! त्यांनी मला योग्य तेच शिकवायचा प्रयत्न केला. त्याचा परिणाम म्हणजे आज पार्लरच्या बिलात मला किती पुस्तकं विकत घेता येतील, असा विचार मी करते. पण या माकडाचा आता घटस्फोट झाला होता आणि त्याला हंसासारखं सुंदर दिसायचं होतं.

सध्याच्या जाहिरातबाजीच्या काळात प्रसारमाध्यमं सौंदर्यप्रसाधनांच्या जाहिराती करून, सौंदर्याच्या व्याख्या सीमित करून टाकत आहेत. डाव तुमच्या बाजूने असतो, तेव्हा या तथाकथित सौंदर्याच्या कल्पना तुम्ही झुगारून देऊ शकता. पण तुमच्या वाईट दिवसांत मात्र तसं करता येत नाही. आपल्या तारुण्यविहीन शरीरानं कोणी आकर्षक कसं दिसू शकेल? काहीच होऊ शकत नाही. हे माकडच जरा इतरांपेक्षा वेगळं होतं आणि ते खरंच होतं. एक्सबरोबर राहताना माझ्या दिसण्याकडे मी लक्षच देत नव्हते असं नव्हे. पण एक गोष्ट मी मान्य केली होती की, एकदा तुम्ही कोणाला आपलं मानलं की त्याच्यातील दोषांकडे तुमचं फार लक्ष जात नाही. मी कोणालातरी आकर्षक वाटत होते, इतकं माझ्यासाठी पुरेसं होतं.

घटस्फोटानंतर एकदा मी पार्लरमध्ये बसले होते तेव्हा एक फारच सुंदर स्त्री आली. झुळकीसारखी आली. अत्यंत देखणी स्त्री होती ती. माझ्याजवळून जाताना मला म्हणाली, ''तुमची कांती खूप सुंदर आहे.'' मी आश्चर्याने तीनताड उडाले. अर्थात तिच्या हे लक्षात आलं असेल असं मला वाटत नाही. ती पार्लरवालीला सांगत होती की, आता तिचं रूप उतरलंय पण तारुण्यात ती खूपच स्वर्गीय दिसत असे. 'बॉम्ब' वगैरे!

आणि मला तिथे जीन्समध्ये हलकं वाटत होतं आणि ही स्वर्गीय अप्सरा माझ्या त्वचेला 'छान' म्हणून गेली आणि स्वतःचं रूप उतरलंय अशी तक्रार करत होती. तिला नक्की काय हवं होतं? तिचा चेहरा खरोखरच्या दिव्यासारखा उजळायला हवा होता का? त्याक्षणी मला जाणवलं, आपल्याला सगळ्यांनाच पराकोटीचं असुरक्षित वाटत असतं. त्यावर मात करायचा एकच मार्ग आहे – तो म्हणजे स्वतःवर मनापासून प्रेम करणं! माझ्या सुरकुत्या, माझी त्वचा, या सगळ्यासकट मी स्वतःवर प्रेम करायला हवं. मी किती सुंदर आहे, ते मीच कसं ठरवणार? अशी कोणतीच आंतरराष्ट्रीय फूटपट्टी नाही ज्याने मला माझं सौंदर्य मोजता येईल. मी भावनिक मूर्खपणाच्या आहारी गेले होते. त्यात आणखी ही त्वचेची आणि दिसण्याची काळजी वाढवण्यात खरंच काही अर्थ होता का? मी ही सौंदर्याराधना सोडून दिली. मी जशी आहे तशीच मला आवडते. जर मी कोणाला आवडले असते, तर त्या वेळी त्याला माझ्या दृष्टीने चांगल्या गोष्टी पटल्या असत्या आणि अर्थातच, मीही नक्कीच त्याच्याबरोबर गेले असते.

हा वरवर दिसणारा एक पापुद्रा मी उलगडून फेकला, तर त्याखाली दुसरा पापुद्रा हजर होता. लोकप्रिय तत्त्वज्ञानाचा तो थर होता. 'इन्स्टंट फील गुड' वाटायला लावणारी शब्दांची गोळी! सध्या जी स्व-मदत प्रकारची पुस्तकं आहेत त्यातलंच एखादं मी वाचत असे आणि त्यातल्या गोष्टींनाच चिकटून राहत असे. आध्यात्मिकही काही वाचत असे आणि आंधळेपणानं त्यातले विचार स्वीकारत असे. त्यात सांगितलेले शब्द मी मोठ्यानं उच्चारत असे आणि मला माझ्या

मी शहाणी, हुशार आणि आनंदी आहे!

घटस्फोटानं माझ्या आयुष्यातील काही वर्षं व्यापली होती असं मी जेव्हा म्हणते, तेव्हा मला माझ्या वाया गेलेल्या वर्षांबरोबरच, आम्ही लग्नाआधी एकत्र घालवलेले सुंदर दिवसही आठवतात. माझी एक एम.बी.ए.मधील मैत्रीण त्याला 'संधीची किंमत' म्हणते. ऐकायला हा शब्द फार भयंकर वाटत असला, तरी ते खरं आहे. जी वर्षं मी नवीन घर घेऊन आयुष्य स्थिरस्थावर करण्यात व मुलांना जन्म देण्यासाठी घालवायला हवी होती, त्या वेळी मी चुकीच्या माणसाशी संघर्ष करत होते. पस्तिसाव्या वर्षी हृदयभंग झालेली, मुलं नसलेली आणि मोडलेल्या मनाला सावरून पुन्हा एकदा नव्याने उभी राहणारी अशी 'मी' असेन, अशी मी कधीच इच्छा बाळगली नव्हती.

या सगळ्याला 'भीतिदायक' म्हणून संबोधणंही खरं तर कमीच होईल. प्रत्येक दिवशी उठून मी नव्याने माझं आयुष्य उभारायचा प्रयत्न करत होते. आयुष्याच्या मोठ्या ध्येयांचा विचारच मनात जणू बराच काळ थांबूनच गेला होता. मी छोट्या छोट्या गोष्टींसाठी झगडत होते. आज मी रडणार नाही, दिवसभर 'का?' असा प्रश्नही विचारत बसणार नाही, फेसबुकवर माझ्या बावळट मैत्रिणींचे फोटो बघून त्यांची तथाकथित 'यशस्वी' आणि 'आनंदी' आयुष्यं बघून वाईटही वाटून घेणार नाही. आज घरात कुढत बसण्यापेक्षा मी घराबाहेर चालायला जाईन. माझं आयुष्य सांधण्यासाठी छोट्या छोट्या गोष्टी करेन.

माझं आयुष्य थोडं स्थिरस्थावर झाल्यावर मला जाणवलं की, वाढत्या व्याकुळतेबरोबर माझं वयही वाढलं आहे आणि माझ्या ऐहिक विश्वातील त्रुटी भरून काढण्यासाठी मी काहीच ठोस प्रयत्न केले नव्हते. मी आमचं आयुष्य, आमचा संसार एकत्रितपणे करण्याचं स्वप्न बघितलं होतं, त्यामुळे माझ्या

एकटीच्या आयुष्याचा कधी विचारच केला नव्हता. तो कायमच माझ्याबरोबर असणार होता. माझ्या एका मैत्रिणीने लग्नानंतर एक वर्षांत घर घेण्याचा आणि ते घर तिच्या नावावर करण्याचा आग्रह धरला होता आणि त्याने आनंदाने आणि प्रेमाने तसं केलंसुद्धा!

लोक त्याला मूर्ख म्हणत असतीलही, पण प्रेम करण्याचा दुसरा काही मार्ग होता का? असतो का? तुम्ही स्वतःची मौल्यवान वस्तू म्हणजे तुम्ही स्वतःलाच एखाद्याच्या हवाली करता आणि त्याबदल्यात घर, एफ्डी वगैरे गोष्टी कशा मागू शकता? मी आणि एक्सने मोठी गुंतवणूक करायची नाही, त्याऐवजी आयुष्याचा उपभोग घ्यायचा, असं ठरवलं होतं. आम्ही त्यातलं काहीच केलं नाही.

स्त्रीने स्वतःची काळजी स्वतः घ्यायला हवी. मी माझ्या मैत्रिणीला दोष देत नाही, पण तिने स्वतःच्या पायावर उभं राहून, बचत करून भविष्यासाठी तरतूद करायला हवी होती. पाऊस कोसळून कधी पूर येईल अशी आपण वाट बघत नाही पण निदान गुंतवणुकीच्या योग्य परताव्याची अपेक्षा नक्कीच करू शकतो.

माझ्यावर मनापासून प्रेम करणारी माणसं खरंच कनवाळू आणि पाठीशी उभी राहणारी होती. ते मला बाहेर घेऊन जात पण एकही पैसा खर्च करू देत नसत. मला कधीतरी सुट्टीसाठी सहलीला घेऊन जात. एकदा माझा मिक्सर बिघडला अन् मला रडूच कोसळलं. कारण त्या वेळी जास्तीचे तीन हजार खर्च करणंही खूप अवघड वाटत होतं. त्या वेळी माझ्या मैत्रिणीने मला नवा मिक्सरच आणून दिला. मी तिला पैसे देऊ केले, तर तेही घेतले नाहीत. असे खूपच प्रसंग आहेत. दुष्टपणा जितका वाट्याला आला, तितकेच असे प्रेमाचे असंख्य प्रसंगही अनुभवले.

ज्यांना माझी काळजी नव्हती, ते माझ्याबद्दल मतं बनवत बसायचे. मी हरलेली व्यक्ती आहे, असंच ते समजत असत. तसं कोणी कधी तोंडावर बोलून नाही दाखवलं, पण मला तसं जाणवायचं, जणू काही माझ्या पाठीवर डोळे होते. त्यांच्याशी बोलल्यावर किंवा अगदी शेजारून गेल्यावरसुद्धा त्यांच्या माझ्याबद्दलच्या नकारात्मक प्रतिक्रिया इतक्या तीव्रतेनं जाणवायच्या की, ती नकारात्मकता झाडण्यासाठी माझा एक दिवस वाया जात असे.

माझ्यासाठी या असंवेदनशील, हटवादी किंवा कठोर लोकांशी वागण्याचा एक उत्तम मार्ग होता, तो म्हणजे त्यांना लांब ठेवणे. त्यांच्याशी वाद घालण्याचीही

काहीच गरज नव्हती. माझा लढा आयुष्याशी होता. त्यासाठी मला माझी सकारात्मक शक्ती, ऊर्जा राखून ठेवायची होती. पुन्हा लेखन करण्यासाठी, आनंदी राहण्यासाठी, मौजमजा करण्यासाठी माझी ऊर्जा मला हवी होती.

आपल्या समाजात स्त्रीचं यश मोजण्याचे दोन निकष आहेत. एकतर तुम्ही नवऱ्याबरोबर दोन मुलांना जन्म देणं किंवा आयुष्यात तुम्ही काय जगावेगळं देदीप्यमान काम केलं आहे आणि तुम्ही पैसा किती कमावला आहे, ते बघणं. मी या दोन्ही निकषांमध्ये बसत नव्हते. इतकंच नव्हे, तर समाजाच्या दृष्टीने कलंक असलेला असा 'घटस्फोट' ही मी घेतला होता!

माझ्या ऐहिक संपत्तीवरून, माझ्या नोकरीतील हुद्यावरून आणि माझ्या खांद्यावर कोणाचा हात आहे, यावरून व्यक्तीला पारखणाऱ्या समाजात जर मी राहत नसते, तर मला आयुष्यात पुढे जाणं सोपं झालं असतं. मी मध्यमवर्गीय घरातून आले होते. अशा घरांमध्ये खूप जास्त किंवा खूप कमी पैसा नसतो. त्यांच्याकडे गरजेपुरतं सगळं नक्कीच असतं, पण त्यामुळेच गमावण्याचं भयही खूप जास्त असतं, दारिद्र्याची भीती जास्त असते आणि ही असुरक्षितता पुढच्या पिढ्यांकडे सोपवली जाते. पुढची पिढी हीच भीती मनात धरून सदैव पळत राहणाऱ्या एखाद्या नेभळट उंदरासारखं आयुष्य जगते. या पार्श्वभूमीवर माझा घटस्फोट ही खूप मोठी घटना ठरतेच की नाही? मध्यमवर्गीयांच्या उतरंडीनुसार मी सर्वांत खालच्या स्तरावर होते आणि माझ्या निर्लज्ज आत्मविश्वासाच्या बळावर घेतलेल्या निर्णयामुळे सडत होते!

या सगळ्यानं काहीच फरक पडत नाही, असं मी स्वतःला सतत बजावून सांगत असे, तरीही या सर्व गोष्टी फार भयंकर पद्धतीनं पुनःपुन्हा समोर येत. नकळतपणे त्या तुमच्या त्वचेत शिरतात आणि मग आरशासमोर उभं राहिल्यावर मी पुन्हा एकदा स्वतःला पराभूतासारखी भासायला लागते. यावर एकच उपाय म्हणजे आयुष्य मनापासून उपभोगणं. हो! मध्यमवर्गीय व्याख्येत न बसणाऱ्या अनेक गोष्टी खुलेपणानं करणं.

मी मैफलीला किंवा कार्यक्रमांना जात असे आणि पहाटे तीन वाजताही परत येत असे. कमी खर्चाच्या सुट्ट्यांवर जात असे. मी बॅकपॅकर असल्यामुळे सहसा जिथे आया आपल्या मुलींना राहू देणार नाहीत, अशा मोटेल्सवरही मी राहू शकत असे. माझ्याकडे वाटेल त्या वेळी मित्र-मैत्रिणी येऊ शकत असत. तुम्ही

समाजापासून फटकून वागण्याचे काही फायदेही असतात. तुम्हाला नियमांचं बंधन नसतं. लग्न मोडण्याची सर्वांत वाईट घटना आयुष्यात घडून गेल्यावर मी आता काहीही करू शकत होते!

माझ्याबद्दल ज्यांना हळहळ वाटत होती, त्यांना हळूहळू आता मत्सर वाटू लागला. मला तो त्यांच्या डोळ्यांत दिसत असे. त्यांना माझ्या आयुष्याबद्दल तिरस्कारच वाटे, पण त्यांचा मत्सर मात्र त्यांच्या बोलण्यातून स्पष्ट दिसून येई. ''तुला काही जबाबदारी नाही ना!'', ''आनंदी रहा, मज्जा करा असं सांगणं तुला सोपंच असणार ना!'', ''त्याग, तडजोड म्हणजे काय ते तुला समजणार नाही,'' अशा औपरोधिक बोलण्यातून ते दिसून येई. मी ज्या रंगीबेरंगी, आनंदी जगात आले होते, जे नीरस आणि बेचव आयुष्य सोडून देऊन मी ही नवीन ऊर्जा मिळवली होती, तसं करण्याची आस त्यांना होती. रोजच्या आयुष्यातला आनंद कसा मिळवायचा, ते मला आता समजलं होतं. पण बरेच जण अनेक बिनमहत्त्वाच्या गोष्टींखाली दबून स्वतःचं आयुष्य वाया घालवतात.

हो, खरं आहे. कामवाली बाई आली नाही, दूध उतू गेलं, तुमच्या आयुष्यातली महत्त्वाची माणसं तुमच्यावर भडकली, विजेचं बिल भरायला उशीर झाला, पण म्हणून मग काय? या गोष्टींचे स्फोट तुम्ही किंवा मी कधीच थांबवू शकत नाही. पण म्हणून आयुष्याचा आनंदच गमावून बसायचं का?

दुसरी एक चांगली गोष्ट माझ्याबाबतीत घडली, ती म्हणजे जिथे मी लहानाची मोठी झाले, त्या ठिकाणापासून मी दूर होते. कारण अशा ठिकाणी तुमच्याबद्दल मतं देणारे, बनवणारे लोक आजूबाजूला खूप जास्त असतात. अशा मोठ्या 'वाढीव' कुटुंबकबिल्यापासून लांब राहिल्यामुळे ज्यांनी मला शाळा-कॉलेजात असताना बघितलं होतं, ज्यांनी माझ्या उज्ज्वल भविष्याची स्वप्नं बघितली, त्यांना माझ्या आयुष्यातला हा कोसळणाऱ्या उल्केसारखा भाग बघावा लागला नाही. माझ्या आई-वडिलांच्या आयुष्यात केवढं मोठं विवर तयार झालंय, याची त्यांना कल्पना आली नाही. माझ्यावर नितांत प्रेम करणाऱ्या व माझ्या उज्ज्वल भवितव्याची आस बाळगणाऱ्या प्रियजनांच्या सान्निध्यात राहून या प्रसंगातून बाहेर पडणं मला कठीण गेलं असतं.

मी दुसऱ्या एका शहरात राहत होते. त्या शहराने माझे घाव भरून आल्यावर माझं अनामिक असणं अबाधित ठेवलं. माणुसकीविषयी फारशी फिकीर नसलेल्या

इथल्या समाजात माझ्याबद्दलची मतं ठरवण्याचा अधिकार फक्त मलाच होता. मी इथे फक्त माझ्या वयाच्या मित्र-मैत्रिणींना भेटत होते, ज्यांना माझ्या सुखदुःखाची खरोखरच पर्वा होती. त्यांनी माझ्यावर कोणतेही खोटे, दांभिक शिक्के मारले नव्हते.

एकटं राहण्यासाठी हे शहर अतिशय योग्य आहे, प्रवाही आहे. इथे स्त्रिया सुरक्षित आहेत. मी इथे पुरुषाच्या सोबतीशिवाय कधीही एकटी हिंडू शकते. एकटी सिनेमा-नाटकांना जाऊ शकते, अगदी हॉटेलातही जाऊ शकते. घर भाड्याने घेऊन, नोकरी करून राहू शकते आणि हे सगळं करताना कोणाच्याही भुवया उंचावल्या जात नाहीत की माझ्या आयुष्याबद्दल कोणाच्या कपाळावर आठीही उमटत नाही. मी एकटी आयुष्य जगण्याच्या मार्गात या शहरानं यत्किंचितही अडथळा निर्माण केला नाही. त्यामुळेच सात बेटांचं हे शहर पृथ्वीवरचं माझं सर्वांत आवडतं ठिकाण आहे!

माझ्या घटस्फोटानं मला खरोखरच आयुष्यात दुसरी संधी दिली. मी ही संधी मिळवली आणि माझ्या दृष्टीनं अर्थपूर्ण आयुष्य मी जगले. मी दुःखी राहणं म्हणजे संकुचित विचारांच्या समाजाचा; ज्या समाजाशी मी लढले, त्याचा विजय होण्यासारखं झालं असतं. त्या सुंदर धमक्या, मूर्खासारख्या भीतीच्या कल्पना आणि संकुचित संकल्पना धुळीस मिळणं आवश्यकच होतं. माझ्या आयुष्याच्या उदाहरणावरून अशा समाजाचे पूर्वग्रह कदाचित मोडून पडतील.

शेवटी एक महत्त्वाची गोष्ट - मी स्वतःची काळजी घेऊन स्वतःला धडधाकट ठेवलं नाही, तर माझे निर्णय, इतरांच्या अपेक्षा या सगळ्यांना काहीच अर्थ उरणार नाही. काळाच्या ओघात या सगळ्या गोष्टी वाहून जातील. शेवटी मी इतकंच म्हणेन की, मला मिळालेली दुसरी संधी ही पहिल्या संधीपेक्षा सर्वार्थानं उत्तम होती!

❒

१०

मध्यम वयातलं डेटिंग

एकटी...अणि भेटींची हूरहूर

माझी पहिली 'डेट' इतकी स्वाभाविकपणे झाली की, ती 'डेट' आहे हे मला कळलंच नाही! मी माझ्या एका मित्राच्या घरी पार्टीला गेले होते आणि तिथे हा लाजाळू मुलगा एका कोपऱ्यात शांतपणे बसून होता. सुरुवातीला बराच वेळ माझं त्याच्याकडे लक्षच गेलं नाही. मी अतिशय दंगा करणारी, मोठ्या आवाजात बोलणारी व्यक्ती आहे. त्यामुळे साधारणपणे तशाच प्रकारचा माझा धांगडधिंगा पार्टीमध्ये चालू होता. त्या वेळी मी नुकतीच माझ्या 'गुहेतून' बाहेर पडले होते आणि पार्टीत एकटीच सगळीकडे फिरत, हसत-खिदळत होते. विनोद करत होते, कोणाच्या विनोदाला दाद देत होते, काहीही बेताल बडबडत होते आणि या घोळक्यातून त्या घोळक्यात असं फिरत होते. काही वेळानं मला जरा विश्रांती हवी, असं मला वाटलं.

मी माझी रिकामी ताटली भरण्यासाठी टेबलजवळ गेले. तेव्हा या सभ्य माणसाने स्वतःची ताटली माझ्यापुढे सरकवली आणि मला विचारलं, ''तू हसत असतेस तेव्हा तुझे डोळे मात्र दुःखी का दिसतात?'' मी गोंधळूनच गेले. (आत्मस्तुतीनं मला पूर्णपणे शोषून घेतलं!) आणि मी परत न जाता तो बसला होता, त्या कोपऱ्यात घुटमळत राहिले. ती संपूर्ण संध्याकाळ आम्ही गप्पा मारल्या. कदाचित उद्धटपणाचं वाटेल, पण मी कोणाचीच फिकीर केली नाही. दिवसेंदिवस, हे असं पारंपरिक गोड, चांगलं वागणं मला कंटाळवाणं वाटायला लागलं होतं. त्याआधी मी फारशी कोणात न मिसळणारी अशी एखाद्या कोकरासारखी होते, माझ्या माहितीच्या कुरणातच मी जायचे. पण आता मात्र मी कोणत्याही कुरणात शिरायचे म्हणजेच कोणाशीही बोलू शकायचे. माझा एकमार्गीपणा मी काहीसा सोडून दिला होता. कारण आता मला कळलं होतं की, वेगळ्या ठिकाणीही, वेगळ्या माणसांशी बोलल्यावर आपल्याला बरं वाटू शकतं.

शेवटी निरोप घेताना मी त्याला सांगितलं की, शहराच्या त्या भागात आलास तर मला फोन कर. दुसऱ्या दिवशी त्यानंही तितक्याच सहजपणे मला फोन करून रात्रीच्या जेवणाविषयी विचारलं. भिंतीकडे बघत राहणं आणि पुस्तकं वाचणं यापेक्षा हा बदल काहीसा वेगळा आणि आव्हानात्मक होता. म्हणून त्याच्याबरोबर जायला तयार झाले.

डेटिंग बिटिंगमध्ये मी फारशी काही चांगली नव्हते. त्यात काही तथ्य नसतं. माझ्या तरुणपणी मी डेटिंगचे सगळे तथाकथित नियम धाब्यावर बसवले होते. मी जर एखाद्या मुलाकडे आकर्षित झाले, तर मी सरळ त्याला डेटबद्दल विचारे. मला जर तो तितकाच आकर्षक आणि प्रभावी वाटला, तर मी त्याच्या तोंडावर सांगत असे, 'त्याला वाट बघू दे, थोडं असुरक्षित वाटू दे, पहिल्याच झटक्यात डेटिंगला 'हो' म्हणू नकोस.' या सगळ्या सूचना माझ्या कधीच उपयोगी पडल्या नाहीत. त्या सगळ्या प्रकाराबद्दल मी फारच थेटपणे विचार करत असे. इतका की, एकदा माझी मैत्रीण मला म्हणाली, 'डेटिंगचा विषय निघाला, की तू पुरुषासारखी वागतेस.' आता हे कौतुक होतं की टोमणा ते मला माहीत नाही, पण त्यामुळे माझ्या आयुष्यातला चिकित्सा करण्याचा वेळ मात्र वाचला!

ह्या माणसानं मला तयार होण्यासाठी सगळा दिवस दिला, याबद्दल मी खूश होते. ऑफिसमध्ये मी जरा जास्तच हसून वागत होते. कॉर्पोरेट जगतातील त्या आत्म्यांना संशय आला. ते सतत मला प्रश्न विचारत होते आणि विचित्र विधानं करत होते. काय गंमत आहे ना! जेव्हा तुम्ही दुःखी दिसता, तेव्हा हे लोक त्याला सगळं आलबेल समजतात. काहीतरी केलं पाहिजे असं त्यांना वाटत असतं. पण त्याच लोकांना तुम्ही आनंदाने हसता-खिदळताना दिसलात की, ते तुमच्याकडे संशयानं, अविश्वासानं बघतात. जणू काही कामाच्या ठिकाणी कोणी आनंदी असूच शकत नाही!

कोणतंही स्पष्टीकरण न देता मी अर्ध्या दिवसाची रजा टाकली. मी बॉसला सांगितलं, ''मला कारण विचारू नकोस, पण मला दुपारनंतर अर्ध्या दिवसाची रजा हवी आहे. मी माझं सगळं काम पूर्ण केलंय.'' त्याने मला परवानगी दिली आणि मी निघाले. त्याचं हसू माझा पाठलाग करत होतं, कितीतरी वेळ!

मग मी छानपैकी एका ठिकाणी जेवण घेतलं. पुस्तकाच्या बजेटच्या अर्धे पैसे ग्लो मसाज, फ्रूट फेशिअलवर घालवले. फ्रूट फेशिअलची किंमत एक किलो

आंबे, एक किलो स्ट्रॉबेरी आणि एक किलो सफरचंदाच्या एकत्रित किमतीपेक्षा जास्त होती. मग मी फूट आणि हँड स्पा घेतला. (हे खरं तर साध्या मॅनिक्युअर आणि पॅडिक्युअरसारखंच असतं, फक्त कसलातरी वासाचा पॅक ते आपल्या हाता-पायावर लावतात व अर्धातास ठेवतात.) आणि मग मी तयार झाले. माझ्या केसांचं काही करायचं नाही असं मी ठरवलं होतं कारण मला ते नैसर्गिक दिसायला हवे होते.

पुढचे तीन तास कपड्यांच्या निवडीमध्ये गेले. मी शांतपणे श्वास घेऊन स्वतःला बजावत होते की, गेल्या पाच वर्षांत प्रथमच मी कोणा पुरुषाबरोबर बाहेर जाते आहे. अनेक कपडे घालून आणि काढून झाले. सगळ्या कपड्यांच्या घड्या विस्कटल्या आणि तरीही कोणत्याही सर्वसामान्य स्त्रीप्रमाणे मी उद्गारले, ''माझ्याकडे घालायला काहीच नाहीये...'' मी स्वतःचा अंत करून घेणार, इतक्यात मला एक निळ्या रंगाचा टॉप सापडला.

तो फार छान शिवला होता आणि पूर्ण बाह्यांचा होता. 'सभ्य' दिसावं म्हणून माझ्या एका चुलतबहिणीनं मला तो भेट दिला होता. बिच्चारी! त्याचा गळा इतका खोलवर शिवला होता की तो काहीसा मादक दिसत होता, हे तिच्या लक्षातच आलं नाही. अगदी मला हवा तसा तो टॉप होता.

तो वेळेवर आला, हे चांगलंच लक्षण होतं. मी माझं घर छान ठेवलंय अशी तारीफही त्याने केली. आम्ही एका अगदी वेगळ्याच ठिकाणी गेलो, जिथे मी आधी कधीच गेले नव्हते. तो आश्चर्याचा सुखद धक्का होता. तोपर्यंत मला असं वाटत होतं की, मला माझ्या भागातलं एकन्एक ठिकाण माहीत आहे. पण या अनोख्या ठिकाणी आल्यावर माझा भ्रम दूर झाला. अधिकृत इटालियन जेवण मिळणारं ते छोटंसं रेस्टॉरंट होतं.

ती संध्याकाळ संवाद, संगीत आणि जेवणामुळे फारच सुंदर, काव्यमय बनली होती. वाईन खूप सुंदर होती. त्या सभ्य माणसानं कबूल केलं की, त्याला वाईनमधलं चांगलं कळतं. त्यामुळे त्याने काळजीपूर्वक वाईनची निवड केली होती.

मी वाईनचा एक घोट घेतला आणि त्या काचेच्या ग्लासमध्ये स्वतःला बघितलं. ते माझं प्रतिबिंब होतं. ती हसरी मुलगी मी होते आणि अशा एका माणसाबरोबर

माझी ती संध्याकाळ सुंदर झाली होती, ज्याने मला खरंच मोहात पाडलं होतं. माझ्या खांद्यावर आता भूतकाळाचं ओझं नव्हतं. आयुष्य एकदम सामान्य, जागच्या जागी होतं. संध्याकाळचा रंग चढू लागला. माझ्या पूर्वायुष्यात काय घडलं किंवा त्या संध्याकाळी त्याच्याबरोबर कशी काय आले होते, हे सगळं त्याला सांगावं का, या संभ्रमात मी होते. या वयात डेटिंग करण्याचं कारण त्याला सांगावं का, ते मला कळत नव्हतं.

माझ्या नेहमीच्या पद्धतीप्रमाणे, ही कोंडी फोडण्यासाठी मीच त्याला विचारलं की मी काय केलं पाहिजे. त्याला धक्का बसला नाही, ही माझ्या दृष्टीने मोठीच गोष्ट होती. ''तुझ्या भूतकाळात मला काहीच रस नाही. पण तुला काही सांगावंसं वाटत असेल किंवा बोलावंसं वाटत असेल, तर जरूर सांग.'' असं म्हणून त्यानं माझं म्हणणं थोडसं उडवून लावलं आणि त्या संध्याकाळी माझ्या आयुष्याचं नवीन पान उलगडलं गेलं. मला डेटिंगबद्दलचा एक महत्त्वाचा धडा शिकायला मिळाला.

प्रत्येक वेळी कोणा पुरुषाबरोबर बाहेर गेल्यावर माझ्या लग्नाची कर्मकहाणी सांगण्याची गरजच नव्हती. त्या सगळ्या गडद, दुःखद गोष्टींना आता काहीच महत्त्व नव्हतं. ''ते नाही घडू शकलं,'' असं मी सहजपणे त्याबद्दल बोलून टाकू शकत होते. एखाद्याशी भेटी अधिक वाढल्या असत्या आणि त्याने मला समजून घ्यावं, असं मला वाटलं असतं, तर मी नक्कीच त्या व्यक्तीला हा इतिहास सांगितला असता. कारण माझी पार्श्वभूमी त्याने समजून घेणं आवश्यक वाटलं असतं.

आमचा वेटर कपडे बदलून आला व त्याने आमच्याकडे सहेतुक बघितलं. आम्ही घड्याळ बघितलं, तर रेस्टॉरंट बंद होऊन अर्धा तास झाला होता. खूप वेळ बाहेर खेळणाऱ्या शाळेतल्या मुलांच्या अपराधीपणाने आम्ही बिल मागितलं....

त्याला घरी बोलवावं याबद्दल मला खात्री नव्हती कारण ते आवश्यक होतं की नाही हेही मला माहीत नव्हतं आणि ते जाणून घ्यायची गरजही वाटली नाही. डेटिंगच्या जगातलं ते माझं पहिलं पाऊल होतं, त्यामुळे तिथे धडपडण्याची माझी मुळीच इच्छा नव्हती. जरी मी त्याला म्हटलं होतं की, मी एकटी जाऊ शकते,

तरीही त्याने टॅक्सीने मला माझ्या गेटपर्यंत सोडलं. निरोप घेऊन मी जिन्यातून वरच जात होते आणि तेवढ्यात माझा फोन वाजला. माझ्या एका मैत्रिणीनं अनिवार उत्साहानं मला विचारलं, की मी आणि एक्स पुन्हा एकत्र आलो आहोत का?

''नाही,'' मी थोडसं चिडूनच उत्तर दिलं. तिने असा दावा केला की त्या रात्री टॅक्सी स्टँडवर तिने मला आणि एक्सला हसून बोलताना बघितलं होतं. मी कोड्यात पडले होते खरी, पण तरीही एक्सबरोबर संबंध सुरळित होण्याचा, करण्याचा माझा काहीही हेतू नव्हता.

मी ज्या मित्राबरोबर बाहेर गेले होते, त्याच्याबद्दल मी आठवायचा प्रयत्न करत होते. त्यालाही एक्ससारखं थोडंसं टक्कल होतं. आम्हा दोघांचा मित्र असलेल्या एका मित्राला मी फोन करून विचारलं की, मी ज्या मित्राबरोबर फिरायला गेले होते, त्याच्यात आणि एक्समध्ये काही साम्य आहे का? त्याने मला हसत सांगितलं की, त्या दिवशी पार्टीत त्या मित्राशी मी बोलत होते, ते खरोखरच खूप विचित्र वाटत होतं. बऱ्याच अंशी तो एक्ससारखाच दिसत होता! त्या माझ्या मित्रानं निष्ठुरपणे टोमणा मारला की, मी त्या एक्ससारख्या दिसणाऱ्या माणसाबरोबर आयुष्यात कधी पुढे गेलेच, तर कोणालाही वाटणार नाही की मी एक्सला घटस्फोट दिला आहे. इतकं एक्समध्ये आणि डेटिंगवाल्या मित्रात प्रचंड साम्य होतं. त्यामुळे सगळेच प्रश्न सुटले असते. अगदी त्या मित्राला मी घरी जरी घेऊन गेले असते, तरी तो एक्स नाही, याची कोणाला शंकाही आली नसती!...

माझ्या डोक्यात लख्खकन् वीज चमकली...माझ्या नकळत माझ्या मनाने हा खेळ चालवला होता का? म्हणजे मी एक्सला विसरलेले नाही? त्याच्या आठवणीतून बाहेर पडले नाही का? मी अजूनही आता अस्तित्वात नसलेल्या नवऱ्याची प्रतिमा शोधण्यात वेळ घालवते आहे का? जणू काही माझ्या आयुष्याचा एक साय-फाय (Sci-Fi = Science Fiction) प्रकारचा चित्रपट चालू आहे आणि काळाच्या भोवऱ्यात अडकलेली मी, त्या चित्रपटाची नायिका आहे...

मला त्या रात्री खरंच भीती वाटली. माझ्या मूर्खपणाचं माझं मलाच आश्चर्य वाटत होतं. स्वतःला बाहूंनी कवटाळत मी स्वतःलाच एक वचन दिलं. त्याने

प्रश्न काही सुटणार नव्हते, पण एक सुरुवात होणार होती... टक्कल पडलेला माणूस माझ्या आयुष्यात मला नको! कधीच नको!

□

एक्सच्या आधीच्या एक्सला टाळताना...

त्याला टक्कल नव्हतं. त्याला टक्कल पडायला लागलं होतं. 'एक्स'च्या आधीच्या पासून मी त्याला ओळखत होते. 'एक्स'च्या आधीचा 'एक्स.' त्याने आधीच्या वर्षांत केलं होतं, तसंच याही वेळी तो माझ्या आयुष्यात खेळकरपणे व निरुपद्रवीपणे येऊन धडपडला.

आता पुलाखालून बरंच पाणी वाहून गेलं आहे आणि मीही अतीव भावनिक संघर्षातून गेले आहे. त्यामुळे मला काही प्रमाणात स्मृतिभ्रंश झाला होता. मला फक्त आमचे चांगले दिवसच आठवत होते. मी जेव्हा त्याला भेटले, तेव्हा तो फारसा बदलला नव्हता. चेहऱ्यावर तेच हसू होतं आणि समतोल विचारांनी आजूबाजूच्या जगाशी वागण्याची त्याची सौहार्दपूर्ण शैलीही तशीच होती. कागदोपत्री सुंदर भासणारं व्यक्तिमत्त्व, कथा-कादंबऱ्यातल्या नायकांसारखं.

आमच्या पहिल्या भेटीत अर्ध्या तासातच आमच्यात मोकळेपणा आला. जणू काही आम्ही एकत्रच होतो आणि एवढ्या प्रदीर्घ भेटीनंतरही आमच्यामध्ये जणू काही प्रश्नच नव्हते! सामान्य डेटिंगमध्ये असणारा नको असलेला भागही इथे नव्हता. रात्री घरी परत जाताना त्याच्या सहजसुलभ आकर्षक प्रेमाच्या जाळ्यात जणू मी बंदिस्त झाले व जुनीच स्वप्ने मनात जागी झाली.

मी विसरले होते; त्याचं प्रेम म्हणजे उबदार, सुरक्षित जाळं नव्हतं, तर तो एक कोश होता, रेशमाचा कोश होता. रेशमाच्या कोशाच्या किड्याचं काय होतं, ते आपल्याला माहीत आहे. त्या कोशातील किड्यांसकट त्याला उकळत्या पाण्यात घालतात. तो काही असभ्य, अश्लील, हिंसक किंवा लैंगिक छळ करणारा नव्हता. तो त्याहीपेक्षा भयंकर होता. तो माझ्याशी खेळत होता!

असं मनाशी खेळणारा पुरुष कोणतीही बांधिलकी नाकारतोच. असे पुरुष समाजाचं वातावरण खराब करून टाकतात, नासवतात आणि मनाला दुखावतात. मीही अशीच होरपळले होते, एकदा नव्हे दोनदा!

'जे इतिहास विसरतात, त्यांच्या बाबतीत त्याची पुनरावृत्ती होते,' असं म्हणतात. त्याचा विचार करताना हे विधान कायमच माझ्या डोळ्यापुढे चमकून जाई. त्याला 'एक्स'चा दर्जा मी का दिला, हेच मी विसरून गेले होते.

त्याने त्याच चुका पुन्हा केल्या. त्याने मला सुंदर भेटी दिल्या. विमानाने आमच्यातील अंतर कमी करून तो माझ्या दाराशी हजर झाला. तो मला रोज सकाळ-संध्याकाळ फोन करत राहिला.

त्याने 'प्रेम' या शब्दाचा कधी उच्चारही केला नाही. त्याने कधी भविष्यातील स्वप्नांबद्दल चर्चा केली नाही. जेव्हा आम्ही आमच्या मित्रमंडळींबरोबर असायचो, तेव्हा त्याने मला कधीच खास किंवा विशेष वागणूक दिली नाही. मी त्याच्याशी बांधली जाईन, असं एकही वचन त्याने मला कधी दिलं नाही.

त्याने तयार केलेल्या विभ्रमांच्या भोवऱ्यात मी अडकले होते आणि पुरती गोंधळून गेले होते. प्रेमात पडलेला माणूस जे काही करतो, ते सर्व त्याने केलं होतं, फक्त त्याने शब्द वापरले नव्हते. मला त्याचा त्रास होत होता म्हणून माझ्या मैत्रिणीशी मी बोलले. मी या सगळ्याचा चुकीचा अर्थ लावत होते की डेटिंगचे नियमच बदलले होते आणि मला त्याचे अर्थ लावता येत नव्हते, हे माझं मला स्पष्ट करून घ्यायचं होतं. तिने माझं ऐकून घेतलं. माझं बोलणं संपल्यावर ती जे काही बोलली, त्यावर मला तिथून पळून जावंसं वाटत होतं. अशा प्रकारच्या माणसांवर संशोधन झालं आहे, असं तिने मला सांगितलं.

अशी माणसं आपल्या नकळत त्यांचा सापळा रचतात आणि आपण वाट बघत बसतो. तो आपल्याबरोबर नातं जोडेल याची प्रतीक्षा करत राहतो आणि तो मात्र त्याच्या मनाचा कौल मिळाल्याखेरीज बांधिलकी स्वीकारत नाही. शेवटी आपला संयम सुटल्यावर आपण त्याला भविष्याबद्दल काही विचारतो आणि तो म्हणतो की ''माझा निर्णय होत नाहीए!'' तो आणखी वेळ मागतो आणि तो वेळ एवढा जास्त असतो की, आपण त्याची वाट का बघत आहोत, हे आपणच विसरून जातो. त्या वेळी तो आपल्याला फक्त एक मैत्रीण म्हणूनच मानतो.

तोपर्यंत आपल्याला त्याची सवय होऊन जाते आणि तो मात्र 'काही काळ प्रियकर, मात्र कायमचा मित्र' या स्थितीत आपल्या परिघात फिरत राहतो. यातला सर्वांत वाईट भाग म्हणजे ही असुरक्षितता, त्याची अनिश्चितपणे वाट बघणं. त्या काळात काही चांगल्या पुरुषांचे पर्याय आपण याच्यासाठी नाकारतो. कदाचित ते इतर पुरुष खरंच आपला साथीदार, प्रियकर किंवा आपल्या प्रेमाला पात्र ठरणारे असू शकतात, ते आपल्या आयुष्यातून निघून जातात.

हे सगळं तिनं मला विस्ताराने समजावून सांगितलं. मला सत्य जाणवलं. त्याच्यापासून दोन वेळा माझी सुटका झाली होती, हे मला ठाऊक होतं. पहिल्या वेळी मला ते शहरच सोडावं लागलं आणि आता दुसऱ्यांदा, माझ्या मैत्रिणीने त्या 'खेळाडू'बद्दल मला धोक्याचा इशारा दिला होता.

तिच्या सल्ल्याप्रमाणे मी त्याला फोन केला. तिने भाकित केल्याप्रमाणे त्याने वेळ मागितला. तो गोंधळला आहे, असं तो म्हणाला. माझ्या मैत्रिणीच्या मते तो फारच पुस्तकी वागत होता. मी मात्र आश्चर्यचकित झाले होते!

मला त्याच्या मैत्रिणींबद्दल समजलं होतं. त्याचबरोबर हेही कळलं होतं, की त्यातल्या प्रत्येकीबरोबर त्याने एकदा तरी डेटिंग केलं होतं. मग मात्र मी त्याच्याशी असलेला संपर्क ताबडतोब तोडला. त्याने फोन केला, तो दुखावला गेला होता. त्याच्याशी आजपर्यंत कोणीच असं वागलं नव्हतं.

माझ्या मैत्रिणीच्या मते, मी त्याला ठामपणे काही गोष्टी सांगायला हव्या होत्या. आमच्या दोघांच्याही आयुष्याकडून फारच वेगवेगळ्या अपेक्षा आहेत आणि म्हणूनच आमचे मार्ग भिन्न आहेत, हे मी त्याला स्पष्टपणे सांगायला हवं. त्याच्या बाजूने ही तथाकथित मैत्री वाचवायचा त्याने एक शेवटचा प्रयत्न केला. पण मी दुष्टपणे त्याला सांगितलं की, मला इतर अनेक मित्र-मैत्रिणी आहेत.

त्यानंतरही त्याने पुष्कळ प्रयत्न केले, पण मी ठाम राहिले. मला माझ्या भावनांशी, मनाशी त्याला आणखी खेळू द्यायचं नव्हतं. त्याने मला आणखी एक महत्त्वाचा धडा शिकवला. मी या डेटिंगच्या खेळात पडण्याआधी मला नक्की काय हवंय, हे माझं मला स्पष्ट व्हायला हवं. मला पुन्हा लग्न करायचं आहे का? की मला फक्त नात्याची ऊब हवी आहे? माझा अजूनही लग्नसंस्थेवर विश्वास

आहे का? की मला या कुठल्याच फंदात न पडता काही काळ स्वच्छंदपणे जगायचं आहे?

ह्या गोष्टी स्पष्ट होणं ही माझ्यासाठी फक्त गरजेची गोष्ट नव्हती. मी ज्या पुरुषाबरोबर डेटिंग किंवा फिरायला जात होते, त्याच्यासाठी या गोष्टींचा मला स्वतःला उलगडा होणं आवश्यक होतं. मला कोणाशीही खेळायचं नव्हतं. मी ज्याच्याबरोबर डेटला जात होते, त्याला माझी भावनिक गरज समजणं माझ्या दृष्टीने अत्यंत आवश्यक होतं. मला कोणाचीही दिशाभूल करायची नव्हती किंवा कोणालाही दिवास्वप्नं दाखवायची नव्हती. डेटिंगच्या जगात माझं स्थान काय आहे, याची कल्पना 'त्याने' मला दाखवून दिली होती. त्याने नकळतपणे मला हे शिकवलं होतं की, मी स्वतः भावनिक गुंतागुंतीतून गेलेली असल्यामुळे कोणालाही न दुखावणारी अशी माझी वर्तणूक हवी.

माझ्या त्या मैत्रिणीची मी शतशः ऋणी आहे. एक्सच्या आधीच्या एक्सच्या बरोबरचा काळ केवळ चार महिन्यांचा होता. माझ्या आयुष्यातून मी त्याला उडवून लावल्यावर त्याने केलेल्या फसवणुकीच्या धक्क्यातून बाहेर पडायला मला एक दिवस लागला. एकेकाळी ज्याच्यासाठी मी माझ्या आयुष्यातली पाच वर्षं दिली होती, तोच धक्का आज मी सहजपणे पचवू शकले होते.

अगदी आजही त्याच्या तावडीतून स्वतःची सुटका मी कशी करून घेतली हे आठवल्यावर मला आनंदाच्या उकळ्या फुटतात. दिवसेंदिवस हे मला अधिकच पटत जातं. स्त्री असो वा पुरुष, प्रत्येक जण आपलं खरं प्रेम मिळण्याला पात्र आहे. मी कोणासाठी तरी सर्वांत महत्त्वाची आहे, त्याची प्रेयसी किंवा पत्नी मला बनायचंय. माझ्याबरोबर चालताना कोणी कसलीही कारणं देत असेल, तर मी हे समजून घेतलं पाहिजे की, मी त्याला नको आहे. ही गोष्ट अत्यंत साधी आहे. मी ज्याच्यावर मनापासून प्रेम करते, त्याने माझ्यावरही तितकंच प्रेम करावं, बस्स इतकंच!

बॉयफ्रेंडस्ची भाऊगर्दी...

टक्कल पडलेले आणि खेळाडू पुरुष यांना मी टाळण्याच्या गोष्टींच्या यादीत टाकल्यावर मला वाटलं की, मी आता पूर्णपणे सुरक्षित आहे. पण कसलं काय? तो माझा भ्रम होता. ज्या क्षणी जगाला कळलं की मी एकटी आहे, त्या क्षणी माझ्या आवतीभवती बेडकांची फौज उभी राहिली. पण या माझ्या कथेत बेडकाचा राजकुमार होणार नव्हता. राजकुमार सोडाच, एखाद्या बँकेतल्या कारकुनातही त्याचं रूपांतर होणं अवघड होतं.

काही अज्ञात शक्तींकडून ते माझ्या आयुष्यात ढकलले गेले होते. ह्या साऱ्या व्यक्ती इतक्या दुबळ्या आणि कमजोर व्यक्तिमत्त्वाच्या होत्या की, त्यांच्यात माणुसकीची हलकीशी झलकही नव्हती. परिपूर्णतेबद्दल माझी काहीच अपेक्षा नव्हती. पण सर्वसामान्यपणे आयुष्य ज्याच्याबरोबर जगता येईल असा एखादा तरी असावा, अशी अपेक्षा होती. पण अशी माणसंच या निष्क्रिय जगात फार थोडी असतात. अशा काही नमुन्यांशी तुमची ओळख करून देते...

विवाहित पुरुष

इथे मी जरी एकवचनी उल्लेख करत असले, तरी प्रत्यक्षात ते बहुवचनात अस्तित्वात असतात. माझा घटस्फोट झाला आहे हे समजताच अनेक विवाहित पुरुषांनी आपले रंग दाखवायला सुरुवात केली. असे अनेक जण माझ्याभोवती रुंजी घालू लागले. मी त्यांच्या बायकांनाही ओळखते. त्या खूप चांगल्या होत्या. नवऱ्यांचे हे प्रताप त्यांना कळले असते, तर त्यांनी त्यांची चटणीच केली असती.

कोणतीही एकटी स्त्री ही विवाहित पुरुषाच्या प्रेमात पडली तर तो गाढवपणा असतो, हे व्यवहारज्ञान आहे. ऐकायला भयंकर वाटत असलं तरी हे निखळ

सत्य आहे. पुरुषाकडे जे काही, त्यातून तो बरोबर संधी साधून उत्तम ते मिळवतो, तर स्त्री नेहमीच वाट बघत राहते. ती जेव्हा त्याच्याबरोबर असते, तेव्हा बायकोही असते आणि बायकोबरोबर असताना 'ती'ही बरोबर असतेच! आणि तरीही, अशा प्रकारच्या पिंजऱ्यात वाट बघत बसणाऱ्या किमान दोन व्यक्ती मला माहीत आहेत. त्या दोघीही अशा माणसासाठी आपलं आयुष्य वाया घालवत आहेत, जो माणूस खरोखरच त्या वाट बघण्याच्या लायकीचा नाही. आपला वापर करून घेतला जातोय, हे कळत असूनही त्या वाट बघत आहेत. हे म्हणजे आयुष्यातल्या वेळ, ऊर्जा आणि जागेचा अपव्ययच आहे. स्त्रिया कोपऱ्यात बसून आहेत असं चित्र स्त्रियांनीच तयार केलं आहे. त्यांना स्वतःचा आनंद मिळवण्यासाठी पुढे यावं लागेल किंवा त्याहीपेक्षा चांगलं म्हणजे त्याला बाहेर हाकलून द्यावं लागेल. असं पाऊल उचलण्यापेक्षा, स्वतःवर होणाऱ्या अन्यायाविरुद्ध आवाज उठवण्यापेक्षा त्या आतल्या आत संतापाने धुमसत राहतात. नीतिमूल्यांची व्याख्या स्वतःच्या सोयीने बदलणाऱ्या या गाढव माणसासाठी स्वतःचा चांगुलपणा वाया घालवतात.

सर्वांत भीतिदायक बाब ही होती की, जे विवाहित पुरुष माझ्या मागेपुढे होते, ते खरोखरच चांगले, विनोदबुद्धी असलेले आणि उमद्या व्यक्तिमत्त्वाचे होते. असे पुरुष ज्यांच्याशी मला लग्न करायला आवडलं असतं. त्यांच्या मागे कसलंही वलय नव्हतं पण त्यांचं वर्तन मात्र सर्वथा निंदनीयच होतं. तुमच्या अवतीभवती विश्वास, सत्य यांची पायमल्ली होत असताना तुमच्याबरोबर असणाऱ्या पुरुषाच्या सभ्यतेबद्दल खात्री कशी देणार?

ही खरोखरच तारेवरची कसरत होती. मला स्वतःची 'लाजाळू' अशी प्रतिमा तयार करायची नव्हती. किंवा कोणा विवाहित पुरुषाला स्वतःच्या जाळ्यात ओढायचं नव्हतं. किंवा जिथून परतीची वाटच नाही, अशा प्रकारच्या परिस्थितीतही अडकायचं नव्हतं. माझे स्वतःचे काही नियम होते.

कोणताही विवाहित पुरुष माझ्या दीर्घ परिचयाचा असल्याशिवाय मी त्याच्याबरोबर बाहेर फिरायला जात नाही.

कोणताही पुरुष, विशेषतः ऑफिसमधल्या माझ्या सहकाऱ्यांपैकी किंवा लांबच्या ओळखीतला, आपल्या बायकोची निंदा करताना आढळला, तर मी त्याला तिथेच फटकारते.

त्यांनी कोणतीही गोष्ट स्पष्टपणे केल्याखेरीज किंवा म्हटल्याखेरीज मी काहीच गृहीत धरत नाही. पण त्यांनी असं काही केलं, तर मात्र त्यांची जागा त्यांना बरोबर दाखवते. त्यांच्या फसव्या व्यक्तिमत्त्वाला जोरदार हादराच देते.

संधिसाधू आणि विक्षिप्त प्रौढांशी कसं वागायचं हे आता मी शिकले आहे. आता मी थोडी जास्तच सावध असते. पण शांतपणा आणि बेफिकिरी यापेक्षाही मी सावधगिरी बाळगणं जास्त पसंत करते.

घाबरट आणि पळपुटा

कॉलेजमध्ये असताना अशी मुलंच मला खूप आवडत. मी अशाच एखाद्याशी लग्न करते की काय याची माझ्या मैत्रिणींना खूप भीती वाटत होती. अशा प्रकारचे पुरुष फारच आकर्षक वाटतात, पण त्यांना डोक्यावर चढवण्यात, फार किंमत देण्यात अर्थ नसतो. अशातलाच एक जण माझ्या आयुष्यात अपघाताने आला होता. ती संध्याकाळ माझ्या आयुष्यातली सर्वांत अविचारी संध्याकाळ होती. तो मला फुलांच्या बाजारात घेऊन गेला होता आणि आम्ही टनावारी रंगीबेरंगी फुलं बघितली. ती फुलं ट्रकमध्ये चढवली जात होती, उतरवली जात होती, त्यांची विभागणी होत होती आणि नेली जात होती. तसं बघायला, ते दृश्य फार छान होतं आणि 'डेट' म्हणूनही ते चांगलं होतं.

रंगीबेरंगी फुलांच्या दुनियेतून आम्ही घरी जात होतो. त्याच्या मते फिरायला जाण्यासाठी ती रात्र छान होती. अचानक एक कार आमच्याशेजारी येऊन थांबली आणि एकदम, काहीही न सांगता हा माणूस माझ्यापासून आणि कारपासून चक्क पळून गेला! धडधडत्या अंतःकरणानं पुढे काय होणार, याचा मी विचार करत राहिले. ती गाडी एक पत्ता विचारण्यासाठी थांबली होती. विशेष काहीच नाही. ती कार निघून गेल्यावर हा माझ्यापाशी येऊन चौकशी करायला लागला. तितक्याच सहजपणे मी त्याच्या अशा विचित्र वर्तणुकीचं कारण विचारलं. पण 'ते काही महत्त्वाचं नाही,' असं सांगून त्याने बोलण्याचं टाळलं. मीही फार खोलात शिरले नाही. पण जे घडलं, त्यावरून मला काही गोष्टी लक्षात आल्या होत्या. मी सावध झाले आणि त्या माणसाच्या मेंदूतच काहीतरी बिघाड आहे, असा माझ्या मनाने मला कौल दिला. अशा माणसाला झेलण्याची माझी ताकदही नव्हती आणि इच्छाही. माझ्या बिल्डिंगच्या गेटपाशी आल्यावर त्याने चंद्रावरची जलपरी दाखवली. ती सुंदर होती...पण हा मात्र माझ्या इतिहासात जमा झाला होता!

असेच काही इकडचे तिकडचे

चंचल – वयाच्या चाळिशीतही याला आयुष्याचा अर्थ समजला नव्हता. पौगंडावस्थेतल्या मुलांसारखी त्याला स्वतःच्या निष्ठेविषयी, तत्त्वांविषयी तीव्र काळजी वाटत होती. मला वाटतं त्याला प्रेयसीपेक्षा एखाद्या आयाची गरज जास्त होती.

बंदिस्त – हा त्याच्या आखीवरेखीव आयुष्यात बंदिस्तपणे जगत होता. तुमच्या वेडगळपणाला त्याच्या आयुष्यात जागाच नव्हती. तुम्हाला त्याच्या आयुष्यात जागा मिळवायची इच्छा असेल, तर त्याच्या चौकटीचा भाग बनायला हवं. त्याने ठरवलेल्या प्रमाणबद्ध चौरसाचा भाग व्हायला हवं. थोडं जरी इकडंतिकडं झालं, तरी तो तुम्हाला ठोकून ठोकून त्याच्या चौकटीत बसवेल. मग त्यासाठी त्याला काहीही किंमत मोजावी लागली तरी चालेल. पण त्याची चौकट (नियमांची!) मोडता कामा नये!

कामाने पछाडलेला – तो भित्रा आहे. अचानक आणि तेही तीव्रतेनं त्याला वाटू लागतं की, त्याच्या अत्यंत व्यग्र असण्यामुळे 'प्रेम' वगैरे गोष्टी त्याच्या आयुष्यातून निघून गेल्या आहेत. त्या भीतीपोटी तो डेटिंग करायला जाईल पण तिथेही कामच करत राहील. प्रेमासारख्या नात्यांसाठी त्याच्याकडे फक्त रात्रीच वेळ असतो, तोही त्याचं ऑफिस झोपल्यानंतर. मला जर निद्रानाश जडला असता, तर मी ह्याच्याबरोबर नक्कीच गेले असते.

रटाळ – तसं त्याच्यात वाईट असं काहीच नव्हतं, पण माझं एक ठाम मत आहे की, ज्याच्याबरोबर पहिल्या डेटला गेल्यावरच कंटाळा येतो, तिथं आयुष्य कसं काढणार? हा मनुष्य तुम्हाला चालणार असेल, तुम्हाला पळून जायचं नसेल, तर जांभया देत बसण्याची स्वतःला सवय लावून घ्या.

यापेक्षाही वेगळे अजून असंख्य नमुने आहेत. सुदैवाने माझी त्यांच्यापैकी प्रत्येकाशी अजून गाठ पडलेली नाही. पण मी अशा लोकांच्या कथा ऐकल्या आहेत. हे डेटिंगचं जग फारच भयावह आहे. तिथे असे असंख्य वेडे चोरपावलांनी वावरत असतात. इथे स्त्री-पुरुष हा भेदच नाही. जसे आणि जितके पुरुष आहेत, तशा आणि तितक्याच बायकाही आहेत. कधीतरी जोडी जुळवणंही तितकंसं कामी येत नाही. कारण एक विशिष्ट प्रकारची व्यक्ती

एखाद्या विशिष्ट प्रकारच्या व्यक्तिशीच वाईट वागते. पण तीच व्यक्ती दुसऱ्या कोणाशीतरी फारच चांगली वागते. अशी समीकरणं फसतात आणि आपल्याला हव्या तशा परिपूर्ण व्यक्तीचा शोध घेणं फार भीतिदायक होऊन बसतं. त्यापेक्षा त्याबद्दल विचारच न केलेला बरा!

तसं बघता, याबाबतीत कोणतंही संरक्षण नाही, मार्गदर्शनही नाही. ज्याला एकटं राहायचं नाही, अशा एकट्या व्यक्तीला या सगळ्या प्रक्रियेतून जावंच लागतं. घटस्फोटामुळे मी अनेक गोष्टी शिकले, त्यातली सर्वांत महत्त्वाची म्हणजे, मी कोण आहे आणि मला काय हवंय, हे ओळखायला शिकणं. माझ्या तत्त्वांशी, माझ्या मनाशी आणि माझ्या स्वप्नांशी मला प्रामाणिक रहावंच लागलं. त्यापलीकडे कोणत्याच गोष्टींवर माझं नियंत्रण नव्हतं आणि माझ्या नशीबाचे दरवाजे कधी उघडतील, याची वाट बघत बसणं भाग होतं. त्यामुळे या वेळी माझ्याबरोबर कोणी असावं, इतकीच मी प्रार्थना करू शकत होते...

कँडल लाईट डिनरचा ऑनलाईन प्रयत्न!

खऱ्या दुनियेतल्या पुरुषांचा काहीच उपयोग नव्हता. एखाद्याशी किमान माझी ओळख व्हावी अशा लायकीचा एकही पुरुष मला सापडला नव्हता, 'साथीदार' वगैरे गोष्टी लांबच राहिल्या. तेव्हा मी ऑनलाईन शोध घ्यायचं ठरवलं.

ज्यांनी कधीतरीच डेटिंग केलं आहे, अशा जगातून मी आले होते. इथे माझ्या ओळखीतल्या व्यक्ती, त्यांच्या ओळखीच्या व्यक्तींशी माझा परिचय करून देत होत्या. अशाप्रकारे ओळख झालेले पुरुष निदान काही प्रमाणात सभ्य, सुसंस्कृत होते. किमानपक्षी ते माथेफिरू किंवा मारेकरी नाहीत, इतकं तर कळूच शकत होतं. फार तर काय होईल? ते थोडेसे विचित्र असतील किंवा ते मला 'क्लिक' होणार नाहीत ही परिस्थिती मी स्विकारू शकत होते.

मी जेव्हा माझ्या योग्य साथीदाराचा शोध ऑनलाईन घ्यायचं ठरवलं, तेव्हा मला एकदम विजयी झाल्यासारखं वाटत होतं. प्रत्येक 'क्लिक'बरोबर भीती, धडधड आणि पोटातले गोळे वाढत होते. निदान मी गारठून तरी नक्कीच गेले होते. मी एखाद्या मोठ्या किंवा सशुल्क साईटवर जाऊन शोधावं, असं माझ्या एका मैत्रिणीने सुचवलं. त्यात जरा धोका कमी असेल, असं तिला वाटत होतं. पण मला माहीत होतं की पैसे देऊनही कशाची खात्री देता येणार नव्हती. त्यामुळे तिचा हा सल्ला धुडकावून लावत काय करावं याचा मी विचार करायला लागले. गुगलवर अशीच शोधाशोध करताना 'न्यू यॉर्कर'वरचे ऑनलाईन डेटिंगबद्दलचे दोन लेख मला सापडले.

मी ते चाळत असताना त्यात मला भारतामधलं एक प्रकरण सापडलं. मी माझा फोटो आणि आडनाव न देता तिथे नाव नोंदवलं. माझ्या मित्रमंडळींपैकी कोणालाही मी तिथे आहे, हे कळू नये अशी माझी इच्छा होती. (माझा

अपरिपक्वपणा होता. ऑनलाईन डेटिंग शोधणं हा केवळ आततायीपणा आहे, असं त्या वेळी मला वाटत होतं. पण तसं नाही. बदलत्या जगाच्या व काळाच्या जोडीनं उचलायचं ते पाऊल आहे.) माझ्या परिचितांमध्ये असं ऑनलाईन डेटिंग करणं म्हणजे अपयशी ठरल्यासारखं होतं. अगदी, घटस्फोटापेक्षाही अपयशी! ('कूल' ही संकल्पना कॉलेजमध्ये वापरली जाते, त्याचा अर्थ फक्त कॉलेज– जीवनाशीच निगडित का नसतो, हे मला अजूनही कळत नाही.)

या सगळ्या प्रक्रियेतून जाताना, मुलांची माहिती मिळवताना माझ्या एक गोष्ट लक्षात आली. काही मुलं चांगली होती पण त्यांच्यापैकी आपली माहिती ज्यांना योग्य शब्दांत मांडता येत नव्हती, त्यांचं प्रोफाईल ऑनलाईन डेटिंगवर उपयोगाचं नव्हतं. त्यांच्या मेंदूतील डावा भाग उजव्या भागापेक्षा अधिक चांगला असेल, तर या जगात त्यांना जोडीदार मिळणं कठीण होतं. कारण या जगात बाह्य लक्षणांना व गोड बोलण्यालाच महत्त्व आहे.

(टवाळक्या करणारे, खुनशी लोक सोडून द्या. मला इतरांची माहिती वाचताना त्या 'खेळाडू'ची माहितीही सापडली. आठवतोय ना तो? त्याच्या प्रोफाईलमध्ये त्याने लिहिलं होतं की, त्याला पोल डान्सिंगची आवड आहे. तो उंच खांबाला धरून नाचतोय, या कल्पनेनं मला प्रचंड हसू येत होतं!)

खूप कसून शोध घेतल्यानंतर मी दोघांची नावं निश्चित केली. ते दोघेही माझ्या शहरात राहणारे होते. घटस्फोटितही होते आणि त्यांचा स्वभाव थोडा गमत्या असावा, असं वाटत होतं. मला आवर्जून सांगावंसं वाटतं की, त्यांची शैक्षणिक पात्रता खूप उच्च होती.

या साईटवरून ब्राऊझिंग करताना मला माझ्या एका काकाची आठवण झाली. त्यांच्या मुलीचं ठरवून, बघून असं लग्न झालं होतं आणि तिच्या लग्नात खूपच मोठ्या समस्या निर्माण झाल्या होत्या. ते खूप कमी लोकांशी याविषयी बोलत, त्यातली मी एक होते. एकदा भरल्या डोळ्यांनी मला विचारलं की, त्यांच्या मुलीचं नशीब बदलण्यासाठी काही करता येईल का? त्यांनी मुलाची, त्याच्या कुटुंबाची, त्याची शैक्षणिक पात्रता वगैरे आवश्यक बाबींची नीट चौकशी केली होती. यापेक्षा ठरवून केलेल्या लग्नात आणखी काय करता येतं? आपल्या मुलीला काय आकर्षक वाटेल, आवडेल याचं मोजमाप कसं लावणार? तो माणूस त्यांच्या मुलीची नीट काळजी घेईल, याची खात्री कशी देणार? (हा

मुलगा बायकोला पिझ्झा हवा आहे की नाही, याची साधी चौकशीही न करता स्वतःसाठी पिझ्झा मागवत असे, अशी त्या मुलीची एक तक्रार होती.) त्या मुलीने या मुलाला घटस्फोट दिला आणि पुन्हा ठरवूनच, बघूनच लग्न केलं. मी त्या काकांची भीती आणि काळजी समजू शकते. पण मला त्या मुलीच्या धैर्याचंही कौतुक करावंसं वाटतं की, तिनेही पुन्हा त्याच पद्धतीने वडिलांनी ठरवलेल्या मुलाशी लग्न केलं! (की तिच्यासाठी पुन्हा लग्नाची प्रक्रिया वडिलांना करायला लावण्यात तिचा भित्रेपणा होता?)

एकमेकांशी मेलवरून बोलल्यावर त्याच्यापैकी एकाला मी भेटायचं ठरवलं. मूर्खासारखा मी त्याला माझ्या घराचा पत्ता देऊन टाकला आणि तो विकृत तर नसेल ना, या विचाराने उगाचच घाबरण्यात पुढचे तीन दिवस घालवले. एक जास्तीचा पेपर स्प्रे आणून ठेवला. आता दोन खोल्यांमध्ये दोन स्प्रे होते. पण त्याने स्वयंपाकघरात मला काही केलं तर काय करायचं, याने मी अस्वस्थ झाले होते. तो त्या शुक्रवारी आला आणि त्याने माझं दार वाजवलं. मी हाताशी पेपर स्प्रे आहे ना बघितलं आणि दार उघडलं.

त्याचे डोळे सभ्य आणि हिरवे होते. फोटोमध्ये तसं दिसत नव्हतं, म्हणून मला ते कळलं नव्हतं. आम्ही बोलायला लागलो आणि आमच्या गप्पा खूपच रंगल्या, छान झाल्या. एकच गोष्ट थोडी विचित्र घडली, म्हणजे त्याने प्यायला पाणी मागितलं. (खरं तर ते तितकंसं विचित्र नव्हतं, पण ऐकून घ्या...) मी फ्रिजपाशी पाणी आणायला गेले. मी वाकून पाण्याची बाटली काढली आणि पुन्हा मागे वळले. तेव्हा तो माझ्या अगदी पाठीशीच उभा राहून फ्रिजमधल्या गोष्टी बघत होता. मी मात्र घाबरले. कारण तो दबक्या पावलांनी माझ्या अगदी मागे येऊन उभा राहिला होता.

जेवताना आम्ही नातेसंबंधांवर कमी आणि पुस्तकं, संगीत आणि चित्रपट या विषयांवर गप्पा मारल्या. ती संध्याकाळ छान, प्रसन्न होती. आमची मतं बरीच सारखी होती आणि एकमेकांच्या मतांवरून आमच्यात काही वादावादीही झाली नाही. तरीही माझ्या कानात शब्द घुमत होते, 'तो अनोळखी आहे...तो अनोळखी आहे...तू त्याला ओळखत नाहीस...'

जेवल्यानंतर आम्ही हॉटेलमधून बाहेर पडलो पण त्यानंतर काय करावं ते कळेना. (जेवणाचं बिल त्यानंच दिलं. तो जर असं ऑनलाईन भेटणाऱ्या

प्रत्येकाच्या जेवणाचं बिल द्यायला लागला, तर नक्कीच त्याचं दिवाळं वाजेल आणि लग्न करायला पैसेच उरणार नाहीत, असा टोमणाही मी त्याला मारला.)

त्याने 'मिडनाईट आईस्क्रिम' खाण्याविषयी सुचवलं. मी पण तयार झाले आणि लगेचच मला तसं करण्याचा पश्चात्तापही झाला. त्याच्या कारमध्ये बसल्यावर माझ्या लक्षात आलं की, त्याने दार लॉक केलं नव्हतं. तो अत्यंत सफाईदारपणे गाडी चालवत होता. एकदाचं ते आईस्क्रिम पार्लर आलं आणि मी सुटकेचा निःश्वास टाकला. कोणा अनोळखी पुरुषाबरोबर बाहेर मोकळ्यावर जाण्यात मला काही हरकत नव्हती. सगळं सहजपणे घडत होतं. मी त्याच्याबरोबर आईस्क्रिम खाल्लं. आम्ही हास्यविनोद केले आणि आमचे सूर बऱ्यापैकी जुळले होते.

त्याच वेळी मध्यरात्रीच्या सुमारास गाणी गात चाललेली मिरवणूक आम्हाला दिसली. त्या लोकांनी नृत्याचे पोषाख घातले होते आणि आम्हाला न कळणाऱ्या भाषेत ते बोलत होते. माझ्या मुंबईतील पाच वर्षांच्या वास्तव्यात मी अशा प्रकारची रंगीबेरंगी मिरवणूक कधीच बघितली नव्हती, त्यानेही नाही.

त्यानं चमकत्या डोळ्यांनी माझ्याकडे बघितलं आणि 'आपण मिरवणुकीत सामील होऊ' असं सुचवलं. ती मिरवणुकीतली माणसं नक्की कुठे चालली आहेत, तेही बघू या असं तो म्हणाला. तशी मी पुढे गेलेही असते, पण पुन्हा भीती वाटली. 'परत कधीतरी' असं बोलून वेळ मारून नेली. त्याने मला घराच्या गेटमध्ये सोडल्यावर मी त्याला न बोलावता ताबडतोब बिल्डिंगची लिफ्ट गाठली.

ही चाल होती की नाही मला माहीत नाही. पण त्याला माझं बाथरूम वापरायचं होतं. आता माझ्या हृदयाचे ठोके मलाच ऐकू येऊ लागले. धडधडत्या अंतःकरणानं मी त्याला आत बोलावलं. तो बाथरूममधून बाहेर आला आणि मीच बरळले की, मला त्याचं चुंबन घ्यायचं नव्हतं! त्याला एकदम आश्चर्य वाटलं आणि तो म्हणाला, ''हो नक्कीच!'' हो. त्याचं चुंबन न घेण्याची इच्छा नैसर्गिक होती. पुन्हा भेटण्याचं आश्वासन देऊन तो निघून गेला.

तो तसं काहीही म्हणाला असला तरी मी अशा माध्यमातून पुढे डेटिंग करणार नाही, हे तर नक्कीच होतं. मला जुन्याच पद्धतीचा मार्ग निवडणं भाग होतं. मला

कोणीतरी मूर्ख बनवेल, ही भीती कायमच मनात असते. ठरवून, बघून वगैरे लग्न ठरवण्याच्याच प्रकारातली मी आहे. फक्त इतकाच फरक आहे की, स्थळं माझे नातेवाईक किंवा पालक नाही, तर माझे मित्रमैत्रिणी सुचवतात. त्या दुसऱ्या व्यक्तीचे डोळे छान तपकिरी होते, त्याचं बोलणंही मादक होतं, पण तरीही त्याला मी कधीच फोन करून बोलावलं नाही.

□

राजकुमार नकोच आहे मला!

''तुला कसा मुलगा हवाय?'' या प्रश्नाचं मी कितीतरी वेळा उत्तर दिलं आहे. माझ्या तरुणपणी या उत्तराच्या अनेक सुधारित याद्या मी बनवत असे. किती मूर्ख होते मी! आज माझ्या पुरुषाकडून असणाऱ्या अपेक्षा पूर्णपणे बदलल्या आहेत. इतक्या की, स्वप्नातला राजकुमार आता अनोळखी वाटतो.

आजः

त्याने टॉयलेट सीट उघड्या हाताने वर-खाली केली तरी मला काही फरक पडत नाही. त्याचा टॉवेल/जीन्स/शॉर्ट किंवा तो स्वतःही जमिनीवर इतस्ततः पडला असला, तरीही मी फार चिंता करत नाही. त्याला जिथे वस्तू फेकायच्या आहेत, तिथे त्याने फेकू दे. जोपर्यंत तो मला सांभाळून घेतोय, तोपर्यंत त्याने कितीही पसारा केला तरी चालेल.

ঞ

त्याने हात-पाय चेपून किंवा बबल बाथ देऊन माझी सेवा नाही केली तरी चालेल, पण माझं मन मात्र त्याने जपलंच पाहिजे.

ঞ

रॅप, ॲसिड रॅप असं मला न कळणारं कोणतंही संगीत त्याने ऐकलं तरी चालेल. माझे कान त्या कर्कश्श आवाजाने विटले तरी चालतील. त्याला माझं क्लासिक रॉक किंवा जाझ नाही आवडलं तरी चालेलं. 'पिंक फ्लॉयड' किंवा 'डायलन' यांची चेष्टा केली तरी चालेल. जोपर्यंत तो माझी जीवघेणी, क्रूर थट्टा करत नाही, तोवर हे सगळं चालेल.

ঞ

त्याने लाल रंगाचे गुलाब नाही आणले तरी चालतील. कँडल लाईट डिनर नाही दिलं, एखाद्या रोमँटिक ठिकाणी नाही नेलं तरी माझी तक्रार नसेल. पण त्याने माझ्या आई-वडिलांशी नीट वागावं. मी घाबरले तर माझा हात धरावा आणि माझ्या बदलणाऱ्या मूडला नावं न ठेवता, त्याचा आदर करावा.

ꕥ

त्याने माझ्यासाठी कोणतीही गोष्ट अतिउत्साहानं नाही केली तरी चालेल, माझ्यासाठी पुढे होऊन दरवाजा उघडणं वगैरे गोष्टीही करण्याची गरज नाही. फक्त त्याने माझ्या तोंडावर दरवाजा बंद करू नये.

ꕥ

त्याला रात्रभर घोरू दे, हरकत नाही. मी त्याला हलवून त्याबद्दल तक्रार करणार नाही; माझ्या शेजाऱ्यांकडे त्याबद्दल मोठ्याने तक्रारही करणार नाही किंवा दुसऱ्या खोलीत जाऊन झोपणारही नाही. जोपर्यंत तो माझ्याशी योग्य पद्धतीत बोलतो आहे, तोवर यापैकी कोणत्याही गोष्टीची मी तक्रार करणार नाही.

ꕥ

त्याने माझ्यासाठी मोठं घर घ्यावं, गुंडांशी लढावं किंवा माझा एक साधा स्कार्फ आणण्यासाठी काही समुद्री धाडस करावं अशी माझी अजिबात अपेक्षा नाही. त्यानं फक्त माझ्यासाठी काय महत्त्वाचं आहे, माझी स्वप्नं काय आहेत, ते समजून घ्यावं आणि ती स्वप्नं प्रत्यक्षात आणण्यासाठी माझी मदत करावी.

ꕥ

त्याने मोबाईलवर, कॉम्प्युटरवर किंवा प्ले स्टेशनवर कितीही गेम्स खेळावेत. पण माझ्या मनाशी आणि भावनांशी त्याने खेळता कामा नये.

ꕥ

त्याने माझ्यासाठी प्रेमकविता कराव्यात किंवा प्रेमभरे गुप्तसंदेश माझ्या उशाशी ठेवावेत असं मला अजिबात वाटत नाही. त्याऐवजी त्याने त्याचा प्राप्तिकर नीट वेळेवर भरावा किंवा गुंतवणूक नीट करावी.

ꕥ

'आमचं' टेबल, 'आमचं' गाणं, 'आमचं' हॉटेल, 'आमचा' नाच याची मला गरज नाही. मला फक्त 'आम्ही' 'आमचं' असणं आवश्यक आहे.

಄

आमच्या नावाची आद्याक्षरं त्याने झाडांवर, दगडांवर किंवा पुलावर नाही कोरली तरी चालतील. काहीतरी चित्रविचित्र साहसं करून माझ्या हृदयाची धडधड वाढवूच नये. त्याऐवजी चेकवर त्याने योग्य सही केली आहे ना, ते नीट तपासावं, विशेषतः मोठ्या रकमांचे चेक्स देताना नीट काळजी घ्यावी.

಄

'माझं तुझ्यावर प्रेम आहे,' असं त्याने शंभर वेळा मला सांगण्याची गरज नाही. त्यापेक्षा त्याने एकदाच म्हणावं व त्या म्हणण्याला साजेसं, अर्थपूर्ण असं वागावं इतकंच मला हवंय!

಄

सूर्यास्त एकत्रितपणे बघण्याची माझी मुळीच अपेक्षा नाही. मात्र माझ्या डोळ्यात बघून मी दुखावले गेले आहे, हे त्याला जाणवावं आणि माझे अश्रूही त्याने पुसावेत.

಄

स्वयंपाकघरात हातात हात घेऊन एकत्र नाचण्याची काहीच गरज नाही. फक्त त्याने भिंतीवर दाबू नये.

಄

रोज रात्री झोपताना त्याने माझं चुंबन घ्यावं अशी अपेक्षा नाही माझी. पण तो जेव्हा केव्हा ते करेल, तेव्हा मनापासून करावं, माशी उडवल्यासारखं करू नये.

಄

'मी तुला फसवणार नाही,' असं अनेकदा बजावून सांगण्यापेक्षा त्याच्या कृतीतून त्याने तसा विश्वास निर्माण करावा.

಄

तो माझ्याबरोबर देवळात नाही आला तरी चालेल. पण त्याने माझ्या देवाचा अपमान करता कामा नये व माझ्या प्रार्थनेच्या वेळी तो इतरांचा आदर राखण्याच्या दृष्टिकोनातून माझ्याबरोबर उभा राहिला पाहिजे.

ॐ

जोपर्यंत तो माझ्या मित्रमंडळींचा अपमान करत नाही आणि न चिडता घरात त्यांचं स्वागत करेल, तोपर्यंत त्याला माझे मित्रमैत्रिणी नाही आवडले तरी चालतील.

ॐ

त्याने माझ्यासाठी स्वयंपाक करण्याची गरज नाही, परंतु त्याने माझ्यावर प्रेमाचा वर्षाव करावा.

ॐ

माझे हात त्याने हातात नाही घेतले तरी चालतील पण माझं मन मात्र त्याने नीट सांभाळावं, काचेसारखं जपावं.

ॐ

प्रत्येक रात्री त्याने माझी स्वप्नं बघावीत असं नव्हे, पण माझी स्वप्नं मात्र त्याने जपली पाहिजेत.

ॐ

माझ्यासाठी घोषणा देऊन, चेटकिणींशी लढून शापित निद्रेतून मला मुक्त करण्याची गरज नाही. ते माझं मी करेन. फक्त मी अशा शत्रूंशी लढताना तो माझ्याबरोबर असावा, त्याने माझी उमेद वाढवावी, माझं आत्मबल वाढवावं.

ॐ

आज मला देखणा, राजबिंडा राजकुमार नकोच आहे. पण त्याच बरोबर हृदयभंग करणारा, मला दुःखात लोटणारा, तिरस्कार जोपासणारा, खोटारडा, विश्वासघात करणारा आणि आयुष्य उद्ध्वस्त करणारा राजकुमारही नको आहे! आज मला फक्त चांगला माणूस असलेला राजकुमार हवा आहे, बस्स!

११

...आणि ती सुखाने नांदू लागली!

अंधाऱ्या वाटेत एक्स भेटला तर...

एक्स माझी पाठ कधी सोडणार, याचा मी विचार करते आहे. कदाचित कधीच नाही, किंवा कदाचित कोणीतरी खूप प्रेमानं माझ्या मनाच्या जखमा भरेल आणि एक्सचं माझं आयुष्य घडवण्यातलं महत्त्व कमी होईल, तेव्हाच कदाचित एक्स माझा पिच्छा पुरवणं बंद करेल.

एक मेसेज फॉरवर्ड केल्यावर माझ्या एका मैत्रिणीनं अति काळजीनं मला फोन केला. मी तो मेसेज एक्सलाही पाठवला होता का, असं ती अस्वस्थपणे विचारत होती. मी तिला नम्रपणे म्हटलं की, एक्सला त्या विषयात रस असता, तर मी तो मेसेज नक्कीच त्याला पाठवला असता. (उत्सुक वाचकांच्या माहितीसाठी सांगते की तो मेसेज ब्लॅक फॉरेस्टमधल्या सायकल सहलीसारखा होता!) ती थोडीशी रागावली. 'आता ते सगळं संपलंय, तो तुझ्या आयुष्यात आता नाही,' असा तिचा समजावण्याचा सूर होता. मी ते नीटसं ऐकलंच नाही आणि हे तिच्या लक्षातही आलं नाही.

एक्स काही दुष्ट सैतान नव्हता. ऐकायला विचित्र वाटेल पण लग्न मोडण्यापलीकडे त्याने कुठलीच निंदनीय गोष्ट खरंच केली नव्हती. आता आम्ही खूप खेळकरपणे एकमेकांना भेटतो. कधीतरी तो माझ्या तब्येतीची खुशाली विचारतो. माझ्या आवडीचा एखादा कार्यक्रम असेल, तर तो माझ्यासाठी तिकीटही काढतो. एखाद्या वृद्ध, एकमेकांना दीर्घकाळ ओळखणाऱ्या जोडप्यासारखे आम्ही त्या कार्यक्रमालाही जातो. एकदा जरा जास्तच उदास होते, तेव्हा तो माझ्यासाठी भेट म्हणून पुस्तकंही घेऊन आला होता.

ऑफिसमध्ये एका मोठ्या संकटाला तोंड द्यायची वेळ आली, तेव्हा तो माझ्यासाठी काय आहे, हे मला नीट लक्षात आलं. माझं डिपार्टमेंट बंद

पडण्याची शक्यता होती. कदाचित मला माझं घरही सोडावं लागलं असतं. पण तरीही मला त्याची अवाजवी भीती वाटली नाही. माझी तेवढी शिल्लकही बँकेत नव्हती.

त्या वेळी मला कळलं की, एक्स हा माझा सर्वांत सुरक्षित आधार होता. माझ्या डोक्यावरचं छप्पर गेलं असतं, तरी मी सरळ एक्सच्या घरी राहायला जाऊ शकत होते. मी प्रत्यक्षात तसं केलं असतं की नाही हा भाग वेगळा. पण त्या वेळेपुरता तरी ऑफिसमधला प्रश्नही मार्गी लागला आणि माझी नोकरीही शाबूत राहिली.

ती भावना मी कधीच विसरू शकत नाही, जेव्हा मी आंधळेपणानं त्याच्या घराचा आधार गृहीत धरला होता. त्या घरात मी चॅरिटीनेही राहू शकले असते. असं का वाटलं असावं मला? अजूनही त्याच्या–माझ्यात काही बंध होते का? की तो खरोखरीच एक अत्यंत सज्जन माणूस होता? याचं कारण शोधण्याच्या प्रयत्नात मी पडणारही नाही.

''आता सगळ्या गोष्टी फाईलमध्ये बंद झाल्या आहेत. आता तुला माझ्याविषयी काय वाटतं?'' असं मी त्याला विचारल्यावर तो नेहमीप्रमाणेच काहीच बोलला नाही. मात्र त्याच्या डोळ्यांत आसवं तरळली. पुन्हा ती जीवघेणी शांतता आमच्यामध्ये आली आणि मी प्रयत्न सोडून दिला. मी प्रयत्न तरी का करते?

मी डेटिंग करायला लागल्यावर कधीतरी तो रस्त्यावर चालताना मला दिसायचा. मी कदाचित माझ्या डेटिंगवाल्या मित्राला त्याला भेटवलं असतं आणि दोघांनी एकमेकांशी हस्तांदोलन करून गप्पाही मारल्या असत्या. ज्यूलियन बार्नसचं जे आयुष्य मी जगत होते, ते मला फार आवडत होतं. त्या निरुपयोगी पुस्तकातल्या एका पात्रासारखं माझं आयुष्य झालं होतं.

एक्सच्या एका वाढदिवसाला त्याच्याबरोबर एका कार्यक्रमाला येण्याची त्याने मला विनंती केली. पण मी नकार दिला कारण मी त्याच कार्यक्रमाला दुसऱ्या कोणाबरोबर तरी जाण्याचं आधीच ठरवलं होतं. तो माझा दुष्टपणा होता का? मला नक्की ठाऊक नाही पण आयुष्यात पुढच्या वाटचालीसाठी ते आवश्यक होतं, असं मला वाटतं. माझं आयुष्य मी पुरेसं त्याच्या इशाऱ्यांवर जगले होते, पण आता आणखी नाही. थोडसं टोचल्याइतकं दुःख मला झालं, पण मी छान तयार होऊन बाहेर पडले. खरं तर ती माझी डेट होती.

ऐंशी वर्षांचा 'तरुण' आणि बुद्धिमान गायक मंचावर संगीताच्या तालावर मस्त थिरकत होता. त्या वेळी माझ्याबरोबरचा मित्रही त्या संगीतावर हलके हलके मान हलवून झुलत होता. प्रत्येक गोष्ट मनापासून ऐकत होता आणि आयुष्य अर्थपूर्ण असण्याचा प्रत्यय आम्हाला येत होता. माझी नजर उजवीकडे गेली तेव्हा एक्स बिअरचा ग्लास हातात घेऊन त्या गायकाकडे सस्मित चेहऱ्यानं बघत होता. त्याने स्वतःलाच वाढदिवसाची भेट दिली होती. मला एकदम उदास वाटायला लागलं तेव्हा माझ्या खांद्यावर कोणाचेतरी हात होते. डेटिंगवर आलेल्या माझ्या मित्रानं माझ्या खांद्यावर हात ठेवला होता.

त्या खांद्यावरच्या हाताच्या स्पर्शानं मला जाणीव करून दिली की मी तिथे का आले होते. एक्सपासून दूर जाऊन मला जाणवलं की, मी तिथे कोणालातरी मनापासून असायला हवी होते आणि कोणत्याही तडजोडीशिवाय कोणीतरी माझ्यावर प्रेम करत होतं. दुःखाची तीव्र भावना उफाळून आली आणि त्याचं रूपांतर एकदम आनंदात झालं आणि माझा कंठ दाटून आला. मी हात उंचावून एक्सचं लक्ष वेधलं आणि त्याला वाढदिवसाच्या शुभेच्छा दिल्या. आम्ही वेगवेगळे पण गाण्यावर थिरकलो होतो! स्वतंत्रपणे!

मैफल संपल्यावर माझ्या डेटवाल्या मित्राने सभ्यपणे एक्सला वाढदिवसाच्या शुभेच्छा दिल्या. मी डेटवर आले आहे, हे जाता जाता मी एक्सला सांगितलं आणि त्यानंही ते लक्षात असल्याचं सांगितलं. मला खूप बरं वाटलं. पुरुषांमधला सुसंस्कृतपणा मला माहीत होता.

दिवस जसजसे पुढे गेले, तसतशा एक्सच्या आठवणी हळूहळू कमी होत गेल्या. आता माझ्यासाठी तो एखाद्या दिवंगत व्यक्तिसारखाच होता. मृत नव्हे, पण त्याच्या स्मृती मात्र अंधुक होत गेल्या. मग काही महिने असे गेले. पण एक मात्र कबूल करायला हवं, त्याची आठवण न येता अजूनही एक संपूर्ण वर्ष गेलेलं नाही.

मी जाणीवपूर्वकच त्याने दिलेली कार्यक्रमांची तिकिटं नाकारू लागले. इतकंच काय, पण भेटणंही बंद केलं. मला ही गोष्ट स्वतःला शिकवावी लागली. यापुढे काही समस्या उद्भवलीच, तर मला एक्सच्या भरवशावर राहायचं नव्हतं. यापुढे एक्सशी मला बिलकुल जवळीक साधायची नव्हती. सुरुवातीला मला अलिप्त राहण्यासाठी प्रयत्न करावे लागले. हळूहळू दुर्लक्ष करण्याची सवय झाली. जणू

दरवाजा बंद करावा, तसं त्याचं स्मृतीतलं अस्तित्वही अंधुक होत गेलं. पण त्यानेसुद्धा माझ्या या वर्तनाचा आदर केला व संबंध तोडण्याची माझी गरज समजून घेतली, हे मान्य केलंच पाहिजे. त्यानेही योग्य ते अंतर राखायला सुरुवात केली.

आमच्यामध्ये दयाबुद्धीदेखील होती. मनाचा मोठेपणा बहुतेक वेळा त्यानेच दाखवला, हेही खरं आहे. मीच बऱ्याचदा आडमुठेपणाने वागले. याचा अर्थ मी त्याची चांगली मैत्रीण नव्हते असं नाही. तो प्रत्येक वेळी मला बाहेर चलण्याबद्दल विचारे आणि मी नम्रपणे नकार देई. तरीही, जर काही अशा गोष्टींची त्याने चौकशी केली, ज्या आमच्या भूतकाळामुळे फक्त मलाच समजल्या असत्या, तर मी त्याचं बोलणं ऐकून घेई. माझी दयाबुद्धी म्हणजे, तो जेव्हा माझ्याशी बोलायला येई, तेव्हा मी त्याच्याशी कधीच तोडून वागले नाही. मी इतकंच करू शकत होते आणि कधीतरी तर तेही मला जास्त वाटायचं!

तरीही मला खात्री आहे की, एखाद्या अंधाऱ्या, एकाकी जागी मला एक्स भेटला तरी मी त्याला 'हॅलो' नक्की म्हणेन. तोही माझ्याबरोबर त्या अंधाऱ्या वाटेवर नक्की चालू लागेल कारण मी एकटीनं ती अंधारी वाट तुडवावी, असं त्याला नक्कीच वाटणार नाही. जेव्हा आम्ही उजेडापर्यंत पोहोचू तेव्हा तो थांबेल. एखादं निरोपाचं वाक्य बोलून आम्ही आपापल्या वाटेनं निघून जाऊ. माझ्या मार्गावर प्रकाश आहे, याची खात्री असेल, तर नक्कीच माझ्या मार्गाने जायला त्याची हरकत नसेल.

नशीब! नवीन स्टेटसला 'लाईक' नव्हते!

जर तुम्ही सोशल मीडियावर क्रियाशील असाल, तर घटस्फोटाची वेदना एकदम मोठी होऊन जाते. जणू काही भाड्याची रिक्षा घेऊन आपण आपल्या घटस्फोटाची दवंडीच पिटतो आहोत! तुमची वॉल आणि अल्बम एक्सच्या डेटिंगपासूनच्या फोटोंनी भरून जातील आणि त्याला असंख्य 'लाईक्स' आणि टॅगजही मिळाले असतील.

घटस्फोटाच्या दरम्यान आणि त्यानंतरच्या वर्षभराच्या काळात मला सोशल मीडियापेक्षाही असंख्य गोष्टींचा विचार करायचा होता. माझ्या मनाची कार्यक्षमता जेमतेम होती आणि तेवढ्यात मला फक्त जगण्यावर लक्ष केंद्रित करायचं होतं. मी असं धुक्यात चाचपडत असताना, मला एक्सच्या एका मैत्रिणीचा मेसेज आला. एक्स खचल्यासारखा का दिसतोय आणि आमचं सगळं नीट चाललंय की नाही, हे तिला जाणून घ्यायचं होतं. त्या वेळी माझ्या लक्षात आलं की, सोशल मीडियावर अजूनही आम्ही नवरा-बायकोच होतो. त्या साईटवर आमचे रोमँटिक, हातात हात घेतलेले, एकमेकांच्या मिठीतले असे बरेच 'प्रेमळ' फोटो होते. मला फारच कसंतरी झालं. आमच्या वेगळं होण्याबद्दल मी तिला काहीच सांगितलं नाही. मी ते फोटो, पोस्टस् बघितल्यावर त्यातल्या प्रत्येक प्रसंगाच्या आठवणी माझ्याभोवती नाचू लागल्या.

आम्ही कसे अचानक ऑफीसला दांडी मारून टेकडीवर पावसाळ्यात फिरायला गेलो होतो. आम्ही रस्त्याच्या कडेला एका छोट्याशा धबधब्याखाली भिजत होतो, तेव्हा एक मद्यधुंद लोकांचा ग्रुप आमच्यापाशी आला होता. आम्ही घाबरलो होतो. त्यांच्यापैकी सहाही जणांच्या अंगाला गावठी दारूचा वास येत होता. त्यांच्यापैकी एकजण फारच कामुकपणे बघत होता. त्याने अत्यंत

सहजपणे त्या ग्रुपचा फोटो काढण्याची विनंती केली. आम्ही घाबरतच कबूल केलं. त्यानंतर एक्सने आनंदाने त्यांना आमच्याबरोबर उभं राहून एक फोटो काढण्याबद्दल विचारलं. या दारुड्या लोकांशी हा इतका वेळ का बोलतोय, या विचाराने मी स्तंभित होऊन त्याच्याकडे बघत राहिले. फोटो काढून झाल्यावर ते निघून गेले. त्यांच्याशी असं मैत्रीने वागलं तर धोका कमी झाला असता, असं एक्सने मला नंतर स्पष्टीकरण दिलं. मी माझी नजर फिरवली आणि तो प्रसंग विसरायचा प्रयत्न करू लागले. हा प्रसंग सोडला तर आम्ही खूप मजा केली होती. नंतर आम्हाला कळलं की त्यांच्यापैकी एकाने आम्हाला फोटोत 'टॅग' केलं होतं. आता त्या फोटोमध्ये स्वतःला 'अनटॅग' करताना माझ्या पाठीतून एक शिरशिरी गेली. मला वाटलं, त्या वेळी आम्ही एका संकटातून वाचलो. पण मला खात्री आहे, एक्सच्या वेडगळ बुद्धीला अजून असंच वाटत असणार की, त्याने त्या लोकांशी केलेली तथाकथित दोस्ती ही सहज घडली होती. त्या फोटोत आमच्या चेहऱ्यावर एक निरागस हसू होतं. आमचा एकमेकांवरचा विश्वास आणि असं धोका वाटत असूनही आनंदानं एकत्र उभं राहणं बघून मला अश्रू आवरेनात.

त्याचा एक अंडरवेअर घालून पळतानाचा फोटोही होता. तो मीच काढला होता आणि 'जोक' म्हणून सोशल मीडियावर टाकला होता. तसा तो लाजाळूच होता आणि या फोटोमुळे आणखीनच खजील झाला होता. पण मला वाटतं, मी काढलेल्या तशा अनेक फोटोंनंतर त्याचा संकोचलेपणा, अवघडलेपणा कमी झाला होता. त्याच्या व्यक्तिमत्त्वात हा सकारात्मक बदल माझ्यामुळे घडून आला तरी त्याबद्दल कधीही त्याने माझे आभारही मानले नाहीत.

'माय ताय'च्या एका उंच काचेसमोर मी बसले आहे आणि तो आपल्या बुटांची लेस बांधतो आहे, असा एक फोटो होता. आमच्या त्या सुट्टीत मी हायकिंगला जायला नकार दिला. सुट्टीचा वेळ मजा करण्यात व निवांतपणे घालवावा असं मला वाटत होतं. नदीकिनारी असलेल्या त्या छानशा रिसॉर्टमध्ये निवांतपणे, निसर्गाच्या सान्निध्यात वेळ घालवावा अशी माझी इच्छा होती. त्याऐवजी डोंगरावर जाऊन घाम गाळण्यात मला मुळीच रस नव्हता. पण एक्सला पटत नव्हतं आणि बऱ्याच वादावादीनंतर तो एकटाच हायकिंगला गेला. त्या वेळी जवळजवळ मृत्यूच्या दाढेतून तो परत आला होता.

परत आल्यावर त्याने त्याच्या धाडसाचा किस्सा मला सांगितला. त्याने जाणूनबुजून धोका पत्करला होता, पण मला सांगताना बराच सहजपणे, मवाळपणे तो किस्सा सांगितला. मी समजून घेतलं आणि त्याच्या मागेही लागले नाही. त्याच्या पराक्रमाचा त्याला खूपच अभिमान वाटत होता. त्याला सुरक्षित ठेवल्याबद्दल मी देवाचे आभार मानले. मी जर त्याच्याबरोबर गेले असते, तर माझ्या वेंधळेपणामुळे नक्कीच त्याच्या प्राणावर बेतलं असतं, असा विनोदही त्याने केला. मला हसूच आलं, त्या भीतीच्या आणि आश्चर्याच्या भावनेचं! मात्र दुसऱ्याच क्षणी हसू बंद झालं. जणू आमचं हसू फोटोत बंदिस्त झाल्यावर, त्या सुट्टीनंतर काहीच घडलं नाही.

'डिलीट' करायला सर्वांत अवघड फोटो होता, तो दोन मुलांचा. हसऱ्या डोळ्यांनी, खट्याळ चेहऱ्यानं ती मुलं नर्सरी ऱ्हाईम्स म्हणत होती. रस्त्यावरून एकत्र चालताना, प्रेमात एकत्र बोलताना आणि आमची आयुष्यं एकमेकांशी जोडलेली होती, तेव्हा ही मुलं आम्हाला रस्त्यात भेटली होती.

आम्ही रस्ता ओलांडतच होतो, एवढ्यात ही दोन मुलं धावत आमच्यापाशी आली आणि त्यांनी आम्हाला पैसे मागितले. एक्सने त्यांना आईस्क्रिम द्यायचं ठरवलं. आम्ही चौघांनी ते हातावर ओघळणारं आईस्क्रिम संपवलं. त्या अनपेक्षित मेजवानीनं, आम्ही सूर्यास्त बघत वेळ छान घालवला. निरोप घेण्यापूर्वी एक्सने त्या मुलांचा फोटो काढला आणि अशीच आपलीही दोन मुलं असतील असं मला वचन दिलं! तो विचार माझ्या मनात झुलत राहिला आणि आठवडाभर आम्ही किती छान वेळ घालवला ते मला आठवलं. जेव्हा जेव्हा ती मुलं दिसत, तेव्हा आम्ही एकमेकांकडे बघून स्मितहास्य करत असू. कालांतरानं रस्त्यावरच्या इतर मुलांप्रमाणे ही दोन मुलंही गायब झाली.

असे एकापाठोपाठ एक फोटो डिलीट करणं मला खूप अवघड जात होतं. आठवणींच्या लाटांवर लाटा उसळत होत्या. तरंगत्या कागदांसारख्या त्या आठवणी येतच राहिल्या आणि मीही त्या यातनांमध्ये ओढली जात होते. पण मला त्यातून बाहेर पडायचं होतं.

आता मला बऱ्याच गोष्टी करायच्या होत्या. माझं 'स्टेटस' बदलायचं होतं, स्वतःला 'अनटॅग' करायचं होतं आणि सगळ्या पोस्टस् आणि फोटो काढून टाकायचे होते. तीन तासांच्या धडपडीनंतर मी फक्त एकच वर्षाच्या आठवणी

पुसू शकले. अजून चार वर्षं शिल्लक होती. ती पुसायची होती, जणू काही ती आयुष्यात कधी आलीच नाहीत, असं समजून सगळं संपवायचं होतं.

त्या सगळ्यातून जाताना माझं हृदय खंबीर राहील असं मला वाटेना. मी तसं करायला गेले असते, तर दुसऱ्या दिवशी खाऱ्या पाण्याच्या तळ्यात सापडले असते. 'रडून रडून मृत्यू झाला,' असं होऊ शकतं? मी शोधायच्या फंदात पडले नाही...

आणखी एक विचार मला अस्वस्थ करत होता. मी माझं स्टेटस 'सिंगल' असं टाकल्यावर लोकांच्या काय प्रतिक्रिया होतील, याचा मला अंदाज येत नव्हता. माझ्या जवळच्या मित्र-मैत्रिणींना आणि मुंबईतल्या काही माहितीच्या लोकांना याबद्दल कल्पना होती. पण शाळा, कॉलेजमधल्या दोस्तांचं काय? त्यांच्या आया, माझे आधीच्या ऑफिसमधले सहकारी यांचं काय? मला असं वाटत होतं की, माझं उर्वरित आयुष्य माझ्या बदललेल्या स्टेटसबद्दलच्या प्रश्नांची उत्तरं देण्यातच जाईल!

हे समजल्यावर सहानुभूती, आधार, प्रेम, दया इ.इ.ला भरतीच आली असती आणि मला ते नको होतं. हे दुःख अतिशय व्यक्तिगत आहे आणि ते तसंच रहायला हवं. शुभेच्छापत्रांवरच्या संदेशांसारखं मला कोणाचं सांत्वन नको होतं. आणखी एक म्हणजे, सोशल मीडियावरून व्यक्त होणाऱ्या प्रतिक्रियांचा सहज अंदाज बांधता येऊ शकतो. त्यामुळे त्या प्रतिक्रिया वाचून मला स्वतःची चिडचिड करून घ्यायची नव्हती.

मला एक उपाय सापडला, ज्यामध्ये तंत्रज्ञानाचा योग्य व कमीतकमी वापर मला करता आला. मी एक वर्ड डॉक्युमेंट तयार केलं, त्यावर माझ्या मित्र-मैत्रिणींची नावं कॉपी-पेस्ट केली. त्यावर माझ्या एकटीचा फोटो पेस्ट केला आणि मग माझं अकाऊंट डिॲक्टिव करून टाकलं. टाईमलाईनवर भारंभार तपशील देण्यापेक्षा हे सोपं होतं.

दुसऱ्या आठवड्याच्या शेवटी मी नवीन अकाऊंट उघडलं. त्यावर नवीन फोटो विचारपूर्वक टाकले आणि मी तयार केलेया वर्डमधल्या यादीवर फ्रेंड्स रिक्वेस्ट पाठवल्या. जे लोक एक्सच्यामुळे माझ्या संपर्कात आले होते, त्यांची नावं मी जाणिवपूर्वक टाळली. जणू काही मी माझ्या आयुष्याची नवीनच सुरुवात करते

आहे आणि तेही नवीन ओळख घेऊन, असं मला वाटत होतं. 'एक्स' नावाची व्यक्ती नसलेलं माझं नवं आयुष्य. कदाचित, प्रत्यक्षात आज ना उद्या ते होईलही. तो माझ्या आयुष्यातून कायमचा निघून जाईल आणि त्यासाठी, या विचारासाठी मी स्वतःला 'लाईक' करत होते!

❑

स्त्रीवादी भूमिकेने कागदपत्रांचा गोंधळ वाचला

आपण आपली नावं निवडू शकत नाही, हे खरंय. आपल्याला संधी मिळाली असती, तर आपण आजची आपली नावं निवडली नसती. माझ्या आई-वडिलांनी माझं नाव ठेवलं, तेव्हा त्यांनी एका चार वर्षांच्या मुलाचं ऐकलं होतं. त्या वेळी माझा एक चुलतभाऊ आमच्याबरोबर राहत होता. जेव्हा मला घरी आणलं, तेव्हा मी अर्थातच निरुपद्रवी होते किंवा बंड करू शकत नव्हते. सगळ्यांना माझ्या चुलतभावाला या मोठ्या समारंभात सहभागी करून घ्यायचं होतं. माझं नाव काय असावं, याबद्दल त्यालाही मत विचारण्यात आलं. त्या वेळी तो बालवाडीत जात होता आणि तिथे 'आरती' नावाची एक मुलगी त्याला आवडत होती.

त्यामुळे अर्थातच त्याने 'आरती' हे नाव आग्रहानं सुचवलं. माझ्या आईने त्याची सूचना न ऐकण्याचा प्रयत्न केला व 'राधिका' असं सांगितीक नाव सुचवलं. त्या भावाने थयथयाट केला व सर्वांच्या नाकीनऊ आणले आणि दक्षिण भारतातलं सर्वसामान्य नाव मला चिकटलं! माझा भाऊ हा प्रसंग विसरून गेला होता. पण एका कौटुंबिक कार्यक्रमात माझ्या आईने त्याची आठवण करून दिली. त्याने अजूनही माफी मागण्याचे कष्टही घेतलेले नाहीत.

मी असंख्य 'आरती' नावाच्या मुलींना भेटले आहे. माझ्या चार अत्यंत जवळच्या मैत्रिणींचं नाव 'आरती' आहे. आम्ही एकमेकींना हाक मारतो तेव्हा जणू स्वतःलाच हाक मारतो. एकमेकींना निरोप देताना अनेकदा विनोदही घडतात.

मी ज्या वर्गात शिकले, तिथे किमान ३ ते ४ 'आरती' होत्या. आमचे शिक्षक पूर्ण नावानिशी आम्हाला संबोधत. सगळे दयाळू बुद्धीचे होते आणि आमची

'वैशिष्ट्ये' कधी बोलून दाखवत नसत. उदा. नाकात बोट घालणारी 'आरती', अंगाला विचित्र वास येणारी 'आरती', किंवा पळण्यात सर्वांत शेवटी येणारी 'आरती' इ.इ. नाही, ते खरंच खूप सभ्य होते. मला 'आरती मेनन' असं संबोधलं जाई. नशीबानं माझं नाव खूप लहान होतं. त्यामुळे उच्चारायला सोपं होतं. नाही तर काही नावं अशी होती, 'आरती पार्थसारथी अय्यंगार'. एका शिक्षकाने वैतागून तिला 'पार्था' अशी हाक मारायला सुरुवात केली. मग तेच नाव रुळलं. आजही आम्ही तिला 'पार्था'च म्हणतो.

मला असं वाटतं की हेच कारण असावं, जेव्हा मी स्वतःचा विचार करते, तेव्हा माझ्या पूर्ण नावाचा विचार करते. मी माझ्या मैत्रिणींना विचारलं तेव्हा त्या म्हणाल्या की, त्यांना त्यांच्या फक्त पहिल्या नावाने ओळखलं जातं व त्यांना तसंच आवडतं. कारण ते नाव त्यांचं स्वतःचं असतं आणि आडनाव हे कुटुंबाचं असतं. त्यामुळे लग्नानंतर नाव बदलणं ही माझ्यासाठी फार मोठी गोष्ट नव्हती. कदाचित मला 'आश्रिका' असं नाव मिळालं असतं आणि मला कदाचित त्याच नावाने ओळखलं गेलं असतं.

माझं लग्न झालं त्याच दिवशी एका बाजूला घेऊन माझ्या काकांनी मला विचारलं, ''तू नाव बदलणार आहेस का?'' ''कदाचित,'' असं मी त्यांना उत्तर दिलं. हे काही विद्रोही कृत्य नव्हतं. त्या वेळी मी स्वतःबद्दल असाच विचार करत होते. अचानक आतापर्यंतचं नाव बदलायचं आणि त्यापुढे वेगळंच आडनाव लावायचं हे जरा विचित्रच आहे. जणू काही कॉस्मेटिक सर्जरी करून स्वतःला नवीन ओळख मिळण्यासारखं आहे.

मी त्या वेळी कदाचित कॉलेजविश्वातून बाहेरच पडले नव्हते. स्त्रीवादी भावना माझ्यात इतक्या खोलवर रुजल्या होत्या, की माझ्या नवऱ्याचं नाव लावण्याची माझी तयारी नव्हती. (अर्थात त्यामुळे त्या पुरुषाकडून होणारा अन्याय काही टळला नाही.) जमीईन ग्रीर, एरिका जाँग, सायमन डी. बिविऑर, व्हर्जिनिया वूल्फ, नाओमी वूल्फ या आणि अशा असंख्य स्त्रियांनी मला स्वतःची ओळख बनवायला शिकवलं होतं. इतक्या वर्षांच्या त्यांच्या तपस्येची व शिकवणीची मी ऋणी आहे. त्यामुळेच मी एका पुरुषाला माझं नाव बदलू दिलं नाही आणि माझी ओळख अबाधित ठेवू शकले.

भारतामध्ये काही ठिकाणच्या समाजात लग्नानंतर मुलीचं नाव बदललं जातं.

माझ्या बाबतीत तसं झालं असतं, तर खात्रीनं मी कोणाचेही फोन घेतले नसते कारण नवीन नाव माझ्या लक्षातच राहिलं नसतं.

एक्सचं याबद्दल काहीच मत नव्हतं. प्रेमाने मी त्याचं नाव लावून मी त्याची व्हावं, असं त्याला अजिबात वाटत नव्हतं. तो सर्वस्वी माझा प्रश्न आहे आणि त्यात त्याला रस नाही, हे त्यानं स्वच्छ सांगून टाकलं. त्याने फक्त एकच सुचवलं, माझ्या नाव व आडनावापुढे मी त्याचं आडनाव लावू शकते, तेही हायफन (−) नंतर! जे जरा फ्रेंच पद्धतीचं वाटत होतं.

मला हा पर्याय चांगला वाटला. मी सैद्धान्तिक पातळीवर एक्सचं नाव लावायला तयार झाले. पण आम्ही दोघेही अत्यंत आळशी असल्यामुळे आम्ही कधीच शासकीय कार्यालयात जाऊन नाव बदलण्याची तसदी घेतली नाही. शनिवारची सुट्टी सरकारी कार्यालयात कोण घालवणार? त्याऐवजी आम्ही स्वादिष्ट जेवणावर ताव मारत असू किंवा कामामुळे थकलेल्या शरीराला विश्रांती देत असू.

नशीब माझं, मी माझं नाव बदललं नाही. घटस्फोटानंतर पुन्हा पहिलं नाव लावताना डोकेदुखी झाली असती. आश्चर्याची गोष्ट म्हणजे, माझ्या सुदैवानं, लग्नाच्या नोंदणीचं प्रमाणपत्र सोडलं, तर दुसऱ्या कोणत्याच अधिकृत कागदपत्रांवर माझ्या 'विवाहित' असण्याचा उल्लेख नव्हता!

या माझ्या दैव बलवत्तर असण्यात माझ्या पालकांचा वाटा आहे. एकुलती एक असल्यामुळे अगदी माझ्या जन्माच्या दिवसापासून त्यांनी माझी सर्व कागदपत्रं नीट, क्रमानं जतन करून ठेवली होती. अगदी जन्माचा दाखला, पासपोर्ट, पॅनकार्ड, आधार कार्ड, निवडणूक ओळखपत्र, रेशनकार्ड, ड्रायव्हिंग लायसन्स सगळंच! माझ्या अतिकाळजी करणाऱ्या वडिलांची ही कृपा. ते माझ्यासाठी रंगीत फोटोकॉपी काढून मला जरूर तेव्हा पाठवत. त्यांना आपली मुलगी ही मूळ (ओरिजीनल) कागदपत्र सांभाळून ठेवेल याबद्दल खात्रीच नव्हती! ही कागदपत्रं खरोखरच महत्त्वाची आहेत, नाही का?

माझ्या बहुतेक मैत्रिणींना ही कामं स्वतःची स्वतःच करावी लागली. पण माझे पालक मतदार यादीत माझं नाव नोंदवण्यासाठी तासन्तास उभे राहिले, तेव्हा मी भारताची अधिकृत नागरिक झाले! माझं लग्न झाल्यावरसुद्धा ही सगळी

कागदपत्रं मी त्यांच्याकडेच ठेवली. विचित्र वाटेल, पण माझ्या पालकांनीही त्यावर माझं विवाहित असण्याचं नमूद व्हावं म्हणून विशेष प्रयास केले नाहीत.

लग्न आणि घटस्फोट हेच मुळात इतके भयंकर भावनिक सापळे आहेत, त्यात या कायदेशीर बाबींची भर पडली नाही, हे माझं नशीबच आहे. माझ्या मैत्रिणीने घटस्फोटानंतर तिचं लग्नानंतरचंच नाव कायम ठेवलं. तिला ते सोपं वाटलं. ते नाव पुन्हा बदलण्याचे कष्ट तिला घ्यायचे नव्हते.

मला आठवलं, की लग्नानंतर तिचं नाव बदलण्याचा नवऱ्याने आग्रह धरला तेव्हा ती खूप चिडली होती. पण नाव बदलणं हे प्रेमाचं प्रतीक आहे, मालकीचं नाही, असं तिच्या नवऱ्याने तिला समजावलं. म्हणून तिची इच्छा नसतानाही तिने नाव बदललं. त्याचं नाव लावलं, जो आता तिचा राहिलाच नाही!

तिच्या वाढदिवसाची भेट म्हणून मी तिला तिचं आताचं नाव बदलून आधीचं (मूळ) नाव लावण्यासाठीची आवश्यक कागदपत्र दिली. त्या वेळी तिची मनःस्थिती चांगली होती आणि जगाच्या वेदनेचा तिला अनुभव यायचा होता. मी दिलेली भेट बघून ती धाय मोकलून रडली. तिनं मला तिच्या माहेरच्या नावानं सह्या केलेली वही दाखवली. तिला जेव्हा निराश वाटत असे, तेव्हा ती अशा सह्या करत असे, हे तिनं सांगितलं. मनाचा संकोच होण्यापेक्षा हे अधिक चांगलं होतं. आज ती तिचं मूळचं नाव लावते आहे, जे तिला तिच्या आई-वडिलांनी दिलंय आणि काहीही झालं तरी आता ती ते बदलणार नाही. विशेषतः, एखाद्या पुरुषासाठी तर नाहीच नाही!

❑

मी एक्सकडून काय शिकले?

आकाशात ढग दाटून आले होते आणि संपूर्ण शहरावर पसरत होते. त्याच वेळी एक्सचा मला फोन आला. दुसरं काहीच विशेष करण्यासारखं नसल्यामुळे मी त्याच्याबरोबर बंदरावर पाण्याचे बदलते रंग बघण्यासाठी गेले.

ते दिवस विचार करण्याचेच होते आणि त्याच अनुषंगाने मी त्याला विचारलं की, ''एक बरी माणूस होण्यासाठी तो मला काही सल्ला देऊ इच्छितो का? असा सल्ला जो मला इतर कोणाबरोबर जगताना उपयोगी पडेल.'' तो चिडला आणि त्याने अत्यंत तटस्थपणे माझ्याकडे दुर्लक्ष केलं. पण मी विचारत राहिले.

सर्वांत आधी त्याने मुद्दा मांडला की, मीच कायम बरोबर असेन असं नाही. आता आम्ही रागाच्या पलीकडे गेलो होतो. केवळ उत्सुकतेपोटी मी त्याला विचारलं की, ''असं मी काही चुकीचं कधी बोलले?''

''खूप वेळा,'' अत्यंत आत्मविश्वासानं त्यानं उत्तर दिलं आणि त्याने यादीच वाचायला सुरुवात केली आणि तसं करताना तो खूप अस्वस्थ झाला होता. शंभर वेळा तरी त्याने त्याची खुर्ची हलवली. मी जर त्याला ओळखत नसते, तर मला वाटलं असतं की त्याला डास चावताहेत! इकडचं तिकडचं बरंच बोलला पण ठोस विधान त्याला करता येईना. तोवर आम्ही खूप दुःख अनुभवलं होतं पण तरीही माझ्या चेहऱ्यावर थोडंसं विजयी, आसुरी हसू उमटलंच.

त्याला त्या हास्याचा राग आला नाही. चडफडत, वेडावत तो म्हणाला, ''तुझं कदाचित कायमच बरोबर असेलही, पण त्याने मला अतिशय राग येतो.'' ठीक आहे. त्या रात्री घरी गेल्यावर, एक्सबरोबर घालवलेल्या त्या संध्याकाळमधून मी काय शिकले याचा विचार करत राहिले. हे त्याने मला दिलेले धडे आहेत, जे मी कधीच विसरू शकत नाही.

निर्भयपणा – मी माझी भीतीच घालवली. मला अतिशय धाडसी आणि स्वावलंबी वाटत होतं. मी अत्यंत खंबीर झाले होते आणि माझी मनःशक्ती मला कोणाच्याही पुढे रडताना रोखून धरत होती.

आनंदाने जगणं – आपण सगळेच मरणार असतो. आज जर मी पृथ्वीवर जन्म घेतला आहे, तर मी आनंदीच असायला हवं. छोट्या गोष्टींवरून, कॉम्प्युटरमध्ये बिघाड झाला, माझा बॉस नालायक आहे, अशा अनेक कारणांनी मी रडू शकते, रडते. पण वस्तुस्थिती अशी आहे की, मी तब्येतीनं ठणठणीत आहे, माझं डोकं ठिकाणावर आहे. त्यामुळेच मला मिळालेल्या या आयुष्याचा मी आनंदाने उपभोग घेऊ शकते.

बचत करणे – पुरुष येतील, जातील. मात्र बँकेतील बचतीची, शिलकीची काळजी घेतली, तर ते आपल्याला नक्कीच साथ देतील. माझ्या नोकरीनं, माझ्या पगारानं मला स्वातंत्र्य दिलं, आत्मसन्मान दिला आणि आयुष्य पुन्हा सुरू करण्याची उमेदही दिली.

मित्र–मैत्रिणींचा संपर्क – मी जेव्हा नात्यात बांधली गेले, तेव्हा मित्रपरिवाराला विसरून गेले होते. माझ्या नशीबाने, त्या सगळ्यांनीच मला समजून घेतलं आणि मी मोडून पडले, तेव्हा सगळेच मला सावरायला धावत आले. चांगल्या मित्रांची पारख करायला मी शिकले. वाईट परिस्थिती हीच मैत्रीची खरी सत्त्वपरीक्षा असते. जे माझ्या वाईट काळातही माझ्याबरोबर होते, ते खरोखरचे मित्र होते. उरलेले म्हणजे, तुमच्या हृदयातील त्यांना दिलेल्या स्थानाचा आणि तुमच्या वेळेचा अपव्यय होते.

क्षमाशीलता – मी जर एक्सचा नंतरही तिरस्कार करत राहिले असते किंवा त्याच्याबद्दल नकारात्मक भावना बाळगून राहिले असते, तर त्याचा अर्थ असा होता की, मी एक्सला आयुष्यातून वजाच केलेलं नाही. त्याच्याशी नैसर्गिकरीत्या वागण्याची कला मला शिकावी लागली. इतर कोणाशीही मी जशी वागेन, तसं त्याच्याशी वागायला शिकले. असं करायला लागल्यावर त्याचा माझ्या मनावरचा पगडा हळूहळू कमी झाला आणि मी त्याला माझ्या मनातून पूर्णपणे पुसून टाकू शकले.

श्रद्धा ठेवा – आपल्या आजूबाजूला प्रत्येक क्षणी खूप काही चांगलं घडत

असतं. फक्त आपण त्यावर विश्वास ठेवला पाहिजे. वूडी ॲलनच्या 'मॅनहॅटन'मध्ये एक वाक्य आहे. इथे एक तरुण मुलगी त्याला म्हणते, 'तुला माणसांवर थोडातरी विश्वास ठेवावाच लागेल.' मी हे शब्द माझ्या हातावर गोंदवून घेतले पाहिजेत.

तुमच्यातलं चांगलं जपा – एक्सला भेटण्याआधी आणि त्याच्याशी नातं जोडल्यावरदेखील मी काही काळ आनंदी होते, तेव्हा माझ्याकडे अनेक चांगल्या गोष्टी होत्या. त्या परत मिळवून, टिकवून ठेवण्याकरता मी थोडे जास्तीचे कष्ट घेतले. मी ज्या वाईट परिस्थितीतून गेले, त्यातून मला स्वतःचं वाईट रूप नको होतं. माझ्यातल्या चांगुलपणाचं मी मलाच देणं लागत होते.

अभिमान बाळगा – माझ्या माहितीतील अनेक घटस्फोटित व्यक्तींना स्वतःच्या घटस्फोटित असण्याची काहीशी लाज वाटते. कधीतरी मलाही तसं वाटतं, पण तसं कोणाच्याही किंचितही लक्षात येता कामा नये. आपण ज्या समाजात राहतो, तो समाज उगाचच अपराधीपणाची भावना देत राहतो. जोपर्यंत मी माझं मस्तक झुकवत नाही, तोवर कोणी माझं काहीही बिघडवू शकत नाही. मात्र मी ज्याक्षणी दुबळी पडेन, त्याक्षणी हा समाज भंपक नीतिमत्तेनं माझी शिकार करेल.

विश्वास ठेवा – माझा स्वतःवर विश्वास असेल, तर इतर कोणीही माझ्यावर विश्वास ठेवण्याची गरज नाही. मीच फक्त माझ्याबद्दल खात्री बाळगू शकते. माझ्या सुदैवानं मला असे पालक लाभले, ज्यांनी मला प्रेम मिळवण्याचा हक्क आहे, याची जाणीव करून दिली. त्यामुळे हे मला नव्याने शिकताना फार सोपं गेलं. माझा घटस्फोट म्हणजे, मला नाकारण्यात आलं होतं. त्या भावनेतून बाहेर पडण्यासाठी माझ्यातले दोष, त्रुटी, टोकदार कंगोरे आणि न आवडणाऱ्या गोष्टीही स्वीकारणं मला भाग होतं.

बंधनं तोडा – माझ्यावर फक्त माझंच बंधन आहे. रोज सकाळी उठल्यावर नवाकोरा दिवस माझ्यापुढे असतो, याची जाणीव तेच बंधन मला करून देतं. या चोवीस तासांत मला स्वतःबद्दल जे आवडत नाही, ते मी बदलू शकते. माझी स्वतःबद्दलची जी प्रतिमा आहे, तसं बनण्याचा रोज एक नवा प्रयत्न करू शकते. औदासीन्य आणि निराशा ह्या माझ्या भावना काल माझ्याकडे होत्या आणि तो माझा भूतकाळ होता. मी पांगळी नाही, ही माझी सर्वांत मोठी जमेची बाजू आहे.

मी सतत पुढे जाते आहे, रोज नवनवीन समाधान पूर्ण करत पुढे जाते आहे. ही गोष्ट माझ्या यातनांपेक्षा फार मोठी आहे.

प्रत्येक दिवस हा मी नव्याने निर्माण करायला सुरुवात केलेल्या माझ्या आयुष्याच्या दिशेनं टाकलेलं एक पाऊल असतं. त्या काळ्याकुट्ट दिवसांमध्येही मला रोज आशा दिसत होती. प्रत्येक दिवस ही माझी कमाई आहे, मी ती जगाशी भांडून मिळवली आहे.

या सगळ्याचं श्रेय मी एक्सला देते आहे, याचं तुम्हाला खूप आश्चर्य वाटत असेल. जर माझा घटस्फोट झाला नसता, तर मी अजूनही कल्पनांच्या, स्वप्नांच्या जगातच राहिले असते. त्या जगात माझा नवरा हाच माझं सर्वस्व राहिला असता आणि मी त्याच्यावर आंधळा विश्वास टाकला असता.

माझी काळजी घेतली जाण्याची मला सवय होती. कधी ते आई-वडील होते, कधी प्रियकर तर कधी नवरा आणि ही गोष्ट कबूल करताना मला अत्यंत त्रास होतो आहे. या सगळ्यातून बाहेर पडायचं असेल, तर मला स्वतःच्या आत्म्यासह मनानं मुक्त व्हायला हवं आणि तसं प्रत्यक्षात घडायला पस्तीस वर्षं लागली. त्यासाठी सत्तरी गाठावी लागली नाही, हीच त्यातल्या त्यात जमेची बाजू!

❏

पुन्हा प्रेमावर विश्वास ठेवताना

घटस्फोट झाल्यानंतर तुमच्याकडे दोन पर्याय असतात. एक म्हणजे 'प्रेम' या विघातक गोष्टीपासून दूर राहणं. एक प्रौढ म्हणून तो सर्वांत मोठा धोका तुम्ही पत्करत असता. ही भावना अत्यंत सावधपणे हाताळण्यातच शहाणपण असतं. तुम्हाला एव्हाना कळून चुकलेलं असतं की, हीच गोष्ट तुमच्या आनंदाचा चुराडा करू शकते आणि त्या आनंदाचा चेहरामोहराच पालटवू शकते. या घटनेनंतर तुम्ही तुमचं हृदय कडीकुलुपात बंद करून ठेवता. कोणी कितीही आकर्षक किंवा हृदय चोरणारा भेटला, तरी तुम्ही त्याला टाळता व स्वतःच्या कोशातच राहता.

किंवा दुसरा पर्याय म्हणजे तुम्ही माझ्यासारखं करू शकता. मला असं लक्षात आलं की, इतकं हृदय दुखावणारं माझ्या आयुष्यात काहीच घडू शकणार नाही. माझ्या आयुष्यात आधी काहीही घडलं असलं, तरीही मी नव्यानं आयुष्य जगेनच. माझ्या आत्मिक बलाचा प्रत्यय मला स्वतःलाच आला होता. मग आता मी कशाला घाबरत होते? प्रेमाला? अजिबात नाही! प्रेम येईल आणि माझ्या पायांशी येऊन बसेल. मी त्याच्यावर दुर्दम्य आत्मविश्वासानं स्वार होईन. जर ते मला उद्ध्वस्त करायला येणार असेल, तर मी स्वतःला पुन्हा सावरेन आणि या वेळी झटकन सावरेन कारण मला त्याचा एकदा अनुभव आहे.

एकदा लग्न मोडल्यावर पुन्हा लग्न करावंसं वाटणं हे खूप विचित्र वाटतंय ना? मी जेव्हा एक्सशी लग्न केलं, तेव्हा माझ्या आईला खूप आनंद झाला. तिला वाटलं की, आता ही (मी) मस्त अडकली. पुरेसं भावनिक दडपण आणून मला जागेवर आणता येईल असं तिला वाटत होतं. मी खूप आदळआपट केली खरी पण तरीही लग्नातल्या फोटोमध्ये हसून पोझेस दिल्या.

काही का असेना, जोडपं म्हणून वावरण्याचा मी अनुभव घेतला होता आणि तो चांगलाही होता. नावच ठेवायचं झालं तर मी इतकंच म्हणेन की, ती भावना एक्स चांगला असताना चांगलीच होती आणि ती खराब जरी झाली, तरी असह्य नक्कीच नव्हती. माझा प्रेमावर पुन्हा विश्वास बसण्याचं कारण म्हणजे माझ्या माहितीत काही उत्तम पुरुष आहेत, त्यांच्या आधार देणाऱ्या, मजेदार, प्रेमळ, क्वचित प्रसंगी थोडंसं दटावणाऱ्या सभ्य वर्तनामुळे मला पुरुषांविषयी घृणा निर्माण झाली नाही. त्या पुरुष मित्रांनी मला शिकवलं की, आत्मबल आणि नैतिक आचरण असणाऱ्या सभ्य, सुसंस्कृत पुरुषांवर मी विश्वास टाकू शकते. ते माझ्याबरोबर आहेत, हे माझं सद्भाग्य. मला समृद्ध करणारं असं कोणीतरी माझ्या आयुष्यात मला हवंय. जे रंग माझ्या आयुष्यात मी भरू शकत नाही, ते रंग भरणारं, कोणीतरी आश्वासक...

पुढचा प्रश्न असा होता की मला असं प्रेम कुठे मिळेल? मी सर्व पर्याय खुले ठेवले होते. माझ्याकडे गमावण्यासारखं काहीच नव्हतं. मी आंधळेपणानं डेटवर गेले, मी पुरुषांना भेटले आणि सर्व गोष्टी मी शिकले. मला भेटलेले सगळेच पुरुष काही चांगले नव्हते, पण मी आनंदाच्या शोधात होते, त्यामुळे त्याही पुरुषांबरोबर वेळ घालवला. मला जे हवंय, ते मला नक्की मिळणार हा आत्मविश्वास मला होता आणि म्हणून मी निर्भयपणे जग बघत होते. मी त्यावर लक्ष केंद्रित केलंच नव्हतं, माझं लक्ष फक्त माझ्या आनंदाकडे होतं. जर मी एकटी असेन, तर त्या एकांतातही मी आनंदी असेन.

सर्वस्व ओवाळून टाकावं असा कोणीतरी मी शोधत होते. माझ्या आई-वडिलांच्या नात्यातून मला कल्पना आली होती. त्यांनी स्वतःच्या उदाहरणावरून दाखवून दिलं की, निरलस, निःस्वार्थी आणि मोकळं प्रेम काय असतं. मग ही भेट फक्त स्वतःसाठी वापरण्याचा स्वार्थीपणा मी कसा करू शकेन?

या गरजेची जाणीव होणं किंवा ही त्रुटी भरून निघणं माझ्यासाठी तितकंसं सोपं नव्हतं. सर्वात पहिली गोष्ट म्हणजे या गरजेचा स्वीकार करणं. मी माझ्या मैत्रिणींना सांगितलं. बहुरंगी प्रतिक्रिया आल्या. "तुला जे हवंय, ते नक्की सापडेल" असं काही जणी म्हणाल्या, तर "सगळे चांगले पुरुष संपलेत." असाही तिरकस बाण काही जणींनी मारला. त्यानं काहीच फरक पडत नाही. मला काय हवंय ते मी सांगितलं होतं, आता ते मिळायचं तेव्हा मिळेल.

शेवटी प्रेम म्हणजे काय? या प्रश्नाचं उत्तर देण्याच धैर्य माझ्या अंगी आहे का? मला कल्पना नाही. मला एकच गोष्ट माहीत आहे; जे काही आधी घडून गेलं, ते कितीही भयंकर असलं तरी जेव्हा खरं प्रेम मला साद घालेल, तेव्हा मी नक्कीच त्याला प्रतिसाद देईन, मी त्या प्रेमाच्या मागे जाईन. तुम्हाला हसायचं तर जरूर हसा. पण मुळातच आपण अशा अपरिपक्व प्रेमावर विश्वास ठेवतो आणि त्याच्याकडून परिपूर्णतेची अपेक्षा धरतो. आपल्याला सगळ्यांनाच आशा असते की, आपल्यासाठी अधिक चांगलं काहीतरी अस्तित्वात आहे आणि ते मिळवण्याचा सर्वोत्तम मार्ग म्हणजे आपली आधीची वाट सोडून नव्या वाटा शोधणं! हो, आपण खरोखरच प्रेमळ माणसं आहोत...

❏

...दुसरी, तिसरी, चौथी आणि पाचवी योजना आहेच!

ही माझ्या इच्छांची, स्वप्नांची यादी आहे. ती वाचून तुम्ही कृपया हसू नका. कारण माझ्या अंतर्मनातून ती यादी तयार झाली आहे आणि ही स्वप्नं अतिशय नाजुक, हलकीफुलकी आहेत. मला अशी आशा आहे की, आपल्या इच्छा कशाही असल्या तरी त्या इथे मांडण्याचं धाडस या माझ्या यादीमुळे एखाद्याला तरी मिळेल. माझ्या यादीतल्या या अपेक्षा किती पूर्ण होतील ते मला माहीत नाही, पण जर कोणाला वाटलंच, तर त्या इथे निदान मांडल्या तरी आहेत. म्हणजे जगाच्या अंती यातल्या काही इच्छा अपूर्ण का ठेवल्या? असं मी विचारल्यावर, ''आम्ही विसरलो.'' असं त्या आद्यशक्ती म्हणू शकणार नाही. म्हणून मी या कागदावर त्यांची यादी छापील स्वरूपातच मांडली आहे आणि कधीतरी त्या पूर्ण होतील, याची मी वाटही बघेन.

बाग असलेल्या छोट्याशा बंगल्यात मला राहायचंय. निसर्गात घडणारे बदल बघून माझ्यात घडणाऱ्या बदलांबाबत मी सजग होईन.

ɞ

मला मुलं हवी आहेत. स्वतःची होणार नसली, तर मी दत्तक घेईन. याचं साधं कारण म्हणजे मी एकटीच, आत्मकेंद्री जगत राहिले तर मला वेड लागेल.

ɞ

जेव्हा माझं कर्ज फिटेल व मोठी बिलं पूर्णपणे भागतील, तेव्हा मला काहीतरी अर्थपूर्ण काम करायचंय. असं काम करायचंय ज्यामुळे या पृथ्वीवर जन्माला आल्याचं मला सार्थक वाटेल.

ɞ

एक पिवळीधमक, आनंदी 'बीटल' कार! किंवा एक जीप. त्या अजस्त्र जीपमधून रस्त्यांवर फिरताना, मोठमोठे प्रवास करताना मी जणू 'जगाची राणी' आहे, असं मला वाटेल.

ᏇᏰ

समुद्रकिनारी घर. समुद्राच्या इतक्या जवळ, जिथे लाटांची गाज आणि शंखशिंपल्यांची कुजबूज ऐकू येईल.

ᏇᏰ

प्रत्येक दिवशी माशांची मेजवानी!

ᏇᏰ

जिवाभावाचे मित्र. माझं विश्व आनंदाने भरून टाकणारे, माझी उमेद वाढवणारे आणि कधीच एकटेपणाची जाणीव होऊ न देणारे जीवाला जीव देणारे मित्र.

ᏇᏰ

एक कुत्रा. एक मांजर. कुत्री-मांजरी. मुके जीव जे मला प्रेम करायला शिकवतील आणि न शिकवता माझ्यावर प्रेम करतील.

ᏇᏰ

काम हवं, पण नोकरी नको. कंपनी, बॉस यांचं बंधन नको. स्वावलंबी होण्याचा उपाय, जिथे माझी जबरदस्त उत्कटता असेल पण लोभ नसेल.

ᏇᏰ

पुस्तकांनी भरलेलं लाकडी कपाट. त्या पुस्तकातील शब्द मला जगाची सफर घडवून आणतील. तीच बहुमोल संपत्ती असेल, माझा भविष्य निर्वाह निधी असेल आणि कदाचित तोच माझा सर्वोत्तम आधार, आसरा असेल.

ᏇᏰ

एक जोडीदार/एक सेक्समेट - दोन्ही गुण एकत्र असलेला आणि दुबईहून

आयात न केलेला. हे शक्य नसेल तर मला एक स्त्री जोडीदार हवी जी तिचा एकटेपणा मजेत, आनंदानं घालवेल आणि जिला उत्तम किंवा वाईट जोडीदाराची गरज नसेल.

ॐ

चविष्ट अन्न, जे मला स्वादिष्ट अन्नाची आठवण करून देईल. मी स्वतः कधीच स्वयंपाक केलेला नाही. पण मला अशी आशा आहे की, मी चांगला कुक माझ्याकडे कामाला ठेवू शकेन. तसं जर जमलं नाही, तर मी स्वतः बाह्या सरसावून ते स्वादिष्ट, स्वर्गीय चवीचे पदार्थ कसे बनतात ते शोधून काढेन. त्या पदार्थांमुळे सगळंच छान चाललंय, असं वाटेल.

ॐ

माझे आई–वडील कायम मला माझ्या आयुष्यात हवे आहेत. आम्ही स्वतंत्रपणे राहतो तरीही एकमेकांवर अवलंबून आहोत. स्वतःच्या मताप्रमाणे जगण्यासाठी मी बराच काळ त्यांच्यापासून लांब राहिले. कदाचित त्यांच्याही बाबतीत असंच असेल. कदाचित कधीतरी ते माझ्याबरोबर राहायला येतील आणि प्रेम, काळजी, अमर्याद जिव्हाळ्यानं मी त्यांच्यासाठी हवं ते करेन.

ॐ

मला जिथे शेवटचा श्वास घ्यायला आवडेल असं घर शोधणे. मी कुठेही गेले तरी या घराच्या ओढीनं परत आले पाहिजे.

ॐ

जितकं शक्य आहे आणि जितक्या वेळा मला परवडेल, तितकी भटकंती. मला वाटतं, माणूस म्हणून आपण ज्या काही क्रिया करतो, त्यातली 'प्रवास' ही सर्वांत शहाणपणाची कृती आहे. प्रवास केल्यावर मला कृतज्ञ वाटतं आणि आपण आपल्या चिंतांना किती अवाजवी महत्त्व देतो, याची जाणीवही होते. अगदी आठ तासांचा बसचा प्रवासही आपलं आयुष्य बदलून टाकू शकतो.

ॐ

बुद्धिमान लोकांशी चर्चा. विज्ञान, कला किंवा इतर कोणत्याही विषयातील

तज्ज्ञांशी चर्चेचं भाग्य लाभावं. एका विशिष्ट ध्येयानं झपाटलेली, एक गोष्ट, एक सत्य शोधून काढण्यासाठी आपलं आयुष्य ओवाळून टाकणारी ही माणसं बघून माणूस असण्याचा अर्थ समजावा.

ଔ

पृथ्वीवरच्या माझ्या संपूर्ण आयुष्यात मला छान मॉल्ट्स मिळत राहोत. कॉलेस्ट्रॉलचा धोका उद्‌भवू नये कारण त्यामुळे दिवसभराचा आनंद उपभोगण्यात अडथळे निर्माण होऊ शकतात.

ଔ

वाचन– माझ्या वार्धक्यात महान तत्त्ववेत्ते, संत, महान शिक्षक, वेगवेगळ्या देशातील, विषयांतील तज्ज्ञ यांचे विचार पुन्हा वाचावेत. मला खात्री आहे, तेव्हाही कदाचित मला आयुष्याचा अर्थ कळणार नाही. पण तरीही हे वाचन म्हणजे माझा शेवटचा प्रयत्न असेल, ते समजून घेण्याचा!

ଔ

दयामरण– ज्या क्षणी मला एखादा असाध्य रोग जडेल, त्या क्षणापासून मृत्यूपर्यंतचा प्रवास हा सोहळा व्हावा. जेव्हा माझ्या आटोक्याबाहेर हा आजार जाईल आणि तेव्हा हॉस्पिटलमध्ये दाखल होऊ, तेव्हा तिथल्या कामावरच्या व्यक्तीला, एखाद्या निराश विदूषकाच्या शौर्याच्या आविर्भावानं भेटेन.

यांपैकी किती इच्छा पूर्ण होणार मला ठाऊक नाही. याचं उत्तर काळच देऊ शकेल. अर्थात त्याने काहीच फरक पडत नाही. किती स्वप्नं सत्यात उतरली, किती भंगली किंवा इतर इच्छांचं काहीही झालं तरी मी आनंदीच असेन. माझ्या घटस्फोटानं ते सिद्धही केलंय. कोणतीही, कोणाशीही तडजोड करून माझं आयुष्य झाकोळून जाणार नाही, याबद्दल मला खात्री आहे. प्रत्येक दिवस हा दुःखाच्या निरोपाचा आहे, याची मी खात्री करून घेईन.

हे करणं सोपं नक्कीच नाही. घटस्फोटित व्यक्तीच्या दुःखाचं एक गुपित आहे. मला नाकारण्यात आल्यामुळे आलेलं बधिरत्व इतकं मूलभूत आहे की, ते मला आयुष्यभर वागवावंच लागणार. या वर्षांत मी भोगलेलं दुःख, वेदना सहजासहजी विसरणं शक्य नाही. पण मी त्याचा त्रासही नाही करून घेणार.

आता उशिरानं का होईना, पण माझं ओझं थोडं हलकं झालंय. आता मी हा क्रुस सहज वागवू शकते. मी हे जोखड आकाशात उडवू शकते, झेलू शकते आणि पुन्हा मानेवर ठेवू शकते आणि तेही त्याचे खडबडीत कंगोरे न जाणवता.

माझ्या आयुष्यातलं सर्वांत महत्त्वाचं नातं कसं उद्ध्वस्त झालं, हे मला कायम आठवत राहील. पण ते मी रोज आठवणार नाही. एखाद्या पावसाळी संध्याकाळी अश्रू गालावर ओघळतील, हे खरं. पण दुसऱ्याच दिवशी त्याच चेहऱ्यावर पुन्हा हसू असेल. नैसर्गिक, स्वच्छ हसू असेल ते.

माझ्या आयुष्याची मूळची योजना मी कधीच विसरले आहे, एखादं वाईट स्वप्नं विसरावं तशी. आता प्लॅन 'बी'मध्ये बऱ्याच गोष्टी घडतील आणि काही कारणाने 'बी'ही अपयशी ठरलं, तर पुढची तिसरी, चौथी, पाचवी इ.इ. योजना तयार आहेत...

पुढच्या पानावर दिलेल्या चौकोनात तुमच्या इच्छा लिहा. एक्सबद्दल, सूडाबद्दल, वेदनेबद्दल सगळं काही विसरून जा. जितकं वाईट व्हायचंय ते होऊन गेलंय. आता फक्त चांगलंच घडणार आहे. अजून तुमच्याकडे फक्त तीस-चाळीस उन्हाळे, पावसाळे आहेत. हे आयुष्य तुम्हाला कमी नाही वाटत? अजून फक्त चाळीसवेळा तुमच्या आयुष्यात ऑगस्ट महिना येईल आणि फक्त चाळीसच वेळा तो साजरा करायचाय. फक्त चाळीस पावसांत मनसोक्त नाचायचंय. या वेळात तुम्ही काय करणार आहात?

माझ्या इच्छा, माझी स्वप्ने...

अधुऱ्या स्वप्नांसह घराबाहेर

१२

पुस्तक नाही जमलं तर हे नक्की वाचा

माझ्या घटस्फोटाचा ताळेबंद

आणि आता शेवटी, मी काय गमावलं? मी काय कमावलं? मिळकतच जास्त आहे, थोडी वेगळी आहे, पण पुन्हा मिळकतच आहे!

तोटा – आजन्म एकत्र राहण्याच्या संकल्पनेवरचा विश्वास उडाला. अचानक शाश्वत गोष्टींबद्दल त्या खोट्या असण्याचा संशय बळावला.
नफा – कायम टिकणाऱ्या गोष्टी चांगल्या असतीलच असं नाही, हे समजलं. 'मी स्वतः' हीच कायम टिकणारी गोष्ट आहे.

तोटा – लग्नाचं आमंत्रण, पहिले वाढदिवस आणि इतर कौटुंबिक सोहळे.
नफा – अशा कार्यक्रमांत येणाऱ्या कंटाळ्यापासून सुटका झाली.

तोटा – वीस वर्षांखालील कोणाची 'आदर्श' असणं गमावलं.
नफा – 'काकू' या नावापासून सुटका होऊन समवयस्कांच्या गटात पुन्हा सामील झाले.

तोटा – अर्धं घरभाडं.
नफा – मला हवं तसं घर चालवता आलं.
हो, लिखाणाचं टेबल मी खोलीच्या मध्यात ठेवलंय, सोयीच्या कोपऱ्यात नाही.

तोटा – कोणत्याही फालतू कारणाने मित्रमंडळी माझ्या आयुष्यातून गायब झाली.
नफा – खऱ्या मित्रांची ओळख पटली. माझ्या अव्यक्त एकटेपणाचा आक्रोश ऐकून मित्राने माझ्या प्रेमाची गरज म्हणून त्याचं कुत्र्याचं पिल्लू माझ्या दाराशी आणून ठेवण्यासारखं आहे हे.

तोटा – लोकांनी तुमच्याबद्दल मतं बनवून तुम्हाला दुखावणं आणि तुमचा आनंद गमावणं.

नफा – त्यांना पटणाऱ्या गोष्टी करण्यासाठी मला मरण ओढवून घ्यावं लागेल ह्याची जाणीव होणं.

तोटा – माझ्या रूपाबद्दलचा आत्मविश्वास गमावला.

नफा – त्याने काहीच फरक पडत नाही, ते लक्षात आलं.

तोटा – पुरुषांविषयी माझ्या मताबद्दलचा विश्वास. माझ्यासाठी योग्य कोण हे मला कसं कळणार ?

नफा – स्वसामर्थ्यावरचा विश्वास वाढला. झटका बसल्यावर जागी झाले.

तोटा – माझ्या मनाचा एक तुकडा पुन्हा दुरुस्त होण्यापलीकडे दुखावला गेला.

नफा – माझ्या मनाचा उबदार, आश्वासक कोपरा मला नव्याने गवसला, जो मी जिवंत राहण्याची हमी देत होता.

तोटा – माझ्या आई-वडिलांचा आनंद. विशेषतः नातेवाईक, किंवा शेजाऱ्यांबरोबर असतानाचा.

नफा – काहीही झालं तरी ते माझ्याबरोबर आहेत हे एक प्रसन्न, कृतज्ञ आणि आधार देणारं आश्वासन.

तोटा – वेळ.

नफा – जे वाया गेलं ते परत मिळवण्याचा प्रयत्न करायचा नाही.

तोटा – माझा फुलपाखरी, आई होण्यासाठीचा योग्य काळ.

नफा – मुलाची तीव्र इच्छा.

तोटा – पैसा. घटस्फोट फार खर्चीक असतो.

नफा – स्वातंत्र्य. कोणत्याही पैशाने त्याची बरोबर होऊ शकत नाही.

तोटा – चांगलं वैवाहिक आयुष्य.

नफा – चांगला संसार म्हणजे काय ते शेवटी मला कळलं.

तोटा – 'आमचं' घर.

नफा – 'माझं' घर.

तोटा – आनंद, सुख.
नफा – आनंदाची किंमत कळल्यामुळे तो मिळवण्यासाठीच प्रयत्न.

तोटा – 'चांगली मुलगी' हे मत गमावलं.
नफा – सगळी लेबलंच गमावली.

तोटा – कोणावर तरी पूर्णपणे अवलंबून असणं.
नफा – स्वावलंबी होणं.

तोटा – कागदावरचं तयार चित्र.
नफा – स्वतःची नक्षी काढण्याचं स्वातंत्र्य.

तोटा – त्याच्यावरचं प्रेम, विश्वास, श्रद्धा.
नफा – स्वतःवरचं प्रेम, विश्वास, श्रद्धा.

तोटा – निरागसपणा गमावला.
नफा – शहाणपणा मिळवला.

तोटा – नवरा
नफा – मी स्वतःच!

आणि शेवटी सगळा जमाखर्च मांडल्यावर मला जाणवलं की, माझा घटस्फोट झाला कारण मी अत्यंत सुदैवी आहे. सामाजिक संकल्पनांच्या जाळ्यात अडकलेलं, दुःखाच्या, कोतेपणाच्या आणि हताशपणाच्या पिंजऱ्यात कैद झालेलं आयुष्य माझ्या वाट्याला आलं नाही. माझे एकटेपणाचे सर्वांत वाईट दिवसही, वैवाहिक आयुष्यातील सर्वांत वाईट दिवसांपेक्षा कायमच चांगले होते. अचानक पोटात गुद्दा मारल्यावर जसं गुदमरायला, घुसमटायला होतं, तसं माझं झालं होतं. दुसरी संधी प्रत्येकाला मिळत नाही. आज मी फारच सुखी, चांगलं आयुष्य जगते आहे. मनापासून कष्ट करून माझ्यातलं चांगलं घडवायचा प्रयत्न करते आहे. आज मला माहीत आहे की, जोपर्यंत माझं शहाणपण आणि आयुष्य आहे, तोवर मी जग जिंकू शकते. आज मी फक्त एक घटस्फोटिता नाही, तर मी घटस्फोटित असूनही आनंदानं जगते आहे!

❑

घटस्फोटितेचा बारा टप्प्यांचा प्रवास

तुम्ही आतापर्यंतचं सगळं पुस्तक वाचलं असेल, तर हा भाग नाही वाचलात तरी चालेल. पण तुम्ही फार प्रेमाने वाचत नसाल, तरीही या पुस्तकाचा तुम्हाला काही उपयोग होईल, या हेतूनं हे पुस्तक तुम्ही घेतलं असेल, तर माझी विनंती आहे की हे प्रकरण तरी नक्की वाचा! व्यसनाधीन माणसं त्यांच्या व्यसनापासून बारा टप्प्यांतून मुक्ती मिळवतात, तसा हा घटस्फोटितेचा बारा टप्प्यांतून आयुष्य सावरण्याचा प्रवास आहे.

१. सोडून द्या!

मी एक्सला माझ्यावर जबरदस्तीनं प्रेम करायला लावू शकत नव्हते की माझ्याशी बांधून ठेवू शकत नव्हते. आम्ही एकत्र असण्याची त्याला गरज होती, असं कधीच जाणवलं नाही. त्यामुळे मला त्याला निरोप द्यावा लागला आणि माझ्या जुन्या व्यक्तिमत्त्वालाही मी निरोप दिला. एकदा घटस्फोटाचा विचार ठाम झाल्यावर मी इतर गोष्टींवर लक्ष केंद्रित केलं. मी त्याला किंवा मला दोष देणं थांबवण्यासाठी निकराचा प्रयत्न केला. त्यापेक्षा मी स्वतःला असं समजावलं की, जर नातं तुटलंच आहे, तर त्यासाठी जबाबदार कोण हे कशाला शोधायचं? त्याने ते पुन्हा थोडंच जुळणार आहे? मी माझ्या सर्व क्षमतांसहित माझ्या आयुष्याची पुनर्बांधणी केली. मला तसं करणं भागच होतं.

२. नोकरी, काम मिळवा

तुम्ही नोकरी करता की नाही मला माहीत नाही. पण करत नसाल तर नोकरी शोधा. कोणतीही. जर नोकरी करत असाल, तर ती घालवू नका. यापैकी काहीही शक्य नसेल, तर आठवड्याचे पाच दिवस समाजसेवा करा. प्राणी, वृद्ध माणसं असे अनेक जण असतात ज्यांचं आयुष्य आपल्यापेक्षाही वाईट असतं.

त्यांच्यासाठी काम करा. घराबाहेर पडून नोकरी करणं अवघड असू शकतं. माझ्या बाबतीत माझ्या नोकरीनं मला तारलं. त्यामुळे कोणापुढे मला पैशासाठी हात पसरावा लागला नाही, माझा आब राखला गेला. (अर्थात याला अपवाद म्हणजे हेअरकटसाठी पैसे देणाऱ्या मित्राचा!) माझ्या नोकरीमुळे, कामामुळे लग्नाच्या अपयशाचे विचार डोक्यात राहिले नाहीत. मी भावनिक वादळात सापडले नाही, नाहीतर मला बॉसने नोकरीवरून काढूनच टाकलं असतं. प्रत्येक दिवशी, सोमवार ते शुक्रवार, कामाच्या व्यापामुळे एक्सचा विचार करायची फुरसतच नसे. (जे या घटस्फोटाच्या प्रक्रियेतून गेले आहेत, त्यांना याचं महत्त्व कळेल.)

३. चाला, व्यायाम करा

प्रत्येक दिवशी एक तासभर तरी व्यायाम करा. हे जास्त होत असेल, तर अर्ध्या तासांची विभागणी करा. चाला, जॉगिंग करा, नृत्याच्या क्लासला जा. (मात्र रविवारी सुटी घ्या, त्या दिवशी देवही विश्रांती घेतो.) तुमचा घाम गळेल असा शारीरिक व्यायाम करा. मी ऑफीसमधून घरी चालत येत असे. त्यामुळे टॅक्सीचे पैसेही वाचत, आजूबाजूचं जग बघता येई आणि स्वतःवरचं लक्ष कमी होई. यामुळे माझ्या जखमा भरून यायला खूपच मदत झाली.

४. स्वतःची काळजी घ्या

नीटनेटकं राहा, चांगलं दिसा. म्हणजे मी बाह्य सौंदर्याबद्दल बोलत नाही. तुम्हाला आतून छान वाटलं पाहिजे. तुम्ही आकर्षक आहात, असं तुमचं तुम्हाला जाणवायला हवं. जर तसं होत नसेल, तर बाह्य साधनांची उदा. कपडे, पार्लर, चपला, हेअरकट इ.ची मदत घ्या. किंवा स्वतःशी संवाद साधणं, वेगळ्या विषयावरचं वाचन करणं, नवीन गोष्टी शिकणं अशा गोष्टी करा.

५. खोटा आनंद

रडणं थांबवा आणि हसायला लागा. कदाचित तुम्हाला तसं करावंसं वाटत नसेल पण त्याचा अभिनय करा. तुमच्या भावंडांबरोबर, मित्र-मैत्रिणींबरोबर बाहेर फिरायला जा. समवयस्क लोकांबरोबर मिसळा. हा मी घटस्फोटामुळे शिकलेला लाडका व महत्त्वाचा धडा आहे. एकदा मी रडत असताना आरशात बघून स्वतःलाच वेडावून दाखवत होते. तेव्हा माझ्या लक्षात आलं, की मी हसले की अश्रू ओघळतात पण त्यामुळे त्यांची माझ्यावरची पकड ढिली होते.

६. संपर्क थांबवा

सामान्य स्थितीत येण्यासाठी मी एक्सशी दीर्घकाळ संपर्क टाळला होता. तुम्हाला असं करावंसं वाटलं, तर जरूर करा. एक्सच्या संपर्कात राहण्यात माझी अडचण ही होती की, मी त्याच्यावर दीर्घकाळ अवलंबून होते. मी त्याला भेटत राहिले असते तरी त्याच्याकडे परत जाण्याची मला इच्छा झाली असती. जगाच्या दृष्टीनं ते सर्वांत सोयीचं होतं. म्हणूनच मी संपर्क थांबवला. एका प्रसिद्ध उक्तीच्या विरुद्ध जाऊन मी म्हणेन की, 'अनोळखी सैतान ओळखीच्या मित्रापेक्षा चांगला असतो.'

७. तुम्ही नशीबवान आहात

मी किती नशीबवान आहे, हे मला स्वतःला सतत बजावून सांगावं लागे. ते सोपं होतं. याच काळात माझ्या एका मित्राला टोकाच्या व्यक्तिमत्त्वाच्या मानसिक आजाराचं निदान झालं होतं. एक जण चाळिसाव्या वर्षी हृदयविकाराच्या झटक्यानं गेला. मी पूर्णपणे भानावर होते आणि माझा मेंदू नीट काम करत होता. त्या बळावर मी काहीही करू शकत होते. त्यामुळे तुमच्या मार्गात कोणालाही अडथळे निर्माण करण्याची संधी देऊ नका. विशेषतः ज्यांनी तुम्हाला दुखावलं आहे, अशा लोकांना थारा देऊ नका.

८. कॉलेजमधले दिवस आठवा

तुमच्या आयुष्यातला सर्वांत आनंदी, स्वच्छंदी काळ आठवा व त्या दिवसांत तुम्ही होतात तसं बनण्याचा प्रयत्न करा. हे कदाचित १०० टक्के शक्य नसेल. पण मला निदान ५० टक्के करायला जमलं तर मला खूपच आनंद होईल. (असा आनंदाचा काळ तुमच्या जोडीदारासोबतचा असेल, तर त्या वेळी तुम्ही काय करत होतात ते आठवा. फिरलात, गप्पा मारल्यात, स्वच्छंदपणे गाणी गायलीत – ते मिळवायचा प्रयत्न करा.) मला वाटतं हे अनुभव त्या त्या ठिकाणांचे असतात, नावीन्याचे असतात, कोणा एका व्यक्तीबद्दलचे नाही.

९. समुपदेशकाकडे जा

तुम्हाला खूपच हताश वाटत असेल, तर एखाद्या समुपदेशकाची मदत घ्यायला लाजू नका. तरीही असं करताना सावधगिरी बाळगा. नवरा, मनोचिकित्सक आणि औषधाच्या गोळ्या यांवर अवलंबून राहणं फार सोपं असतं आणि आपलं मन, आपल्याला वाटतं त्यापेक्षा खूप जास्त खंबीर असतं.

१०. वेदना होणं स्वाभाविक आहे

वेदना कायमच राहील, तुम्हाला ती आतून पोखरते आहे, असंही तुम्हाला वाटेल. तसं झालं तरी हरकत नाही. हळूहळू एक दिवस ती वेदना नाहीशी होईल. पण त्यामुळे तुम्ही थांबू नका. शक्य असेल तर दुर्लक्ष करा.

११. चांगलंच होईल

घटस्फोटाइतकं वाईट काहीच असू शकत नाही आणि ते घडून गेलंय. त्याच्याइतकं वाईट पुन्हा घडणार नाही. आयुष्य हे वरच्या दिशेनं सरकत असतं. कारण त्याने सर्वांत खालच्या थराला आधीच हादरा दिला आहे. त्यामुळे यापुढे जे होईल, ते चांगलंच होईल.

१२. मजा करा

हो खरंय. मजा करा, आनंदी रहा. तो तुमचा हक्कच आहे!

ऋणनिर्देश

सुशीलचेची, शांतीचेची, रेखा, राधी, रघू, राइ, अश्विनी, अरुण, लक्ष्मी हे सारे माझे कुटुंबीय आहेत. माझ्या अत्यंत कठीण काळात काका, काकू, मावशी आणि माझी सर्व भावंडं खंबीरपणे माझ्या पाठीशी उभी राहिली आणि सौहार्दाने मला त्यांनी आधार दिला.

माझ्यासारख्या नवख्या लेखिकेला लिहिण्याची संधी प्रणव कुमार सिंग यांनी दिली आणि नवखी असूनही माझ्यावर विश्वास टाकला. इतकंच नव्हे तर अत्यंत प्रेमाने आणि संवेदनशीलपणे पुस्तकाचे संपादन सिंग यांनी केले.

माझ्या हस्तलिखिताला या छापील पुस्तकाचे रूपडे देणाऱ्या पॅन मॅकमिलन, इंडियाच्या सुश्मिता चॅटर्जी आणि त्यांच्या सहकाऱ्यांचेही अत्यंत आभार!

माझ्यावर आणि माझ्या पुस्तकावर विश्वास ठेवून पहिल्यापासून या पुस्तकाला उत्कृष्ट बनवण्यासाठी झटलेली श्रुती देवी यांचेही मनापासून आभार!

'मिंट लाऊंज' या नियतकालिकात आर. सुकुमार आणि प्रिया रामाणि यांच्यामुळे माझे 'डान्सिंग डिवोर्सी' हे सदर दर आठवड्याला छापून येत असे. ते या पुस्तकाचे उत्पत्तीस्थान आहे. मला हे सदर लिहिण्याची संधी दिल्याबद्दल या दोघांचीही मी अत्यंत ऋणी आहे.

माझ्या सर्व मित्रमंडळींचे आभार कसे मानू? या सर्वांनी मला आनंदी ठेवण्यासाठी व आनंदी राहायला शिकवण्यासाठी खूप मेहेनत घेतली आहे! ड्रान, रुप्ज, दिपू, अनुष्का, तरुण, ईश्वर, गौतम (पीटर), कांचन, अर्थ, लिला, प्रिथा, झरीन, राजीव, अंबा, अनिरुद्ध (करीम), श्रीजा, रामू, अरुणा, रेनू, इंदू, झहीर, अरूप, बिजॉय, रॉकी, दीप्ती, बॉप्स, नीथीन (अरुण), ओगो, परवेझ, अनिश आणि बिन.

घटस्फोटितेच्या बारा टप्प्यांचा प्रवास

१. **सोडून द्या!** – तुमच्यावर प्रेम करण्यासाठी किंवा तुमच्या बरोबर राहण्यासाठी तुम्ही कोणावर बळजबरी करु शकत नाही.

२. **नोकरी शोधा** – जर नोकरी नाही मिळाली तर समाजसेवा करा. पण घराबाहेर पडून आठवड्याचे पाच दिवस काम करा.

३. **चाला/व्यायाम करा** – आठवड्यातले सहा दिवस चाला, अर्धा ते एक तास, अगदी पावसातही!

४. **स्वतःची काळजी घ्या** – छान रहा. चांगल्या भावना जोपासा. तुम्ही सुंदर दिसता यावर विश्वास ठेवा.

५. **आनंदाचा अविर्भाव आणा** – तुमचा आनंदी असण्याचा अभिनय प्रत्यक्षात येईपर्यंत अभिनय करा.

६. **संपर्क तोडा** – तुमच्या मनाच्या जखमा भरेपर्यंत एक्सशी संपर्क पूर्णपणे तोडा.

७. **तुम्ही नशीबवान आहात** – तुमची विवेकबुद्धी आणि तुमचं आयुष्य शाबूत असेपर्यंत तुम्ही जग जिंकू शकता.

८. **आनंदी भूतकाळ आठवा** – जेव्हा तुम्ही आनंदात होतात तो काळ आठवा. उदा. कॉलेजचे दिवस आठवा. तसं जगायचा प्रयत्न करा.

९. **समुपदेशकाची मदत घ्या** – पण तुमचं मन तुम्हाला वाटतं त्यापेक्षा जास्त खंबीर आहे, हे लक्षात ठेवा. स्वतःवर विश्वास ठेवा.

१०. **दुःखाबरोबर जगताय? ठीक आहे** – दुःख मनात घेऊन जगणं तितकंसं वाईट नाही. हळूहळू न सांगता एक दिवस ते निघून जाईल.

११. **आता सगळं चांगलंच होणार आहे** – वाईट होऊन गेलंय आणि आता चांगलं घडायला सुरुवात झालीय.

१२. **मजा करा** – हरकत नाही. तो तुमचा हक्क आहे!

೫

www.ingramcontent.com/pod-product-compliance
Lightning Source LLC
Chambersburg PA
CBHW030527030726
47495CB00004B/883
* 9 7 8 9 3 8 3 5 7 2 7 7 9 *